# डोपामाइन नेशन

## उपभोगाच्या युगात समतोल साधण्याचे रहस्य

डॉ. ॲना लेंबकी (एमडी)

अनुवाद : सविता दामले

MANJUL
मंजुल पब्लिशिंग हाउस

*First published in India by*

MANJUL

**Manjul Publishing House**

*Corporate and Editorial Office*
•2nd Floor, Usha Preet Complex, 42 Malviya Nagar,
Bhopal 462 003 – India

*Sales and Marketing Office*
•C-16, Sector 3, Noida, Uttar Pradesh 201301 – India
Website: www.manjulindia.com

*Distribution Centres*
Ahmedabad, Bengaluru, Chennai, Kochi,
Kolkata, Hyderabad, Mumbai, New Delhi, Pune

Marathi translation of The *Dopamine Nation* by Anna Lembke, M D



Author photograph by Steve Fisch
Cover image: adobe stock.com

English edition first published in 2021 by Dutton,
an imprint of Penguin Publishing Group



This edition published by arrangement with Dutton,
an imprint of Penguin Publishing Group, a division of Penguin
Random House LLC



Marathi edition first published in 2025

**ISBN 978-93-5543-584-2**

Translated by: Savita Damle

Printed and bound in India by Repro India Limited

*मेरी, जेम्स, एलिझाबेथ,*
*पीटर आणि छोट्याशा ल्युकासला सप्रेम...*

# अनुक्रमणिका

# डोपामाइन नेशन

## ओळख

# समस्या

'मला स्वतःला छान वाटलं पाहिजे, मला स्वतःला चांगलं वाटलं पाहिजे. एवढं झालं म्हणजे झालं. मग आणखी कशाची गरज नाही. खरोखरच, जगातील सगळा पैसा केवळ या एकाच गोष्टीसाठी खर्च केला जातो.'

**–जे. बी. लिनॉयर**

हे पुस्तक आनंदाविषयी आहे, हे पुस्तक वेदनेविषयी आहे. सगळ्यात महत्त्वाचं म्हणजे हे पुस्तक आनंद आणि वेदना यांच्यामधील परस्पर संबंधाविषयी आहे आणि उत्तम जीवन जगण्यासाठी हा संबंध समजून घेणे किती आवश्यक आहे त्याविषयीही आहे.

का?

कारण जे जग एके काळी अतीव टंचाईने भरलं होतं त्याचं रूपांतर आपण प्रचंड विपुलतेने भरलेल्या जगात करून टाकलं आहे. : नशिले पदार्थ, भरपूर अन्न, नानाविध बातम्या, जुगार, शॉपिंग, गेमिंग, टेक्स्टिंग (व्हॉट्सॅपवर सतत संदेश पाठवत राहणे), सेक्सटिंग (लैंगिक अर्थ ध्वनित होणारे संदेश, फोटो इत्यादी पाठवत राहणे), फेसबुक, इंस्टाग्राम, यूट्यूब, ट्विटर अशा नाना व्यसनांत लोक सतत पडीक असतात. आजच्या जगात प्रचंड उत्तेजना देणाऱ्या गोष्टींची सतत वाढती संख्या, त्यांचे प्रकार आणि ताकद हे सगळंच मोठं धक्कादायक आहे. स्मार्टफोन ही जणू आजच्या काळातील 'त्वचेखाली टोचून घ्यायची सुई' बनली आहे. त्यातून या

'वायर्ड' जनरेशनला (म्हणजे सदैव इलेक्ट्रॉनिक वायरशी जुळलेल्या तरुण पिढीला) डिजिटल डोपामाइनचा डोस बारा महिने, तेरा काळ मिळत असतो. तुम्हाला तुमच्या आवडीची नशा अजून मिळाली नसेल तर तुमच्या हाताच्या बोटावरल्या वेबसाइटवर ती लवकरच येईल याची खात्री बाळगा.

कुठल्याही अनुभवाचं व्यसन लागण्याची शक्यता किती, ते बघण्यासाठी जगातले वैज्ञानिक डोपामाइनच्या कसोटीवर अवलंबून असतात. मेंदूला आनंदरूपी बक्षीस मिळण्याच्या मार्गात डोपामाइन जेवढे जास्त सोडले जाते तेवढा तो अनुभव पुन्हा पुन्हा घेण्याचे व्यसन लागू शकते.

डोपामाइनच्या शोधासोबतच मागच्या शतकात लागलेला न्यूरोसायंटिफिक क्षेत्रातील (चेतारज्जू विज्ञानक्षेत्रातील) आणखी एक लक्षवेधी शोध म्हणजे आपल्या मेंदूत आनंद आणि दुःख या दोन्ही भावनांची प्रक्रिया एकाच ठिकाणी सुरू असते, म्हणजे मानसिक सीसॉच्या पट्टीवर आनंद आणि दुःख समोरासमोर बसलेले असतात.

चॉकलेटचा आणखी एक तुकडा खायचा मोह किंवा चांगलं पुस्तक-चित्रपट किंवा व्हिडिओ गेम हवा असण्याची ओढ जेव्हा वाटत असते, तेव्हा तो आनंदाचा क्षण कायमचा राहावा, संपूच नये, असं वाटण्याचा अनुभव आपण सर्वांनी घेतला असेल. ती वस्तू किंवा तो अनुभव मिळत नाही म्हणून अस्वस्थ होण्याचा क्षण याचा अर्थ मेंदूने आनंदाचा सीसॉ दुःखाच्या बाजूला ढकललेला आहे हा असतो.

बक्षीस मिळाल्याच्या भावनेमागील 'चेतारज्जुविज्ञान' काय आहे, ते उलगडण्याचे या पुस्तकाचे उद्दिष्ट असून तसे करताना आनंद आणि दुःख यांतील एक निरोगी समतोल कसा राखता येईल तेही आपल्याला शोधता यावे, हेही या पुस्तकाचे आणखी एक उद्दिष्ट आहे. परंतु या शोधासाठी केवळ चेतारज्जुविज्ञान पुरेसे नाही, तर त्यासोबत आपल्याला मानवांनी प्रत्यक्ष जगलेले अनुभवही लागणार आहेत. मग ते अनुभव व्यसनाचा मोह टाळता न येणारे लोक म्हणजेच व्यसनी लोक यांच्याशिवाय अन्य कुणाकडून मिळणार?

व्यसनांना बळी पडलेल्या आणि त्यातून पुनश्च बाहेर पडण्याचा मार्ग शोधणाऱ्या माझ्या पेशंटमंडळींच्या सत्यकथांवर हे पुस्तक आधारित आहे. त्यांनी मला त्यांच्या कहाण्या सांगण्याची परवानगी दिली आहे. त्यामुळेच त्यांच्या शहाणपणाचा फायदा मला झाला तसा तुम्हालाही होऊ शकतो.

यातील काही कहाण्या तुम्हाला फारच धक्कादायक वाटतील, परंतु माझ्या दृष्टीने आपण सगळे जण जे जे करू शकतो त्याचीच फक्त ही अति टोकाची उदाहरणे आहेत. तत्त्वज्ञ आणि जीवनविद्यातज्ज्ञ केंट डनिंग्टन लिहितात, 'अतिशय तीव्र व्यसन असलेले लोक हे जणू समकालीन प्रेषितांसारखे असतात. (त्यांच्यासारखे वागलो तर भविष्यात आपली काय स्थिती होईल याचं जणू चित्रच ते आपल्या डोळ्यांसमोर उभं करत असतात.) परंतु आपण त्यांच्याकडे दुर्लक्ष करून स्वतःचं नुकसानच करत असतो. कारण आपलीही काय अवस्था होऊ शकते हे त्यांच्याकडे बघून आपल्याला कळत असते.' मग ते अमली पदार्थांचे सेवन असो, खरेदीचे वेड असो, दुसऱ्यांची लैंगिक क्रीडा चोरून बघणे असो, धूम्रपान असो, समाजमाध्यमांवरील पोस्ट्स असोत की वॉशिंग्टन पोस्टमधल्या गोष्टी असोत. आपण असे बरेचदा वागतो जे प्रत्यक्ष वागता कामा नये, अशी आपली इच्छा असते किंवा अमुक त्या पातळीपर्यंत आपण खाली जाता कामा नये, अशी खंतही आपल्याला वाटत असते. म्हणूनच ज्या जगात उपभोग घेणे हाच जणूकाही जीवनाचा सर्वव्यापी हेतू बनला आहे अशा जगात 'अतिभोगाच्या' (व्यसनाच्या) मोहाचे व्यवस्थापन कसे करावे याबद्दलचे व्यवहार्य उपाय या पुस्तकात सुचवले आहेत.

सारांश स्वरूपात सांगायचं तर, इच्छेचं व्यवस्थापनशास्त्र आणि व्यसनातून बाहेर पडण्याची शहाणीव या दोन्हींत समतोल राखणे हेच या समतोलामागचे रहस्य ठरेल.

भाग पहिला

# सुखाच्या शोधात

## प्रकरण पहिले

# आपली हस्तमैथुनाची उपकरणे

प्रतीक्षाखोलीत बसलेल्या जेकबला मी बोलवायला गेले. त्याच्याबद्दलचं माझं पहिलं मत... 'हा दयाळू स्वभावाचा असावा' असं झालं. वयाची नुकतीच साठी उलटलेला, मध्यम वजन - चेहरा अगदी सौम्य, पण देखणा असा होता तो - चांगल्या प्रकारे वृद्धत्वाकडे जात असल्यासारखा दिसत होता. त्याने 'सिलिकॉन व्हॅली'त काम करणारे लोक वापरतात तसा गणवेश घातला होता. खाकी रंगाची पॅन्ट आणि साधासुधा बटनांचा शर्ट. पटकन लक्ष वेधून घेईल असा नव्हता तो. त्याच्याकडे पाहून तो काही गुपित बाळगून असेल असं वाटत नव्हतं.

तिथल्या खोल्यांच्या चक्रव्यूहातून जेकब माझ्या मागोमाग केबिनकडे आला तेव्हा त्याच्या मनातील चिंतेच्या लाटा माझ्या पाठीवर येऊन धडकत आहेत, असं मला जाणवलं. पेशंटना माझ्या केबिनमध्ये घेऊन जाताना पूर्वी माझ्या मनावर खूप ताण यायचा त्याची मला आठवण झाली. मी खूप वेगाने चालतेय का? माझे नितंब हलत तर नाहीयेत ना? पाठमोरी मी विचित्र तर दिसत नाहीये ना? असं काय काय मनात यायचं.

आता ही किती खूप मागची गोष्ट वाटते. जीवनाच्या लढाईत लढून लढून टणक झालेली अशी सध्याची मी असले तरी, माझी पूर्वीची आवृत्ती तशी नव्हती. आता मी अधिक निबर आणि बहुधा अधिक बेपर्वा झाले असावे. पण जेव्हा माझं ज्ञान कमी होतं, परंतु भावना सजीव होत्या त्या काळात डॉक्टर म्हणून मी अधिक चांगली होते का?

आम्ही ऑफिसात पोहोचल्यावर मी दार लावून घेतलं. माझ्यासमोर समान उंचीच्या, हिरव्या अभ्र्यांच्या दोन खुर्च्या एकमेकींपासून दोन फूट अंतरावर ठेवल्या होत्या. मानसोपचाराच्या थेरपीसाठीच्या खास खुर्च्या होत्या त्या. त्यांतल्या एकीवर बसण्यासाठी मी त्याला हलकेच खुणावलं. तो बसला आणि मीही बसले. त्याची नजर एकदा खोलीभर फिरली.

माझं ऑफिस दहा बाय चौदा फुटांचं आहे, दोन खिडक्या आहेत, एक मेज आणि त्यावरील लॅपटॉप, बाजूला पुस्तकांचं कपाट आणि त्या दोन खुर्च्यांमध्ये एक ठेंगणे टेबल, अशी त्याची रचना आहे. मेज, बाजूचं कपाट आणि टेबल हे सगळं लालसर तपकिरी असं एकमेकांशी रंगसंगती साधणारं होतं. माझ्या मागच्या डिपार्टमेंटच्या खुर्चीसोबतचं हे मेज मी इथे आणलं होतं. आतल्या बाजूला मधोमध त्याला भेगा पडल्या होत्या, परंतु त्या अन्य कुणाला दिसत नव्हत्या. मी जे काम करत होते त्यासाठी हे रूपक किती चांगलं होतं.

मेजावर कागदाचे चार स्वतंत्र गठ्ठे होते आणि ते अकॉर्डियन या वाद्यातील पट्ट्यांसारखे व्यवस्थित जुळवून लावलेले होते. ते पाहून माझ्या ऑफिसात टापटीप आणि कार्यक्षमता आहे असं दिसतं, असं मला कोणीतरी सांगितलं होतं.

भिंतीवरील सजावट मात्र बऱ्याच गोष्टींचं मिश्रण होती. माझे आवश्यक ते डिप्लोमा तिथं टांगलेले होते, बहुतेकांना फ्रेम नव्हती. माझा आळशीपणा, याशिवाय दुसरं काही कारण नाही. त्याशिवाय मला शेजाऱ्यांनी कचऱ्यात टाकून दिलेलं एक मांजरीचे चित्र सापडलं होतं, त्याची फ्रेम काढून घ्यावी म्हणून खरं मी ते घेतलं, पण प्रत्यक्षात मला ती मांजरच आवडली म्हणून मी ते ठेवलं होतं. त्याशिवाय टेबलावरचं कापडी कव्हर होतं, त्यावर पॅगोडाच्या आत आणि आवतीभोवती खेळणाऱ्या मुलांचं रंगीबेरंगी चित्र होतं. वयाच्या विशीत मी चीनमध्ये इंग्लिश शिकवायला गेले होते त्याची ती आठवण होती. त्या कव्हरवर कॉफीचा डाग पडला होता, परंतु रोर्शेक नामक मानसशास्त्रीय चाचणीत जसं आपण एखादी गोष्ट शोधायला गेलो तरच दिसते तसा तो डाग खास बघायला गेलो तर दिसायचा.

त्याशिवाय तिकडेच जवळ मी लहानसहान वस्तू मांडून ठेवल्या होत्या, त्यांतल्या बहुतेक पेशंट आणि विद्यार्थी यांनी मला भेट दिल्या होत्या. त्यांत पुस्तकं होती, कविता, निबंध, चित्रे, पोस्टकार्ड, हॉलिडे कार्ड, पत्रे आणि कार्टून असे नानाविध प्रकार होते.

माझा एक पेशंट प्रतिभावंत वादक कलाकार होता. त्याने मला सॅनफ्रॅन्सिस्को येथील गोल्डन गेट ब्रिजचा फोटो दिला होता आणि त्या फोटोवर स्वतः आपल्या हाताने संगीतातील सुरावटी लिहिल्या होत्या. त्यानं जेव्हा ते चित्र काढलं तेव्हा आत्महत्या करण्याचे विचार त्याच्या मनातून गेलेले होते तरीदेखील ही प्रतिमा त्यातील राखाडी, काळ्या रंगामुळे सुतकी वाटत होती. माझी आणखी एक पेशंट सुंदर तरुणी होती, पण केवळ तिलाच दिसणाऱ्या चेहऱ्यावरील सुरकुत्यांमुळे तिला फार अवघडल्यासारखं व्हायचं त्यामुळे बोटॉक्स या सुरकुत्या घालवणाऱ्या उपचारांचा कितीही मारा केला तरी तिचं समाधान होत नव्हतं. तिने मला एक मातीचा मोठा रांजण दिला होता, त्यातलं पाणी दहा लोकांना पिण्यासाठी नक्कीच पुरलं असतं.

कम्प्यूटरच्या डावीकडे मी अल्ब्रेख्त ड्युरर या चित्रकाराच्या 'मेलेंकोलिया एक' या चित्राची छोटीशी प्रतिकृती ठेवली होती. त्या चित्रात मेलेंकोलियाला एका स्त्रीरूपात दाखवलं होतं. (मेलेंकोलिया हा दारुण खिन्नता आणणारा एक मानसिक आजार आहे) ती स्त्री एका बाकावर खाली वाकून बसली आहे आणि तिच्याभोवती वेगवेगळ्या उद्योगांतली आता दुर्लक्षित आणि कालबाह्य झालेली अशी उपकरणे पसरली आहेत. त्यांत एक चिमटा आहे, फुटपट्टी आहे, जुनं वाळूचं घड्याळ आणि एक हातोडी आहे. तिच्या बाजूला तिनेच पाळलेला कुत्रा शांतपणे ती कधी उठेल याची वाट पाहत बसला आहे, त्याच्या उपासमार झालेल्या अशक्त देहाच्या बरगड्या दिसत आहेत. पण ती काही उठण्याचं लक्षण दिसत नाही.

कम्प्यूटरच्या उजव्या बाजूला मातीचा एक पाच इंची देवदूत आहे . त्याचे पंख तारेने बांधल्यामुळे त्याचे हातही आकाशाच्या दिशेने पसरलेले दिसतात. देवदूताच्या पायाशी 'करेज'(धाडस) असे शब्द इंग्रजीत कोरलेले आहेत. माझ्या एका सहकारी मैत्रिणीने तिच्या ऑफिसची साफसफाई करताना मला ही भेट दिली होती. तो देवदूत ती मागे ठेवून जात होती म्हणून मी तो घेते असं म्हटलं होतं तिला मी.

मला माझी स्वतःची जागा मिळाली म्हणून मी फार कृतज्ञ आहे. या ठिकाणी जणू मी नेहमीच्या कालप्रवाहातून बाहेर पडते आणि रहस्यं-स्वप्नांच्या जगात जाते. परंतु या माझ्या नव्या अवकाशाला 'दुःख आणि तडफडत्या इच्छां'ची किनार असते. त्यातच जेव्हा माझे पेशंट

माझ्या उपचारातून बाहेर पडतात तेव्हा त्यांच्याशी त्यापुढे संपर्क ठेवायला व्यावसायिक मर्यादा मला मनाई करतात.

माझ्या ऑफिसात असतानाचे त्यांचे-माझे नाते अगदी खरेखुरे असते, परंतु या जागेतून बाहेर पडलं की ते नाते अस्तित्वात असू शकत नाही. माझ्या पेशंटना वाण्याच्या दुकानात पाहिलं तरी त्यांना 'हॅलो' म्हणायला मी बिचकते, जणू काही मीही माणूसच आहे, मलाही गरजा आहेत असं त्यामुळे जाहीर होईल की काय, असं मला वाटतं. काय? मीही जेवते?

कित्येक वर्षांपूर्वी मी मानसशास्त्राच्या रेसिडेन्सी ट्रेनिंगमध्ये (निवासी प्रशिक्षणात) होते. तेव्हा एकदा माझे मानसोपचाराचे प्रशिक्षक ट्रेनिंगच्या दालनाबाहेर मला प्रथमच भेटले. तेव्हा ते एका दुकानातून ट्रेंच कोट (रेनकोटचा एक प्रकार) आणि इंडियाना जोन्स पद्धतीची फेडोरा (डोक्यावरची हॅट) घालून बाहेर येत होते. जे. पीटरमन या कपड्यांच्या दुकानातल्या कॅटलॉगमधून ते नुकतेच बाहेर पडलेत की काय, असं त्यांच्याकडे बघून मला वाटलं. हा अनुभव माझ्या मनातील त्यांच्या प्रतिमेला धक्का देणारा होता.

मी माझ्या जीवनातील खूप बारीकसारीक गोष्टी त्यांना सांगितल्या होत्या आणि एखाद्या पेशंटचं समुपदेशन करावं तसं त्यांनी माझं समुपदेशन केलं होतं. परंतु 'फॅशनेबल हॅट घालणारा माणूस' या रूपात मी त्यांची कल्पना केली नव्हती. त्यावरून मला कळून आलं की, माझ्या मनात त्यांची जी आदर्श प्रतिमा होती तिच्याशी त्यांच्या वैयक्तिक जीवनातील प्रतिमा जुळत नाहीये. पण त्याच वेळेस मला हे लक्षात आलं की, माझे पेशंट मला माझ्या ऑफिसच्या बाहेर पाहतील तेव्हा त्यांनाही मला पाहून विचित्र वाटू शकतं.

मी जेकबकडे वळून म्हटलं, ''काय समस्या आहे तुमची?''

जसजसा काळ गेला तसतसे आणखीही काही सुरुवातीचे संवाद मी तयार केले होते. उदाहरणार्थ, 'आपण येथे का आला ते सांगा,' किंवा 'आज कशामुळे यावसं वाटलं इथे?' किंवा मग, 'तुम्हाला जिथून सुरुवात झाली असं वाटतं अगदी तिथपासून सुरुवात करा.' इत्यादी इत्यादी.

जेकबनं माझ्याकडे पाहिलं, त्याच्या बोलण्यातून मला कळलं की, हा माणूस मूळचा पूर्व युरोपचा रहिवासी असावा. ''तुम्ही पुरुष असता तर बरं झालं असतं, असं वाटतंय मला.''

याचा अर्थ आता आम्ही सेक्स या विषयावर बोलणार हे मला लगेच कळलं. म्हणून मग मी वेड पांघरून विचारलं, ''का बरं?''

''कारण एक स्त्री म्हणून माझ्या समस्या ऐकणं तुम्हाला जड जाईल.''

''या विषयावर जे जे ऐकण्यासारखं आहे ते ते सगळं मी आतापर्यंत ऐकलेलं आहे याची खुशाल खात्री बाळगा.''

''त्याचं असं आहे की...'' माझ्याकडे संकोचाने पाहत तो अडखळत म्हणाला, ''मला सेक्सचं व्यसन लागलं आहे.''

मी मान हलवली आणि खुर्चीत आरामशीर बसत म्हटलं, ''बोला पुढे, ...''

प्रत्येक पेशंट म्हणजे जणू न उघडलेलं पॅकेज असतं, न वाचलेली कादंबरी असते किंवा ज्या भूमीवर कधी पाऊलच टाकलेलं नाही अशी भूमी असते. एका पेशंटने एकदा 'रॉक क्लाइंबिंग' करताना कसं वाटतं त्या अनुभवाचं वर्णन करून सांगितलं होतं. तो म्हणाला होता, ''मी त्या खडकाच्या काठावर होतो तेव्हा मला दुसरं तिसरं काहीच दिसत नव्हतं. दिसत होता फक्त तो खडक आणि आता माझ्या हातापायांची बोटं यापुढे मी कुठे रोवणार आहे तो मनाशी घेतलेला स्पष्ट निर्णय.'' ते ऐकल्यावर मला वाटलं होतं की, 'मी मानसोपचार देते ते या रॉक क्लाइंबिंगपेक्षा काही वेगळे नसते. मी समोरच्या पेशंटच्या कहाणीत स्वतःला बुडवून घेते, त्याचं बोलणं, पुन्हा पुन्हा तेच तेच सांगणं ऐकते आणि मग बाकीच्या गोष्टींचं काही भान राहत नाही.'

मानवी दुःखाच्या कहाण्यांच्या वेगवेगळ्या आवृत्त्या मी आत्तापर्यंत ऐकल्या आहेत, पण जेकबच्या कहाणीने मलाही धक्का बसला. आपण कुठल्या प्रकारच्या जगात सध्या जगतो आहोत आणि कुठल्या प्रकारचं जग आपल्या मुलांसाठी सोडून जात आहोत, या विचारानेच बसलेला धक्का होता तो.

जेकबने कसल्याही प्रस्तावनेशिवाय लहानपणाच्या आठवणींपासून सुरुवात केली. खरोखरच, फ्रॉइडला* अगदी अभिमानच वाटला असता याचा. (* सिग्मंड फ्रॉइड, १८५६ -१९३९ हे एक जगप्रसिद्ध मानसोपचार तज्ज्ञ असून त्यांनी मानसोपचारातले बरेच सिद्धान्त मांडले आहेत.)

''मी दोन-तीन वर्षांचा असताना पहिल्यांदा हस्तमैथुन केलं.'' तो म्हणाला. ती आठवण अजूनही त्याच्या नजरेसमोर स्पष्ट असावी. त्याच्या चेहऱ्यावर दिसत होतं ते.

''हस्तमैथुन करताना मला वाटतं की मी जणू चंद्रावरच आहे. परंतु तो चंद्रही नसतो तर त्या जागी व्यक्ती आहे किंवा देवच आहे असं वाटतं मला. मग मला असा काही लैंगिक अनुभव येतो तो माझ्याच ओळखीचा नसतो.''

या ठिकाणी चंद्र म्हणजे कसलीतरी निर्वात पोकळी, असा मी अर्थ घेतला, ही पोकळी कुठेच नसतेही आणि त्याच वेळी सगळीकडे असू शकते. पण मग देवाचं काय? आपल्याही पलीकडचं असं काहीतरी अनुभवावं यासाठी आपणा सर्वांचीच तडफड चालली नसते काय?

शाळकरी वयात जेकब स्वप्नाळू होता. : शर्टची बटणं वर-खाली लावलेली, हातावर आणि शर्टाच्या बाहीवर खडूची भुकटी असा त्याचा अवतार असायचा. वर्गात शिक्षक धडे शिकवत असताना खिडकीबाहेर सर्वांत आधी पाहणारा पहिला मुलगा तोच होता आणि वर्गातून सर्वांत शेवटी बाहेर पडणारा मुलगाही तोच होता. आठ वर्षांचा होईपर्यंत तो नियमितपणे हस्तमैथुन करू लागला होता. कधीकधी एकटा असताना, तर कधी जिवलग मित्रासोबत. मात्र हा प्रकार लाजिरवाणा आहे हे त्यांना तोवर समजलेलं नव्हतं.

परंतु ख्रिश्चन धर्मातील 'फर्स्ट कम्युनिअन' हा धार्मिक विधी केल्यानंतर त्याला कळलं की हस्तमैथुन हे एक भयंकर पाप आहे. (वयाच्या सातव्या किंवा आठव्या वर्षी लहान मुलांना चर्चमध्ये नेऊन फर्स्ट कम्युनिअन हा विधी करतात.) त्यानंतर मग तो एकट्यानेच हस्तमैथुन करू लागला आणि कुटुंबाच्या कॅथलिक प्रीस्टकडे दर शुक्रवारी जाऊन कन्फेशन (पापाची कबुली) देऊ लागला.

''मी हस्तमैथुन करतो,'' कन्फेशनच्या खोलीत लावलेल्या जाळीतून तो हळूच कुजबुजायचा.

''किती वेळा?'' प्रीस्ट विचारायचा.

'दररोज.'

त्यावर काही क्षण थांबून प्रीस्ट म्हणायचा, ''परत करू नकोस असं.''

जेकब बोलायचं थांबला आणि माझ्याकडे पाहू लागला. आम्ही दोघे जण काहीतरी समजल्यासारखं गालातल्या गालात हसलो. अशा साध्यासुध्या कानउघाडणीने काम भागत असतं तर माझा व्यवसाय बंद पडला असता.

मग जेकब या 'लहान मुलाने' निश्चय केला की 'चांगलं' बनण्यासाठी आपण आज्ञा पाळायची. म्हणून त्यानं हाताच्या मुठी वळल्या आणि 'त्या' ठिकाणी स्पर्श केला नाही. पण हा त्याचा निर्धार दोन की तीन दिवस टिकला.

''ती माझ्या दुटप्पी जीवनाची सुरुवात होती.'' तो म्हणाला.

एसटी सेग्मेंट एलेव्हेशन (म्हणजे हृदयातील रक्तवाहिनी पूर्ण बंद होणे) ही संकल्पना हृदयरोगतज्ज्ञाच्या परिचयाची असते, कर्करोगाची चौथी अवस्था ही संकल्पना कर्करोगतज्ज्ञाला परिचयाची असते, हिमोग्लोबिन ए-१ सी ही कल्पना इंडॉक्रिनोलॉजिस्टच्या (हार्मोन्स तज्ज्ञाच्या) अतिपरिचयाची असते. त्याचप्रमाणे 'दुहेरी किंवा दुटप्पी जीवन' ही संकल्पना आम्हा मानसोपचारतज्ज्ञांच्या परिचयाची असते. याचा अर्थ हा व्यसनी माणूस कुणालाही कळणार नाही अशा प्रकारे ड्रग्ज, दारू अथवा अन्य व्यसन करीत आहे. काही काही वेळा तर त्यांना स्वतःलाही ते कळत नाही अशा प्रकारे होत असते.

त्यामुळे संपूर्ण किशोरवयाच्या काळात जेकब शाळेतून परत आला की घरातल्या माळ्यावर जायचा. तिथे त्याने ग्रीक देवता ॲफ्रॉडायटी हिचं चित्र एका पुस्तकातून काढून जमिनीवरील लाकडी फरशीत लपवलं होतं. ते चित्र समोर घेऊन तो हस्तमैथुन करायचा. पुढील काळात तो जीवनातील या काळाकडे 'निरागसतेचा काळ' म्हणून बघणार होता.

अठराव्या वर्षी तो मोठ्या बहिणीकडे शहरात राहायला गेला आणि तिथल्या विद्यापीठात भौतिकशास्त्र व इंजिनिअरिंग शिकू लागला. त्याची बहीण रोज बरेच तास कामावर जायची त्यामुळे आयुष्यात प्रथमच तो दीर्घ काळ एकटा राहू लागला. त्याला फार एकाकी वाटू लागलं.

''म्हणून मग मी एक यंत्र बनवायचं ठरवलं....''

''काय? यंत्र?'' किंचित ताठ बसत मी विचारलं, ''हस्तमैथुनाचं यंत्र?''

तो बोलला नाही, तेव्हा मग मी पुन्हा एकदा विचारलं, ''हो ना? पण मग ते काम कसं करत होतं?''

''मी रेकॉर्डप्लेअरला धातूची दांडी जोडली. तिचं दुसरं टोक तारेच्या गुंडाळीला जोडलं. त्या गुंडाळीला मी एका मऊ कापडाने गुंडाळलं होतं.'' त्याने मला चित्र काढून दाखवलं.

''मी माझ्या पेनेसभोवती (शिश्नाभोवती) ती तारेची कापडी गुंडाळी ठेवली.'' तो म्हणाला. पेनेस हा शब्द त्याने 'पेन' आणि 'नेस' असे दोन शब्द असावेत असा उच्चारला. स्कॉटलंड येथील लॉकनेस राक्षसाची दंतकथा आहे, त्या लॉकनेस शब्दातल्या 'नेस'सारखा तो उच्चार होता.

मला एकदम हसण्याची उबळ आली, परंतु मिनिटभर चिंतन केल्यावर माझ्या लक्षात आलं की, दुसऱ्याच कशालातरी झाकण्यासाठी म्हणून ती इच्छा मला झाली होती. : म्हणजे 'तुझ्या मनातलं सगळं स्पष्ट सांग', असं त्याला सांगितल्यानंतर प्रत्यक्षात मी त्याला मदत करू शकेन की नाही असा विचार माझ्या मनात येऊन मलाच भीती वाटू लागली होती.

''रेकॉर्डप्लेअरवरील रेकॉर्ड गोल फिरू लागली की ती गुंडाळी खाली-वर जायची. रेकॉर्डप्लेअरच्या वेगाचं नियंत्रण करून मी त्या गुंडाळीचा वेग मला हवा तसा ठेवत होतो. एकूण तीन वेगवेगळे स्पीड मी तयार केले होते. त्या प्रकारे, प्रत्यक्ष स्वतः काहीच न करताही मला एकदा नाही, तर बरेचदा परमोच्च सुख मिळाल्याची भावना व्हायची. त्याच वेळी सोबत आपण सिगरेटही ओढली तर आपला तोल संपूर्ण जात नाही, हेही मला कुठेतरी कळलं म्हणून मग मी सिगरेटही ओढण्याची युक्ती वापरू लागलो.'' अशा प्रकारे सूक्ष्म जुळवाजुळव करून 'परमसुखाच्या' (ऑर्गेझमच्या) एक पायरी आधी अशा अवस्थेत मला कित्येक तास राहता येऊ लागलं. मान हलवत तो म्हणाला, ''पण हे व्यसनच होतं.''

हे यंत्र वापरून जेकब दिवसाचे कित्येक तास हस्तमैथुन करायचा. दुसरा कुठलाही आनंद याच्याशी स्पर्धा करू शकत नव्हता. अधूनमधून तो शपथ घ्यायचा की आपण थांबायचं. मग ते यंत्र तो कपाटात वर ठेवून द्यायचा किंवा त्याचे सगळे भाग सुटे करून कचऱ्यात टाकून द्यायचा. परंतु एकदोन दिवसांनी पुन्हा ते यंत्र एक तर कपाटातून काढायचा किंवा कचऱ्याच्या डब्यातून काढायचा, त्याचे वेगळे केलेले भाग पुन्हा जोडणी करायचा आणि पुन्हा सुरुवात करायचा.

---

जेकबच्या हस्तमैथुनाच्या यंत्राविषयी सर्वप्रथम ऐकल्यावर माझ्यासारखी कदाचित तुमच्याही मनात किळस निर्माण झाली असेल. कदाचित यास तुम्ही विकृतीची परमावधी म्हणत असाल आणि याचा काही रोजच्या

अनुभवाशी संबंध नाही तसंच आपल्याशी आणि आपल्या जी
नाही, असंही तुम्हाला वाटलं असेल.

परंतु असं आपण केलं तर आजच्या घडीला आपण ज्या प्रक
त्याबद्दल काहीतरी महत्त्वाची गोष्ट जाणून घेण्याच्या संधीला आपण म्हणजे मी आणि तुम्ही – नक्कीच मुकू असे मला वाटते. : आपण सगळे कुठल्या ना कुठल्या प्रकारे आपल्या स्वतःच्या 'हस्तमैथुन यंत्रा'त गुंतून गेलेलो आहोत.

साधारण चाळिशीच्या सुमारास मला रोमँटिक (प्रणयी) कादंबऱ्यांची नको तेवढी आवड निर्माण झाली होती. किशोरवयीन व्हॅम्पायर्सची अद्भुत प्रणयकथा सांगणारी 'ट्वायलाइट' नामक एक मालिका होती. (व्हॅम्पायर म्हणजे जिवंत माणसाचे रक्त शोषून घेणारे भूत, अशी युरोपीय कल्पना आहे ) ही पुस्तके म्हणजे माझ्यासाठी रोजच्या जगातून काही काळ सुटका मिळवण्याचा एक अमली पदार्थच होता. ते वाचताना मला ओशाळल्यासारखे व्हायचे, मग त्यामुळे मी वेगळ्याच कुठल्यातरी मोहमयी जगात जात होते, हे मी स्वतःशीही मान्य करू इच्छित नव्हते.

प्रेमकहाणी, सनसनाटीपणा (थ्रिलर) आणि कल्पनारम्यता या सगळ्यांच्या आकर्षण बिंदूला ट्वायलाइट मालिका अचूक स्पर्श करायची. माझ्या जीवनाच्या मधल्या टप्प्यावरून वळता वळता मला मिळालेला तो जणू सुटकेचा मार्गच होता. परंतु तसं करणारी मी काही एकटी नव्हते. माझ्या वयाच्या करोडो स्त्रिया ट्वायलाइट वाचत होत्या आणि त्याच्या चाहत्या बनल्या होत्या. एखाद्या पुस्तकात रंगून जाणं यात काही फारसं जगावेगळं नव्हतं. मी तर आयुष्यभर वाचनच करत आले होते. परंतु त्यानंतर जे घडलं ते वेगळं होतं. कारण माझ्या आत्तापर्यंतच्या आवडीनिवडी किंवा जीवनातील परिस्थिती याच्याशी ते संबंधित नव्हतं.

ट्वायलाइट मालिका संपल्यावर हातात सापडेल त्या व्हॅम्पायर रोमान्स कादंबरीचा मी फडशा पाडला, त्यानंतर मी वेअरवुल्फ (लांडगा आणि माणूस यांचे मिश्रण असलेली काल्पनिक व्यक्ती), पऱ्या, चेटकिणी, मृत माणसांशी संवाद करणारे लोक, कालप्रवास करणारे लोक, भविष्यात डोकावणारे लोक, अंतर्ज्ञानी लोक, फायर विल्डर्स मालिकेतील लोक, ज्योतिषी, जेम वर्कर्स अशा लोकांच्या कुठल्या कुठल्या कादंबऱ्या वाचू लागले त्याची कल्पना तुम्हाला आली असेलच. कुठल्यातरी टप्प्यावर नेहमीच्या गुळगुळीत प्रेमकथा मला कंटाळवाण्या वाटू लागल्या होत्या

त्यामुळे मी अधिकाधिक चित्रं आणि कामुक सादरीकरण असलेल्या स्त्री-पुरुषांच्या कल्पनारम्य कहाण्या शोधू लागले होते.

माझ्या घराजवळच्या ग्रंथालयातल्या सर्वसामान्य ललित वाचनाच्या कपाटात चित्ररूपातील सेक्सचे देखावे इतक्या सहजासहजी हाताशी मिळावेत, हे पाहून बसलेला धक्का मला आत्ताही आठवतो. माझ्या मुलांनाही ही पुस्तकं पाहायला मिळतील याची मला चिंता वाटू लागली होती. मी लहानपणी मिडवेस्ट परगण्यात शिकत होते तेव्हा माझ्या स्थानिक लायब्ररीतलं वाळीत टाकलेलं पुस्तक होतं, ''आर यू देअर गॉड? इट्स मी, मार्गरेट.' (अमेरिकन लेखिका ज्युडी ब्लुम यांनी लिहिलेले हे पुस्तक एका किशोरवयीन मुलीसंबंधी आहे. आई-वडिलांच्या आंतरधर्मीय विवाहामुळे तिच्यावर धार्मिक संस्कार झालेले नसतात. हा विषय आणि सोबत पाळी, ब्रेसियर, मुलगे यांविषयीही एका किशोरीच्या दृष्टिकोनातून लिहिलेली १९७० सालची ही कादंबरी आहे.)

त्यानंतर माझ्या एका 'टेक्नोसॅव्ही' (तंत्रज्ञानात हुशार) मैत्रिणीच्या आग्रहाखातर मी किंडल विकत घेतलं. त्यानंतर लायब्ररीच्या दुसऱ्या शाखेतून आपल्याला हवे ते पुस्तक आपल्या शाखेत कधी येईल याची वाट पाहणं संपलं. शिवाय, नवरा आणि मुलं जवळपास असताना वैद्यकीय नियतकालिकांच्या आत ही 'हॉट' पुस्तकं लपवणं - हा प्रकारही नाहीसा झाला. आता एकदोनदा स्वाइप करून किंवा क्लिक करून मला हवं ते कुठलंही पुस्तक कधीही कुठेही माझ्यासमोर येऊ लागलं- मग मी आगगाडीत असो, विमानात असो की केस कापून घेण्याच्या रांगेत बसलेली असो. मग कोणी विचारलंच तर मी अगदी सहजपणे कॅरेन मारी मोनिंग हिचं 'डार्क फिवर' हे पुस्तक वाचत असूनही डोस्टोव्हस्कीचं 'क्राइम अँड पनिशमेंट' वाचते आहे असं सांगून सहीसलामत सुटू लागले.

थोडक्यात सांगायचं तर, विशिष्ट फॉर्म्युल्याच्या कामुक कादंबऱ्या सतत वाचण्याचं मला वेड लागलं. एक ई-बुक संपलं की मी लगेच दुसऱ्या पुस्तकाकडे जाऊ लागले. चार लोकांत मिसळण्याऐवजी वाचत बसू लागले. स्वयंपाक करणे, झोपणे या गोष्टी करण्याऐवजी वाचू लागले. नवऱ्याकडे आणि मुलांकडे लक्ष देण्याऐवजी वाचू लागले. मला आता कबूल करायला लाज वाटते; परंतु एकदा तर मी माझं किंडल कामावरही आणलं होतं आणि दोन पेशंटच्या मधल्या वेळात वाचलं होतं.

स्वस्तातले स्वस्त पर्याय निवडताना मी संपूर्ण फुकट पुस्तकांकडे वळले. अन्य कुठल्याही अमली पदार्थविक्रेत्याप्रमाणे 'ॲमेझॉन'लाही 'फ्री सॅम्पल'ची किंमत आणि करामत माहिती होती. क्वचित केव्हातरी मला चांगल्या दर्जाचं पुस्तक स्वस्त किमतीत मिळून जायचं, परंतु बहुधा ही पुस्तकं खरोखरच फार भयंकर असायची. ठरावीक पद्धतीचे कथानक, निर्जीव व्यक्तिरेखा, टायपिंग-व्याकरणातल्या खंडीभर चुका असा प्रकार असला तरी शेवटी मी ते वाचायचेच, कारण ज्या विशिष्ट प्रकारच्या अनुभवाच्या मी शोधात होते तो मला तिथे मिळत होता. मी तिथपर्यंत कशी पाहोचते यास कमीतकमी महत्त्व होतं.

मला त्या वाढत्या लैंगिक तणावाच्या क्षणाशी मनातल्या मनात खेळायला आवडायचं. सरतेशेवटी नायक-नायिकेचं मिलन झालं की मगच तो तणाव संपायचा. मांडणी, शैली, दृश्य अथवा व्यक्तिरेखा यांची मला काहीच पर्वा वाटेनाशी झाली. मला फक्त तो क्षण हवा असायचा. एका विशिष्ट फॉर्म्युल्यासह लिहिलेला तो क्षण मला गुंगवून टाकायचा.

प्रत्येक प्रकरण एका विशिष्ट 'सस्पेन्स'वर संपायचं आणि प्रकरणंदेखील हळूहळू कळसापर्यंत पोहोचतील अशा प्रकारे रचलेली असायची. मग मी पुस्तकाच्या पहिल्या भागातून वेगाने तो कळस सापडेपर्यंत पुढे जात जात राहायची, एकदा का ते वाचून झाल्यावर उरलेले पुस्तक वाचण्याची तसदी मी घेत नव्हते. आता मला हे ज्ञान झाले आहे की, कुठलीही प्रणयरम्य कादंबरी हातात घेतली की अंदाजे पाऊण पुस्तक झाल्यावर वाचकाला त्यात हवं ते बरोबर सापडते.

रोमान्सने मला अशा प्रकारे साधारण वर्षभर पछाडलं, त्यानंतर एकदा पहाटे २ वाजेपर्यंत मी आठवड्याच्या मधल्या काळात 'फिफ्टी शेड्स ऑफ ग्रे' हे पुस्तक वाचत बसले होते. तेव्हा मी मनाशी अंदाज केला की, हे पुस्तक म्हणजे आधुनिक काळातील प्राइड अँड प्रेज्यूडाइसच आहे. त्यानंतर मग पहाटेच्या त्या तासांत त्या कादंबरीत 'बट प्लग्ज' या शब्दाशी आले आणि अडखळले (बट प्लग एक प्रकारचे सेक्स टॉय आहे.). त्या क्षणी मला जणू साक्षात्कारच झाला की परपीडा आणि स्वपीडा यांतून लैंगिक सुख देणाऱ्या सेक्स टॉइजबद्दल वाचून का आपल्याला आपला वेळ घालवायचा आहे? असं नाही करायचंय आपल्याला.

व्यसन या शब्दाची व्याख्या व्यापकपणे अशी करतात : 'व्यसन म्हणजे एखाद्या वस्तूमुळे किंवा क्रियेमुळे स्वतःला आणि/ अथवा इतरांना

हानी पोहोचणार आहे हे माहीत असूनही सतत आणि अनावर इच्छा होऊन केलेला एखाद्या वस्तूचा वापर अथवा तसे वर्तन.' (उदाहरणार्थ, जुगार, गेमिंग, सेक्स)

अर्थात, ज्यांना अधिक गंभीर व्यसन असेल त्यांच्या आयुष्यांच्या तुलनेने माझ्या बाबतीत जे घडलं ते क्षुल्लकच म्हटलं पाहिजे. परंतु आपलं जीवन चांगलं असलं तरीही आजच्या घडीला एकूणच अनावर उपभोगाची हाव आपल्याला लागली आहे त्या समस्येबद्दल ही घटना बरेच काही सांगते. खरं तर माझा नवरा माझी काळजी घेणारा होता, प्रेमळ होता, मुलं चांगली होती, अर्थपूर्ण व्यवसाय होता, स्वातंत्र्य, स्वायत्तता आणि त्या तुलनेने योग्य अशी संपत्ती माझ्यापाशी होती. कुठलंही भयंकर दुःख, सामाजिक विस्थापन, गरिबी, बेरोजगार असे व्यसनासाठी कारणीभूत करणारे जोखीमयुक्त घटकही माझ्या आयुष्यात नव्हते. तरीही मी कसलीतरी जबरदस्ती झाल्यासारखी एका काल्पनिक जगात आणखी आणखी ओढले जात होते.

## भांडवलशाहीची काळी बाजू

२३व्या वर्षी जेकब एका मुलीला भेटला आणि काही काळाने दोघांनी लग्न केलं. त्यानंतर तो पत्नीच्या माहेरच्या तीन खोल्यांच्या घरात राहायला गेला आणि बायको व तिचे आई-वडील यांच्यासोबत राहू लागला. तिथं राहायला जाताना त्याने त्याचे 'यंत्र' मागे सोडलं. ते आपण कायमचे मागे सोडलं असेल तशी त्याला आशा होती. खरं तर त्या नवराबायकोने स्वतःच घर मिळावं यासाठी अर्ज केला होता, परंतु 'तुम्हाला २५ वर्षं वाट पाहावी लागेल' असं उत्तर मिळालं होतं. १९८०च्या दशकात ज्या पूर्व युरोपीय देशात ते राहत होते तिथे हा प्रकार नित्याचाच होता.

पण मग कित्येक दशके तिच्या आई-वडिलांकडे काढण्याऐवजी तिथून लवकर बाहेर पडायला मिळावं म्हणून त्यांनी ठरवलं की आपण जास्त काम करून पैसे मिळवू या म्हणजे आपल्याला स्वतःचं घर लवकर घेता येईल. मग त्यांनी कम्प्यूटरचा व्यवसाय सुरू केला, त्यासाठी ते तैवान येथून यंत्रसामग्री मागवू लागले, अशा प्रकारे वाढत्या 'दोन नंबर'च्या अर्थव्यवस्थेत सामील झाले .

त्यांचा धंदा भरभराटीस आला, स्थानिक मापदंडानुसार ते श्रीमंत बनले. मग त्यांनी जमीन विकत घेऊन त्यावर घर बांधलं. त्यांना दोन मुलं झाली- एक मुलगा आणि एक मुलगी.

जेव्हा जेकबला जर्मनीत शास्त्रज्ञ म्हणून काम करण्याची नोकरी मिळाली तेव्हा त्यांचा हा वरच्या दिशेने जाणारा प्रवास सुनिश्चित झाला. पश्चिमेकडे जाऊन करिअरमध्ये प्रगती करण्याची आणि मुलांना पश्चिम युरोपातील सर्व संधी उपलब्ध करून देण्याची सुवर्णसंधी त्यांनी दोन्ही हातांनी घेतली. हे पाऊल उचलल्यामुळे भरपूर संधी मिळाल्या हे खरे, पण त्यातल्या सगळ्याच काही चांगल्या नव्हत्या.

''आम्ही जर्मनीत गेल्यावर मला पोर्नोग्राफी, पोर्नकिनो (पोर्न फोटो) आणि लाइव्ह शोज यांचा शोध लागला. मी जिथे राहतो ते शहर त्यासाठीच तर फेमस होतं. मला तो मोह टाळता आला नाही. पण तरीही दहा वर्षं मी ते व्यवस्थित धकवून नेलं. मी वैज्ञानिक म्हणून काम करत होतो, खूप कष्ट करत होतो, परंतु १९९५ साली सगळं काही बदललं.''

''काय बदललं?'' त्याच्या उत्तराचा अंदाज आला असतानाही मी विचारलंच. ''इंटरनेट आलं. मी ४२ वर्षांचा होतो, माझं व्यवस्थित चाललं होतं, परंतु इंटरनेट आल्यावर माझ्या आयुष्याची गाडी पुन्हा रुळावरून घसरू लागली. एकदा १९९९ साली मी एका हॉटेलात उतरलो होतो, तिथं मी यापूर्वी पन्नास वेळा तरी उतरलो असेन. दुसऱ्या दिवशी माझी एक मोठी कॉन्फरन्स होती. तिथे मला दीर्घ भाषणही द्यायचं होतं. परंतु भाषणाची तयारी करण्याऐवजी मी रात्रभर हॉटेलच्या खोलीत पोर्न बघत जागत राहिलो. त्यानंतर कॉन्फरन्सला गेलो तेव्हा बिनझोपेचा आणि भाषणाची कसलीही तयारी न करता गेलो होतो. मी भाषण दिलं खरं, पण ते इतकं वाईट होतं की जवळजवळ माझी नोकरीच जाऊ शकली असती.'' त्याने मान खाली घातली आणि तो प्रसंग आठवला तेव्हा ती हलू लागली.

''त्यानंतर मी एक नवीनच प्रकार सुरू केला'', तो म्हणाला, ''प्रत्येक वेळेस मी हॉटेलच्या खोलीत गेलो की सगळीकडे - म्हणजे बाथरूममधल्या आरशावर, टीव्हीवर, रिमोट कंट्रोलवर सगळीकडे 'असं करू नकोस' अशा चिठ्ठ्या चिकटवून ठेवायला सुरुवात केली. परंतु माझा संयम एक दिवसही टिकला नाही.''

ते ऐकून मला एकदम भास झाला की या हॉटेलमधल्या खोल्या म्हणजे प्रयोगशाळेतल्या 'स्किनर बॉक्स' आहेत की काय? : म्हणजे एक पलंग, टीव्ही आणि एक मिनी बार असलेली स्वतंत्र पेटीच जणू. अशा वेळेस व्यसनावरचा संयमाचा लगाम सोडला की झालं. (शास्त्रज्ञ त्यांच्या प्रयोगशाळेमध्ये 'स्किनर बॉक्स' म्हणजे प्राण्यांवर प्रयोग करण्याच्या लहान लहान पेट्या उभारतात. म्हणजे बाहेरच्या पर्यावरणाचा कुठलाही परिणाम न होता ते प्रयोग करता येतात.)

त्याने पुन्हा मान खाली घातली. आमच्यातील शांतता अधिकच वाढली. मीही त्यास सावरायला थोडा वेळ दिला.

''त्या वेळेला प्रथम माझ्या मनात जीव द्यायचा विचार आला. मला वाटलं की माझी जगाला आठवणही होणार नाही, कदाचित मी गेल्यामुळे जग आधीपेक्षा अधिक चांगलंच होईल.

मग मी गॅलरीकडे जाऊन खाली पाहिलं. चार मजले होते... पुरेसे ठरले असते ते.''

कुठल्याही अमली पदार्थाचं व्यसन लागण्यासाठी सगळ्यात जोखमीचा घटक असतो तो म्हणजे तो पदार्थ सहज उपलब्ध असणे. जेव्हा पदार्थ मिळवणे सोपे असते तेव्हा आपण तो वापरून पाहण्याची शक्यता अधिक वाढते. आणि वापरून पाहता पाहता एक दिवस त्याचे व्यसन लागते.

सध्या अमेरिकेत चाललेली ओपियॉइड आजाराची साथ हे या सत्याचे फारच दुःखद आणि लक्षवेधी उदाहरण आहे. (ओपियॉइड हा वेदनाशामक औषधांचा गट असून तो आपल्या मेंदूतील 'कोशिकां'वर म्हणजे मज्जारज्जूंच्या जाळ्यावर परिणाम करतो.) १९९९ आणि २०१२ या काळात अमेरिकेत ओपियॉइडची औषधे (उदा : ऑक्सिकॉन्टिन, विकोडीन, डुराजेसिक फेंटानील) पेशंटला लिहून देण्याचे प्रमाण चौपट झाले होते. त्याचबरोबर ही ओपियॉइड अमेरिकेच्या कोपऱ्याकोपऱ्यावर मोठ्या प्रमाणात मिळू लागली होती. त्यामुळे ओपियॉइडचे व्यसन आणि त्यामुळे होणाऱ्या मृत्यूचे प्रमाणही वाढले होते.

मग 'असोसिएशन ऑफ स्कूल अँड प्रोग्रॅम्स ऑफ पब्लिक हेल्थ' (एएसपीपीएच) या संस्थेने नेमलेल्या कृतिदलाने १ नोव्हेंबर २०१९ रोजी एक अहवाल प्रकाशित केला. त्याचा निष्कर्ष पुढीलप्रमाणे होता : 'अत्यंत शक्तिमान (अधिक तीव्र आणि दीर्घ काळ काम करणाऱ्या) अशा

ओपियॉइड्सची औषधे डॉक्टर लिहून देत असल्याने त्यांचा भरपूर पुरवठा झाला. त्यातूनच या ओपियॉइड्सवर अवलंबून राहायचा सुकाळ झाला. त्यानंतर मग फेंटानील आणि तत्सम अवैध ओपियॉइड्सचा वाजवीपेक्षा जास्त डोस लोक मोठ्या प्रमाणात घेऊ लागले.' अहवालात असेही म्हटले होते की, ओपियॉइड वापराचे व्यसन ओपियॉइड सहजगत्या मिळत असल्यामुळे निर्माण झाले.

'अमली पदार्थांचा पुरवठा कमी केल्याने लोकांना ते सहज उपलब्ध होत नाहीत त्यामुळे त्यांचं व्यसन लागण्याचा धोका टळून पुढील नुकसान होत नाही', हे गृहीतक पुराव्यानिशी सिद्ध करण्यासाठी मागल्या शतकात एक नैसर्गिक प्रयोग करण्यात आला- तो होता बंदी घालण्याचा. अमेरिकेत १९२०-१९३३ या काळात अल्कोहोलयुक्त (मद्यार्कयुक्त) पेयांचे उत्पादन, आयात, वाहतूक आणि विक्री यांच्यावर राष्ट्रीय स्तरांवर संविधानिक बंदी घातली गेली.

बंदी घातल्यामुळे दारू पिणाऱ्या आणि तिचे व्यसन लागणाऱ्या अमेरिकनांच्या संख्येत मोठीच घट झाली. तसंच या काळात व्यसनांवरचे नवे उपायही माहीत नव्हते, परंतु या काळात सार्वजनिक ठिकाणी दारू पिऊन घातलेला गोंधळ, अल्कोहोलसंबंधित यकृताचे आजार निम्म्यावर आलेले दिसले.

त्याच प्रकारे काही अवांछित परिणामही झाले होते- उदाहरणार्थ, गुन्हेगारी टोळ्यांनी चालू केलेला मोठा काळा बाजार. परंतु दारूपान आणि त्यासोबत येणाऱ्या घातक प्रवृत्तींना घातलेल्या बंदीच्या सकारात्मक परिणामांची मात्र मोठ्या प्रमाणात वाच्यता झाली नाही. बंदीमुळे कमी झालेल्या दारूपानाचे परिणाम १९५०च्या दशकापर्यंत टिकले. त्यानंतरच्या पुढल्या ३० वर्षांत मद्य पुन्हा एकदा अधिक प्रमाणात उपलब्ध झाले आणि त्याचे सेवन सातत्याने वाढत राहिले.

१९९०च्या दशकात मद्यपी अमेरिकनांची टक्केवारी जवळजवळ ५० टक्क्यांनी वाढली, तर अति जास्त जोखमीचे मद्यपान १५ टक्क्यांनी वाढले. २००२ ते २०१३ या काळात 'दारूचे व्यसन' असे निदान करता येईल असा विकार वयस्कर प्रौढांत (६५ वर्षांच्या वरील) ५० टक्क्यांनी वाढला आणि स्त्रियांत ८४ टक्क्यांनी वाढला. लोकसंख्येतले हे दोन गट यापूर्वी या समस्यांना तुलनेने अधिक बळी पडत नव्हते.

निश्चितपणे सांगायचं तर व्यसन लागण्याच्या दृष्टीने अमली पदार्थ अधिकाधिक उपलब्ध होणे हा एवढा एकच जोखमीचा घटक नसतो. आपले आई-वडील किंवा आजी-आजोबा यांनाही व्यसन असेल तर आपलं संगोपन व्यसनी घराच्या बाहेर झालेले असले तरीही हा धोका असतोच. मानसिक आजार हाही एक जोखमीचा घटक आहे, परंतु दोन्हींमधील नाते तेवढेसे स्पष्ट नाही. : मानसिक आजारामुळे अमली पदार्थांचे व्यसन लागते की अमली पदार्थांच्या वापरामुळे मानसिक आजार निर्माण होतो किंवा असलेला आजार बाहेर पडतो. की सत्य या दोघांमध्ये कुठेतरी आहे?

अचानक बसलेला मानसिक धक्का, सामाजिक उलथापालथ आणि गरिबी यांच्यामुळे व्यसनाची जोखीम वाढते, कारण पुढले आयुष्य निभावून नेण्याचे साधनच मुळी हे अमली पदार्थ बनतात आणि ते तुमच्या जनुकांत बदल घडवून आणतात. याचा अर्थ गुणसूत्रांच्या मूळ आनुवंशिक जोड्या असतात त्यांच्याबाहेरील डीएनएत हे अमली पदार्थ आनुवंशिक बदल घडवून आणतात. म्हणजेच अशा व्यसनी व्यक्तीच्या जनुकांत झालेला बदल तिच्यापासून अपत्याच्या जनुकांतही येतो.

अमली पदार्थांची सहज उपलब्धता, यापेक्षाही वर लिहिलेले जोखमीचे घटक हेच आधुनिक लोकांच्या दृष्टीने अधिक महत्त्वाचे धोके असू शकतात. परंतु मूलतः पुरवठ्याने मागणी निर्माण केली त्यातूनच अनिवार अतिवापराच्या म्हणजेच व्यसनाच्या भोवऱ्यास आपणही सगळे बळी पडलो.

आपली 'डोपामाइन अर्थव्यवस्था' किंवा इतिहासकार डेव्हिड कोर्टराईट जिला 'लिंबिक कॅपिटलिझम' म्हणतात ती अर्थव्यवस्थाच हा बदल निर्माण करीत आहे. (लिंबिक कॅपिटलिझम म्हणजे एक तांत्रिकदृष्ट्या प्रगत परंतु सामाजिकदृष्ट्या मागास अशी भांडवलशाही. या व्यवस्थेत आपल्या मालाचा खप व्हावा यासाठी बहुराष्ट्रीय उद्योग हे विविध देशांची सरकारे आणि गुन्हेगारी संघटना यांना हाताशी धरून 'अतिसेवन' आणि व्यसनाला प्रोत्साहन देतात) त्यास परिवर्तनीय तंत्रज्ञानाचीही (ट्रान्स्फॉर्मेशनल टेक्नॉलॉजी) मदत होते. हे सगळे घडून आल्याने अमली पदार्थांची उपलब्धता तर वाढलीच, पण त्याचबरोबर त्यांची संख्या, प्रकार आणि कमी-जास्त तीव्रता यांतही भर पडली.

सिगरेट गुंडाळण्याचे यंत्र १८८० साली शोधण्यात आले. त्यामुळे पूर्वी हाताने मिनिटाला ४ सिगरेटी वळल्या जायच्या, त्याऐवजी चक्क मिनिटाला २० हजार सिगरेटी वळल्या जाऊ लागल्या. आजच्या घडीला साडेसहा लाख कोटी सिगरेटी जगभरात वर्षाला विकल्या जातात, याचा अर्थ अंदाजे दररोज १८०० कोटी सिगरेटी ओढल्या जातात, त्यामुळे अंदाजे जगभरात ६० लाख मृत्यू होतात.

१८०५ साली फार्मसीतील शिकाऊ उमेदवार फ्रेडरिक सेर्टयूर्नर या जर्मन वैज्ञानिकाने मॉर्फिन या वेदनाशामकाचा शोध लावला. हे अल्कयुक्त ओपियॉइड 'अफू' या त्याच्या थोरल्या भावंडाच्या दहा पट अधिक तीव्र होते. १८५३ साली स्कॉटिश डॉक्टर अलेक्झांडर वूड यांनी हायपोडर्मीक सिरींजचा (त्वचेखाली इंजेक्शन देण्याच्या सुईचा) शोध लावला. या दोन्ही शोधांचा वापर वैद्यकीय उपचारांत होऊ लागला. पण त्यामुळे मॉर्फिनची सवय लागल्याच्या शेकडो अहवालांनी १९व्या शतकाच्या उत्तरार्धातील वैद्यकीय नियतकालिके भरून गेलेली आढळतात.

मॉर्फिनच्या जागी कमी सवय लावणारे अन्य वेदनाशामक शोधण्याच्या प्रयत्नांत एका केमिस्टला एक पूर्णपणे नवीन संयुग मिळाले. त्यास त्यांनी 'हेरॉईन' असे नाव दिले. (हा शब्द जर्मन मूळ हेरॉईश याचा अर्थ धाडसी या शब्दावरून आला होता. हेरॉईन हे मॉर्फिनपेक्षा २ ते ५ पट अधिक तीव्र निघाले. त्यामुळे विसाव्या शतकाच्या प्रारंभी जो नार्कोमॅनिया विकार (अमली पदार्थांचे वेड) सुरू झाला त्यास बळच मिळाले.

आजच्या घडीला औषधशास्त्र-प्रमाणित तीव्र अशी ऑक्सिकोडोन, हायड्रोकोडोन आणि हायड्रोमॉर्फोन ही 'ओपियॉइड्स' आपल्याला गोळ्या, इंजेक्शन, पॅच, नाकात मारायचा स्प्रे, अशा हव्या त्या सर्व प्रकारात मिळतात: २०१४ साली माझ्या ऑफिसात फॅन्टानीलचे लालभडक लॉलीपॉप चोखत एक मध्यम वयीन पेशंट आला होता. फॅन्टानील हे एक कृत्रिम ओपियॉइड असून ते मॉर्फीनच्या ५० ते १०० पट अधिक तीव्र आहे.

ओपियॉइड्सच्याही पलीकडचे असे आणखी बरेच अमली पदार्थ मागच्या काळापेक्षा हल्लीच्या काळात उपलब्ध आहेत. इलेक्ट्रॉनिक सिगरेट हे एक चटकन नाव घेता येईल असे एक व्यसन आहे. ते पटकन कुणाच्या लक्षात येत नाही, त्याला वास नसतो. पुन्हा पुन्हा चार्ज करता येईल अशी ही निकोटीन डिलिव्हरी पद्धत असून त्यामुळे पारंपरिक

सिगरेटीपेक्षा कमी काळ ओढूनही रक्तातील निकोटीनची पातळी खूप जास्त वाढते. त्याशिवाय किशोरवयीन व्यक्तींना आवडेल अशा अनेक चवींतही या सिगरेटी मिळतात.

आजचे 'कॅनबी' (मारीज्युआना, हशीश इत्यादी अमली पदार्थ) हे १९६०च्या दशकात मिळणाऱ्या कॅनबीपेक्षा पाच ते दहा पट अधिक तीव्र असतात. कुकी, केक, ब्राउनी, गमी बेअर्स, ब्ल्यूबेरीज, पॉट टार्ट नामक चघळायच्या गोळ्या, तेले, ॲरोमॅटिक्स, टिन्क्चर, चहा अशा अनंत प्रकारात येतात.

जगभरातील तंत्रज्ञ मंडळी अन्नात बरेच फेरफार करत असतात. पहिल्या महायुद्धानंतर चिप्स आणि तळलेले पदार्थ स्वयंचलित यंत्रांवर होऊ लागले, त्यातूनच पोटॅटो चिप्स रेडिमेड पिशवीतून मिळू लागले. २०१४ साली अमेरिकन लोकांनी माणशी ५१ किलो बटाटे खाल्ले, त्यांपैकी केवळ १५ किलो ताजे होते, तर उरलेले ३६ किलो प्रक्रिया केलेले होते. अशा अन्नात साखर, मीठ आणि स्निग्ध पदार्थ हेही विपुल प्रमाणात मिसळलेले असतात त्याशिवाय आपली 'आधुनिक' भूक भागवण्यासाठी हजारो कृत्रिम स्वाद तयार करून फ्रेंच टोस्ट, आइसक्रीम आणि 'थाई टोमॅटो कोकोनट बिस्क' असे पदार्थ तयार केले जातात.

वाढती उपलब्धता, तीव्रता आणि नानाविध औषधे एकाच वेळेस वापरण्याची प्रथा (पॉलीफार्मसी) हीच आजची प्रवृत्ती झालेली आहे. माझा पेशंट मॅक्स याने तर त्याने काय काय ड्रग्ज घेतले, हे तोंडी सांगण्याऐवजी लेखी वेळापत्रकाच्या रूपात दाखवणे अधिक पसंत केले.

त्याच्या उदाहरणात तुम्ही पाहाल, तर त्याने वयाच्या १७व्या वर्षी दारू, सिगरेट आणि कॅनबी (मारी जेन) घेणे सुरू केले. १८व्या वर्षापर्यंत तो कोकेन हुंगू लागला होता. १९वे लागले तेव्हा त्याने ऑक्सिकॉटिन आणि झानाक्स वापरायला सुरुवात केली. मग २०व्या वर्षी तो परकोसेट, फेंटानील, केटामाईन, एलएसडी, पीसीपी, डीएक्सएम आणि एमएक्सई हे अमली पदार्थ वापरू लागला. सरतेशेवटी, तो ओपाना या फार्मास्युटिकल प्रमाणित ओपियॉइडकडे वळला. तिथून तो हेरॉईनकडे गेला. हाच अमली पदार्थ तो घेत राहिला आणि मग वयाच्या तिसाव्या वर्षी मला भेटायला आला. थोडक्यात सांगायचं तर, १० वर्षांहून थोड्या अधिक काळात त्याने एकूण १४ वेगवेगळे अमली पदार्थ घेऊन पाहिले होते.

सध्या जग 'डिजिटल ड्रग्ज' या स्वरूपातील पूरक अमली पदार्थ उपलब्ध करून देत आहे जे पूर्वी अस्तित्वात नव्हते किंवा अस्तित्वात असले तरी सध्यासारखे डिजिटल प्लॅटफॉर्मवर उपलब्ध नव्हते. या प्लॅटफॉर्मवर येताना त्यांची तीव्रता आणि उपलब्धता वाढली आहे. त्यात ऑनलाइन पोर्नोग्राफी, जुगार, व्हिडिओ गेम अशी नावादाखल उदाहरणे देता येतील.

आणखी सांगायचं म्हणजे तंत्रज्ञान हेच मुळी स्वतःचं व्यसन लावणारं आहे. त्याचे चकचकते दिवे, सांगीतिक चाहता वर्ग, कधीच रिते न होणारे अक्षयपात्र आणि नव्यानव्या, आणखी मोठ्या बक्षिसांचे आमिष, या सगळ्या गोष्टींमुळे तसे घडते. तुलनेने मवाळ अशा व्हेम्पिअर रोमान्सकडे माझं वळणं म्हणजे स्त्रियांसाठी समाजमान्य पोर्नोग्राफीचं उदाहरणच होतं. इलेक्ट्रॉनिक (किंडल रूपातील) वाचकवर्गाचा तो जणू प्रारंभ होता.

उपभोगाची क्रिया हीच एक व्यसन बनली आहे . माझा 'चि' नावाचा एक व्हिएतनामी स्थलांतरित पेशंट आहे. याला ऑनलाइन वस्तू शोधण्याचं आणि मग त्या विकत घेण्याचं व्यसन लागलं होतं. काय विकत घ्यायचं हा विचार सुरू झाला की तो एकदम उत्तेजित व्हायचा आणि मग वस्तूची अपेक्षित डिलिव्हरी हातात येईपर्यंत त्याच उन्मनी अवस्थेत असायचा. त्यानंतर ते पॅकेज उघडताना तर त्याची उत्सुकता कळसाला पोहोचायची.

दुर्दैवाने, ॲमेझॉनची चिकटपट्टी काढून आत काय आहे ते पाहिल्यानंतर त्याची उत्तेजित अवस्था ओसरून जायची. काही काळाने त्याच्याकडे खोल्या भरभरून स्वस्तातली उत्पादने पसरली आणि लाखो डॉलर्सचं कर्ज डोक्यावर चढलं. तरीदेखील तो थांबू शकत नव्हता. मग ते चक्र चालूच ठेवण्यासाठी त्याने 'की चेन, मग, प्लॅस्टिकचे गॉगल' अशा आणखी आणखी स्वस्त वस्तू मागवायला सुरुवात केली– मागवायच्या आणि आल्या आल्या ताबडतोब परत करून टाकायच्या.

## इंटरनेट आणि मोठ्या सामाजिक गटात वर्तन, भावना किंवा परिस्थिती यांचा एकाच वेळेस पसरणारा संसर्ग

आपलं आयुष्य आज संपवायचं नाही, असा निर्णय जेकबने त्या हॉटेलातच असतानाच्या दिवशीच घेतला आणि नेमकं पुढल्याच आठवड्यात त्याच्या

बायकोला मेंदूचा कर्करोग आहे असे कळले. मग ते मायदेशी परतले. त्यानंतर तिला मृत्यू येण्यापूर्वीची तीन वर्षे त्याने तिच्या सेवेत व्यतित केली.

२००१ साली ४९व्या वर्षी तो त्याच्या हायस्कूलमधल्या आवडत्या मुलीला पुन्हा एकदा नव्याने भेटला आणि त्यांनी लग्न केले.

''माझ्या समस्येविषयी मी तिला लग्नाआधी सांगितलं खरं, पण कदाचित मी समस्येचं गांभीर्य खूप कमी करून सांगितलं असेल.''

जेकब आणि नव्या पत्नीने मिळून सिएटल येथे नवं घर घेतलं. त्यानंतर जेकब सिलिकॉन व्हॅलीत शास्त्रज्ञ म्हणून नोकरीसाठी जाऊ-येऊ लागला. तो जेवढा जास्त वेळ सिलिकॉन व्हॅलीत - बायकोपासून दूर घालवायचा तेवढा तो पोर्नोग्राफी आणि हस्तमैथुन यांच्या अनावर - जुन्या चक्रात सापडायचा.

''आम्ही एकत्र असतो तेव्हा मी कधीच पोर्नोग्राफी पाहत नाही, पण मी सिलिकॉन व्हॅलीत असतो, प्रवासात असतो किंवा ती माझ्याबरोबर नसते तेव्हा मी ते प्रकार करतो.''

बोलता बोलता जेकब थांबला. नंतर तो जे काही बोलणार होता ते बोलायला त्यालाही खूप कठीण जात होतं.

''कधीकधी माझ्या कामात माझा विजेशी संबंध यायचा तेव्हा हाताला झिणझिण्या आल्याचा भास व्हायचा. मग मला कुतूहल वाटू लागलं. जर मी माझ्या शिश्नाला झटका दिला तर कसं वाटेल? तेव्हा मग मी ऑनलाइन शोधाशोध करायला सुरुवात केली आणि चक्क विजेचा वापर करून उत्तेजन मिळवणाऱ्या लोकांचा एक समूहच मला तिथे सापडला.

''मग मी माझ्या स्टीरिओ सिस्टमला इलेक्ट्रॉड आणि तारा जोडल्या. त्यानंतर त्या सिस्टमच्या विजेच्या दाबातून थोड्या थोड्या वेळाने प्रवाह येईल असा प्रयत्न केला. मग मी साधी तार जोडण्याऐवजी कापडाचे इलेक्ट्रोड बनवून ते मिठाच्या पाण्यात टाकून स्टीरिओ सिस्टमला जोडले. स्टीरिओचा आवाज जेवढा जास्त तेवढा त्यातून विजेचा प्रवाह जास्त जायचा. आवाज कमी असेल तर मला काहीच जाणवायचं नाही. पण आवाज खूप जास्त केला तर दुखायचं. परंतु मधल्या काळात त्या संवेदनेमुळे मला ऑर्गेझम यायचा. (ऑर्गेझम म्हणजे अत्यंत सुखाचे शिखर).''

माझे डोळे आपोआपच विस्फारले.

''पण हे फारच धोकादायक होतं,'' तो पुढे बोलत होता, ''माझ्या लक्षात आलं की अचानक पॉवरकट झाला आणि त्यानंतर वीज परत आली की ती खूप वेगाने येते. अशा वेळेस अपघात होऊ शकेल. हे असे करताना लोक मेलेले आहेत. मग मला ऑनलाईन गेल्यावर समजलं की मी एक मेडिकल किट घेऊ शकतो. तुम्ही काय म्हणता त्याला? म्हणजे ते वेदना थांबवण्यासाठी वापरतात ना?...''

''टेन्स युनिट म्हणायचे का तुम्हाला?'' (या यंत्रात विजेच्या प्रवाहाचा वापर करून नसांना उत्तेजित करून वेदना थांबवल्या जातात. हे बॅटरीवर चालणारे छोटे साधन असते.)

''हो, टेन्स युनिट. सहाशे डॉलर्स देऊन विकत घेता येतं. स्वतः बनवलं तर वीस डॉलर्समध्ये होतं. म्हणून मी स्वतःच बनवायचं ठरवलं. आवश्यक तो कच्चा माल विकत घेतला आणि मी मशीन बनवलं. ते काम करतं, चांगलं काम करतं.'' तो थांबून म्हणाला,''मग मला एक मोठा शोध लागला, मला ते प्रोग्रामही करता येऊ लागलं. आता मला एक विशिष्ट रुटीन त्यात बसवता येतं आणि एकीकडे संगीत वाजत असताना त्याच वेळेस भावनाही उद्दीपित करता येतात.''

''रुटीन म्हणजे कुठल्या प्रकारची?''

''हॅन्ड जॉब, ब्लो जॉब - तुम्ही काय म्हणाल ते. त्यानंतर मला केवळ माझ्याच रुटीनचा शोध लागला नाही, तर मी ऑनलाईन गेलो आणि बाकीच्या लोकांचे रुटीनही डाउनलोड करून घेतले आणि माझे त्यांना दिले. काही लोक पॉर्न व्हिडिओ सिंक अप करणारे प्रोग्राम लिहितात त्यामुळे आपण जे काही बघतोय त्या भावना आपल्यालाही जाणवू लागतात म्हणजे 'आभासी वास्तव' (व्हर्च्युअल रिॲलिटी) असतं ना अगदी तसं. ते सुख अर्थातच त्या झिणझिण्यांमुळे मिळतं, परंतु ते सुख हे मशीन जुळवण्यात आणि मग ते काय करेल या अपेक्षेच्या आनंदातही मिळतं. त्याच प्रकारे त्या मशीनमध्ये काय काय सुधारणा करावी याचे प्रयोग करण्यात आणि ते प्रयोग इतरांना सांगण्यात आणि त्यांच्याकडून कळून घेण्यातही मिळतं. ''

तो बोलता बोलता हसला तेवढ्यात त्याचा चेहरा पडला. त्यानंतर काय होईल त्याची जाणीव त्याला झाली असावी. माझ्या चेहऱ्यावरचे भाव निरखताना तो अंदाज घेत होता की मला पुढं ऐकवेल की नाही? मी स्वतःचं मन घट्ट केलं आणि त्याला 'पुढे सांग' असं खुणावलं.

''हा प्रकार अधिकाधिक वाईट होऊ लागला. तिथल्या चॅट रूममध्ये तुम्ही बाकीचे लोक आनंद घेताना पाहू शकता. तसं ते बघणं फुकटच असतं, पण टोकन विकत घेण्याचा पर्याय असतो. चांगल्या कामगिरीसाठी मी टोकन देतो. मी स्वतःचा व्हिडिओ काढतो आणि तो ऑनलाइन टाकतो- पण ते फक्त माझे खाजगी अवयवच असतात, माझ्या शरीराचा अन्य कुठलाही भाग त्या व्हिडिओत नसतो. अनोळखी लोक आपल्याला बघताहेत यानेही मला सुरुवातीला झिणझिण्या यायच्या. परंतु मग मला अपराधी वाटायचं कारण मला बघितल्यामुळे लोकांच्या मनात नानाविध कल्पना येत असतील आणि त्यांनाही मग याचं व्यसन लागेल असं वाटायचं मला.''

---

२०१८ साली मी तज्ज्ञ म्हणून एका माणसाच्या खटल्यात साक्ष दिली होती. त्यानं दोन किशोरवयीन मुलांच्या शरीरावर ट्रक घातला होता त्यात दोघंही मरण पावले होते. तो ड्रग्जच्या नशेत ट्रक चालवत होता. त्या खटल्याचा भाग म्हणून मी डिटेक्टिव्ह व्हिन्स डट्टो यांच्याशी बोलले. कॅलिफोर्निया येथील प्लेसर काउंटीत ते तपास अधिकारी होते. तिथंच हा खटला चालला होता.

त्यांच्या कामाबद्दल कुतूहल वाटून मी त्यांना विचारलं, 'मागील वीस वर्षांत तुम्हाला या गुन्ह्यांच्या पद्धतीत काही फरक जाणवला का?' तेव्हा त्यांनी मला एक सहा वर्षांच्या लहान मुलाची दुःखद कहाणी सांगितली. त्याने त्याच्या चार वर्षांच्या छोट्या भावाशी ॲनल सेक्स (गुदद्वारातून संभोग) केला होता.

''सहसा, आम्हाला असे फोन येतात तेव्हा त्या मुलाशी संपर्क असलेला अन्य कोणीतरी प्रौढ माणूस त्याच्याशी लैंगिक दुराचार करत असतो, आणि मग ते छोटं मूल दुसऱ्या मुलावर (या ठिकाणी छोट्या भावावर) तोच प्रयोग करू पाहते. परंतु आम्ही पूर्ण तपास केला तरी मोठ्या भावावर कुणी प्रौढ व्यक्ती लैंगिक अत्याचार करत होती याचा पुरावा आम्हाला सापडला नाही. त्याच्या आईवडिलांचा घटस्फोट झाला होता आणि ते दोघेही कामात खूप मग्न होते, त्यामुळे ही मुलंच एकमेकांच्या सोबतीत वाढत होती. परंतु कुठल्याही प्रकारचा सक्रिय लैंगिक दुराचार होत आहे असं आम्हाला जाणवलं नाही.

''त्या केसमधून नंतर उघड झालं की हा मोठा भाऊ इंटरनेटवर कार्टून बघत होता. ती बघता बघता त्याला काही जपानी कार्टून्स दिसली, त्यात सर्व प्रकारच्या लैंगिक क्रिया दाखवल्या होत्या. या लहान मुलाकडे स्वतःचं आयपॅड होतं आणि तो काय करतो आहे यावर पोलीसगिरी करायला कोणीच माणूस नव्हतं. त्यामुळे अशी थोडीफार कार्टून्स बघितल्यावर त्याने ठरवलं, याचा प्रयोग आपण आपल्या छोट्या भावावर करून पाहायचा. आता या प्रकारची केस माझ्या वीस वर्षांच्या पोलीस कारकिर्दीत कधी पाहिली नव्हती.''

इंटरनेट अनिवार उपभोगाची ओढ लावते त्यामागे केवळ नवी जुनी व्यसने ते सहज उपलब्ध करते एवढेच कारण नाही, तर ते आपल्याला असं काही वर्तन सुचवते जे एरवी कधी सुचलंही नसतं. व्हिडिओ काही नुसतेच 'व्हायरल' होत नसतात, तर ते मोठ्या समूहाला आपलं अनुकरण करण्याची इच्छा निर्माण करतात. त्यातूनच पुढे 'मीम' ही संकल्पना तयार झाली.

माणसे ही सामाजिक प्राणी असतात. आपल्याला अन्य माणसे ऑनलाइन विशिष्ट प्रकारे वागताना दिसतात तेव्हा ते वागणे आपल्याला 'नॉर्मल' आहे, सर्वच तसं करतात असं वाटू लागतं कारण बाकीचे लोकही तसं करत असतात. 'ट्विटर' हे संदेशवहन माध्यमाला ठेवलेले अगदी योग्य नाव आहे कारण विद्वान आणि सत्ताधीश सर्वांना ते सारखेच आवडते. आपण सगळे एका माळेचे मणी असतो, एकाच कळपातले पक्षी असतो. आपल्यातील एखाद्याने उडण्यासाठी पंख उभारायची खोटी, मग आपला सर्व थवाच हवेवर स्वार होतो.

---

जेकबने खाली मान घालत स्वतःच्या हातांकडे पाहिलं. तो माझ्या नजरेस नजर देऊ शकत नव्हता. तो पुढे म्हणाला, ''मला या चॅट रूममध्ये एक बाई भेटली. तिला पुरुषांवर वर्चस्व गाजवायला आवडायचं. मी तिची इलेक्ट्रिकल यंत्राशी ओळख करून दिली आणि मग त्यातला विजेचा प्रवाह रिमोटने नियमित करण्याची व्यवस्थाही करून दिली. मग ती त्या विद्युत प्रवाहाची वारंवारता, गाण्याचा आवाज, नाडीची धडधड अशा गोष्टी नियंत्रित करू लागली. मला परमोच्च सुखाच्या काठाशी आणायला तिला आवडायचं,

पण ती मला तिथून पार जाऊ द्यायची नाही. असं ती दहा वेळा करायची, आणि बाकीचे लोक ते बघून कॉमेंट करायचे. ही बाई आणि माझी मैत्री झाली. तिला तिचा चेहरा दाखवायचा नव्हता परंतु एकदा मी तो चुकून पाहिला. तेव्हा तिचा कॅमेरा क्षणभर हातातून सुटून खाली पडला होता.''

''काय वय आहे तिचं? चाळिशीची असावी का....''

ती दिसायला कशी होती असं मला विचारायची इच्छा झाली, परंतु तेवढ्यात माझ्या लक्षात आलं की असं जर मी विचारलं तर त्याच्या समुपदेशनाच्या गरजेपेक्षा माझ्या मनातली सेक्सबद्दल समजून घेण्याची आतुरताच अधिक काम करते आहे असं होईल, म्हणून मी तो प्रश्न विचारण्यापासून स्वतःला अडवलं. जेकब म्हणाला, ''माझ्या बायकोला हे सगळं कळलं, मग तिने मला सोडून जायचा दम दिला. तेव्हा मी हे सगळं थांबवण्याचं वचन तिला दिलं आणि माझ्या ऑनलाइन मैत्रिणीलाही मी हे सोडतो आहे असं सांगितलं. ते ऐकल्यावर तिकडे ती भयंकर संतापली. आणि इकडे बायकोही भयंकर संतापली. मला तेव्हा स्वतःचा प्रचंड तिरस्कार वाटला. मग मी काही काळ थांबलो, साधारण महिनाभर थांबलो असेन, पण मी परत हा प्रकार सुरू केला. या वेळेला फक्त मी आणि माझे यंत्र. आता चॅट रूम वगैरे भानगडीत मी पडलो नाही. मी बायकोशी खोटं बोललो, पण सरतेशेवटी तिला ते कळलंच. तेव्हा तिच्या मानसोपचारतज्ज्ञाने 'मला सोडून दे' असं तिला सांगितलं. म्हणून माझ्या बायकोने मला सोडून दिलं. ती सिएटलमधल्या आमच्या घरी राहते आणि आता मी एकटाच आहे.''

मग मान हलवत तो म्हणाला, ''माझ्या कल्पनेसारखा हा प्रकार कधीच चांगला नव्हता. प्रत्यक्ष वास्तव हे कल्पनेपेक्षा दोन अंगुळं कमीच असतं. मी स्वतःला म्हटलं, 'आता यापुढे कधीही नाही.' म्हणून मग ते यंत्र मोडून टाकलं आणि दूर फेकून दिलं. पण दुसऱ्या दिवशी पहाटे चार वाजता मी पुन्हा ते कचऱ्यातून बाहेर काढलं आणि पुन्हा जोडू लागलो.''

जेकबने माझ्याकडे विनवणीच्या नजरेने पाहिलं आणि तो म्हणाला, ''मला थांबायचं आहे हो. मला थांबायचं आहे, एक व्यसनी म्हणून मरायचं नाहीये.''

काय बोलावं ते मला कळेना. मी कल्पना केली की, तो आणि त्याचे लैंगिक अवयव इंटरनेटच्या माध्यमातून अनोळखी लोकांनी भरलेल्या एका

चॅटरूमशी जोडले गेले आहेत. माझ्या मनात प्रचंड भय, करुणा आणि एक अस्पष्ट-प्रक्षुब्ध जाणीव दाटून आली. मला वाटलं की, त्याच्या जागी मीही असू शकत होते.

---

जेकबप्रमाणे आपण सगळेही वेगळ्या प्रकारात, पण स्वतःला सेक्ससारख्याच अन्य सुखसंवेदना देता देता मृत्युमुखी पडण्याची जोखीम पत्करत असतो.

जगातील ७० टक्के मृत्यू वर्तनातील जोखमीच्या घटकांमुळे होतात आणि हे घटक दुरुस्त होण्यासारखे असतात. उदाहरणार्थ, सिगरेट ओढणे, शारीरिक हालचाल न करणे आणि चुकीचा आहार घेणे. मरण्याचे महत्त्वाचे जागतिक आजार आहेत उच्च रक्तदाब (१३ टक्के), तंबाखू (९ टक्के), उच्च शर्करा (६ टक्के), शारीरिक निष्क्रियता (६ टक्के) आणि स्थूलता (५ टक्के). २०१३ साली साधारणपणे २१० कोटी लोक स्थूल होते, तोच आकडा १९८० साली ८५.७ कोटी होता. सध्या तर सहारा वाळवंटाचा दक्षिण प्रदेश आणि आशिया येथील काही भाग सोडले, तर जगभरातल्या स्थूल लोकांची संख्या बारीक लोकांपेक्षा जास्त झाली आहे.

जगभरातला व्यसनी लोकांचा दर आता वाढत आहे. या आजाराचे ओझं मद्यपान आणि बेकायदेशीर ड्रग्जचे सेवन यांच्यावर १.५ टक्के एवढे जाते, त्यातील ५ टक्क्यांहून अधिक लोक अमेरिकेत आहेत. या आकडेवारीत तंबाखूसेवन करणारे लोक नाहीत. ड्रग्जची निवड देशागणिक बदलते. अमेरिकेत अमली पदार्थांची तस्करी होते. तर रशिया आणि पूर्व युरोपात मद्यपानाचे व्यसन लोकांना जडते.

व्यसनामुळे होणारे सर्व वयोगटांतील मृत्यू १९९० ते २०१७ या काळात बरेच वाढले आहेत. यांपैकी अर्ध्याहून अधिक मृत्यू ५० वर्षे लहान वयाच्या लोकांचे होत आहेत.

खासकरून श्रीमंत देशांतल्या गरीब, अशिक्षित लोकांना अनिवार अतिरेकी व्यसनाचा धोका अधिक असतो. कारण खूप आनंद, खूप तीव्रता, खूप नावीन्य देणारे अमली पदार्थ त्यांना तुलनेने सहज उपलब्ध असतात; पण अर्थपूर्ण काम, सुरक्षित निवास, उत्तम दर्जाचे शिक्षण, परवडणारी आरोग्यवस्था, कायद्यासमोर वंशवर्ग समानता इत्यादी गोष्टी

उपलब्ध नसतात. अशा सगळ्या गोष्टी एकत्र आल्याने व्यसनाचा धोका अधिकच वाढतो.

प्रिन्स्टन येथील अर्थतज्ज्ञ ॲन केस आणि एंगस डीएटन यांनी दाखवून दिले आहे की, कॉलेजशिक्षण अर्धवट सोडणारे मध्यमवयीन गोरे अमेरिकन हे त्यांचे आई-बाप, आजी आजोबा आणि पणजी-पणजोबा यांच्यापेक्षाही लवकरच्या वयात मृत्युमुखी पडत आहेत. या गटातील मृत्यूची सर्वांत वरची तीन कारणे आहेत : ड्रगचा ओव्हर डोस, दारूमुळे झालेले यकृताचे आजार आणि आत्महत्या. केस आणि डीएटन यांनी नेमकेपणाने दाखवून दिले की, हे सगळे मृत्यू 'निराशे'मुळे होत आहेत.

अनिवार अतिरेकी व्यसनामुळे मृत्यूचा धोका तर वाढतोच; परंतु हा धोका आपल्या पृथ्वी ग्रहालाही निर्माण होतो. जगातील नैसर्गिक स्रोत आता वेगाने नष्ट होत चालले आहेत. अर्थतज्ज्ञ सांगतात की, २०४० साली जगातील निसर्गरूपी भांडवल (जमीन, जंगले, मत्स्यसाठा आणि इंधन) हे उच्च उत्पन्न गटातील देशांत आजच्यापेक्षा २१ टक्क्यांनी कमी होणार आहे, तर गरीब देशात ते १७ टक्क्यांनी कमी होणार आहे. मधल्या काळात कार्बन उत्सर्जन हे उच्च उत्पन्न गटातील देशांत ७ टक्क्यांनी वाढेल, तर बाकीच्या जगात ते ४४ टक्क्यांनी वाढेल. खरोखरच, आपण स्वतःलाच खात सुटलो आहोत.

## प्रकरण २

# दुःखापासून पळ

मी डेव्हिडला २०१८ साली भेटले. तो शारीरिकदृष्ट्या नजरेत भरण्यासारखा नव्हता. : गौरवर्णी, मध्यम बांध्याचा, तपकिरी केसांचा असं त्याचं रूप होतं. वागण्यात एक प्रकारची अनिश्चितता होती, त्यामुळे वैद्यकीय नोंदीत त्याचे वय ३५ लिहिलं असलं तरी तो त्याहून तरुण वाटायचा. माझ्या मनात आलं, 'हा काही फार टिकायचा नाही माझ्याकडे. तो क्लिनिकवर एकदा-दोनदा येईल आणि नंतर पुन्हा काही मला दिसायचा नाही.'

परंतु अंदाज करण्यात मी सपशेल चुकते हे आता मला समजले आहे. म्हणजे ज्या पेशंटना मी मदत करू शकेन असं मला वाटतं ते अगदी अडेलतट्टू निघतात, तर ज्यांची केस मला 'होपलेस' वाटते ते मात्र सहकार्य करणारे निघतात. त्यामुळे, आता नवीन पेशंट बघताना मी त्या आतल्या 'संशयास्पद' आवाजाला गप्प करायचा प्रयत्न करते आणि लक्षात ठेवते की, प्रत्येकाला बरं होण्याची संधी मिळालीच पाहिजे.

''सांगा बरं, का यावंसं वाटलं माझ्याकडे?'' मी म्हणाले.

डेव्हिडची समस्या कॉलेजात सुरू झाली होती. नेमकं सांगायचं तर ज्या दिवशी विद्यार्थ्यांच्या मानसिक आरोग्य सेवा केंद्रात तो शिरला त्या दिवशीपासून सुरू झाली होती. तो न्यू यॉर्कच्या उपनगरात हायस्कूलमध्ये शिकणारा वीस वर्षांचा विद्यार्थी होता. मानसिक चिंता आणि शाळेतली वाईट कामगिरी या कारणांमुळे तो मदत घेऊ पाहत होता.

अनोळखी किंवा अल्प परिचित लोकांशी बोलताना त्याच्या मनावर फार ताण यायचा. चेहरा घामाघूम व्हायचा, छाती आणि पाठ ओली व्हायची, मनातले विचार सैरावैरा धावू लागायचे. मग ज्या वर्गात त्याला लोकांसमोर बोलावं लागायचं, त्या वर्गात बसणं तो टाळू लागला. 'स्पीच अँड कम्युनिकेशन्स' (भाषण आणि संवाद) यांच्या वार्तासत्रातून तो दोनदा बाहेरच पडला. सरतेशेवटी, स्थानिक कम्युनिटी कॉलेजमध्ये या वार्तासत्राऐवजी 'केले तर चालतील' असे आवश्यक वर्ग त्याने पूर्ण केले आणि मग तो त्या अभ्यासक्रमात पुढे जाऊ शकला.

''कसली भीती वाटत होती तुला?'' मी विचारलं.

''मला अपयशी होण्याची भीती वाटत होती. मला काहीच येत नाही हे सगळ्यांना कळेल याची भीती वाटत होती. मला कोणाकडे मदत मागण्याची भीती वाटत होती.''

४५ मिनिटांच्या त्या भेटीनंतर त्याला 'कागद-पेन्सिल देऊन पाच मिनिटांच्या आत पूर्ण होणारी चाचणी सोडवायला देण्यात आली. त्यानंतर त्याच्या आजाराचा निदान झालं,अटेंशन डेफिसीट डिसऑर्डर उर्फ एडीडी आणि जनरलाइझ्ड अँग्झायटी डिसऑर्डर उर्फ जीएडी, हे दोन विकार त्याला झाले आहेत असे त्याची चाचणी घेणाऱ्या मानसोपचार तज्ज्ञांनी सांगितले. (अटेंशन डेफिसीट डिसऑर्डर उर्फ एडीडी म्हणजे स्वतः बद्दल न्यूनगंडाची भावना, नातेसंबंधात गडबड, शाळेत किंवा कामात लक्ष न लागणे आणि जनरलाइझ्ड अँग्झायटी डिसऑर्डर उर्फ जीएडी म्हणजे कुठल्याही गोष्टीची वाजवीपेक्षा खूप जास्त काळजी करणे.) त्याची चाचणी घेणाऱ्या तज्ज्ञाने पुढे असंही सांगितलं की, या सततच्या काळजीविरुद्ध औषध घेण्यासाठी मानसरोगतज्ज्ञाला भेटायला सांगितलं; परंतु सायकोथेरपी (प्रत्यक्ष समुपदेशन) किंवा औषध न देता करावयाच्या वर्तनातील अन्य दुरुस्त्या यांबद्दल काहीच सांगितलं नाही.

डेव्हिड मानसरोगतज्ज्ञाकडे गेला, त्याने त्यास पॅक्सील ही गोळी दिली. या गोळीचे शास्त्रीय नाव 'सिलेक्टिव्ह सेरोटोनिन ऱ्यूपटेक इन्हिबिटर' असून वैफल्य आणि चिंता यांच्यावर उपचारासाठी ती वापरली जाते. त्याच प्रकारे एडीडी या आजारासाठी एडरीयल नावाची गोळी देण्यात आली.

''मग काय झालं? त्या गोळ्यांचा उपयोग झाला का?''

''पॅक्सीलने सुरुवातीला माझी चिंतेतून थोडीशी सुटका केली. मला जो भयंकर घाम सुटायचा तो थोडा कमी झाला; परंतु तो काही बरा करणारा उपाय नव्हता. त्यामुळे त्याचा शेवट माझा मुख्य विषय कम्प्यूटर इंजिनिअरिंग होता तो बदलून कम्प्यूटर सायन्स असा घेण्यात झाला. मला वाटलं की त्यामुळे मदत होईल कारण या अभ्यासात लोकांशी कमी बोलावं लागत होतं.

''परंतु मला एका तोंडी परीक्षेत बोलणेच शक्य झाले नाही, त्यामुळे मी 'येत नाही' असं उत्तर दिलं आणि नापास झालो. पुढल्या परीक्षेतही नापास झालो. त्यानंतर मी त्या सेमिस्टरलाच बसायचं नाही, असं ठरवलं कारण माझ्या एकूण सरासरीवर त्याचा परिणाम झाला असता. सरतेशेवटी, मी इंजिनिअरिंग कॉलेजमधूनच बाहेर पडलो, खरं तर हे फार दुःखाचं होतं कारण मला इंजिनिअरिंग खूप आवडत होतं, आणि ते करायची माझी इच्छाही होती. त्याऐवजी मी इतिहास हा मुख्य विषय घेऊन पदवीधर झालो. : तिथले वर्ग छोटे होते, फक्त २०च लोक असायचे. आणि लोकांशी फार जास्त न बोलून मी सुटू शकत होतो. मी अभ्यासाचे पुस्तक घरी नेऊन स्वतःचा अभ्यास करू शकत होतो.''

''मग एडेरलचं काय झालं?'' मी विचारलं.

''मी रोज सकाळी उठल्यावर वर्गात जाण्यापूर्वी १० मिलीग्रामची गोळी घेत होतो. त्यामुळे मला अभ्यासात मन एकाग्र करण्यास मदत झाली. पण आज मागे वळून पाहताना मला वाटतं की, माझ्या अभ्यासाच्या सवयी चुकीच्या होत्या. एडेरलने मला त्याबाबतीत मदत केलीच; परंतु मला येणारा तणाव पुढे ढकलण्यासही मदत केली. एखादी परीक्षा आली असेल आणि माझा अभ्यास झाला नसेल तर मग मी रात्रंदिवस एडेरल घेऊन अभ्यासाचा रट्टा मारू लागलो. त्यानंतर मग असं झालं की गोळी घेतल्याशिवाय मला अभ्यासच करता येईना. मग मला आणखी आणखी गोळ्यांची गरज भासू लागली.''

''ते आणखी प्रमाणात मिळवणं त्रासाचं होतं का?''

''तसं नाही म्हणता येणार,'' तो म्हणाला,'' नव्या गोळ्यांचे रिफील कधी असणार हे मला माहीत असायचं, त्यामुळे मी माझ्या डॉक्टरला काही दिवस आधी फोन करायचो. म्हणजे पुष्कळ आधी नाही तर एक-दोन दिवस आधी म्हणजे मग त्यांना संशय येणार नाही. पण तेव्हा माझ्याकडच्या १० दिवसांच्या गोळ्या आधीच संपायला आलेल्या असायच्या, परंतु थोडे दिवस आधी सांगितलं तर ते लगेचच त्या भरून द्यायचे. त्याशिवाय मला

हेही कळलं की, त्या डॉक्टरच्या असिस्टंटशी बोलणं अधिक बरं होतं कारण ते जास्त प्रश्न न विचारता गोळ्या भरून द्यायचे. कधीकधी मी सबबी सांगायचो. म्हणजे मेल ऑर्डर फार्मसीचा प्रॉब्लेम आहे, वगैरे. परंतु फार वेळा मला असं काही सांगावं लागलं नाही.''

''याचा अर्थ त्या गोळ्यांची खरोखर मदत होत नव्हती.''

डेव्हिड थांबून म्हणाला, ''सरतेशेवटी त्रासातून सुटका होते की नाही या गोष्टीवर येऊन सगळं अडकलं होतं. त्रास सहन करण्यापेक्षा गोळी घेणं बरं होतं.''

---

२०१६ साली मी स्टॅन्फर्ड स्टुडन्ट मेंटल हेल्थ क्लिनिक येथे ड्रग्ज आणि मद्यपान या समस्येवर तेथील मानसोपचार तज्ज्ञ आणि कर्मचारी यांच्यासमोर एक सादरीकरण केलं होतं. कॅम्पसच्या त्या भागात मागच्या वेळेस आले होते त्याला काही महिने उलटले होते. मी लवकर पोहोचले आणि आणि पुढल्या लॉबीत बसून मला जे भेटणार होते त्यांची वाट पाहू लागले, तेवढ्यात माझं लक्ष माहितीपत्रकं ठेवलेल्या भिंतीकडे गेलं. लोकांनी न्यावीत म्हणून तिथं माहितीपत्रकं ठेवली होती.

एकूण चार माहितीपत्रकं होती ती आणि प्रत्येकाच्या मथळ्यात 'आनंद' किंवा 'सुख' हा शब्द थोडा थोडा बदलून वापरण्यात आला होता. : 'आनंदाची सवय, निद्रेतून सुखाच्या मार्गावर, आनंद तुमच्या आवाक्यात, सात दिवसांत व्हा अधिक सुखी' वगैरे वगैरे. प्रत्येक माहितीपत्रकात आनंद किंवा सुख मिळवण्यासाठीची 'प्रीस्क्रिप्शन' दिलेली होती : 'तुम्हाला आनंदी करणाऱ्या ५० गोष्टींची यादी. आरशात स्वतःकडे पहा आणि मग तुम्हाला स्वतःच्या कुठल्या गोष्टी आवडतात त्यांची यादी वहीत लिहा, सकारात्मक भावनांचा झरा निर्माण करा' असं काय काय त्यात होतं.

कदाचित सगळ्यात महत्त्वाचा मला वाटलेला संदेश होता तो म्हणजे, 'आनंदप्राप्तीचा वेळ आणि विविधता यांच्यात जास्तीतजास्त मेळ कसं घालत येईल ते पहा. कधी आणि किती वारंवार याविषयी विचारपूर्वक कृती करा. दयाळूपणाची कृती करताना : एकाच दिवशी पुष्कळ चांगली कामे करणे की रोज एक काम चांगले करणे, हे तुमच्यासाठी अधिक परिणामकारक ठरेल याबद्दलचे स्वयंप्रयोग करा.'

'मी आणि माझं सुख.' म्हणजेच 'वैयक्तिक' स्तरावरील आनंदाचा पाठलाग हेच आधुनिक युगाचे तत्त्व झाले आहे हे या माहितीपत्रकांतून जाणवते. 'चांगले जीवन म्हणजे काय, याबद्दलच्या बाकीच्या सर्व व्याख्या त्यातून बाहेर पडल्या की काय, असेही वाटते. म्हणजे इतरांशी चांगलं वागण्याची कृती हीदेखील वैयक्तिक आनंद शोधण्याची खेळी म्हणून धरली आहे. म्हणजे जनहित किंवा परोपकार ही कृत्ये म्हणून चांगली नसून तीदेखील स्वतःच्या 'आनंदाची' वाहने बनली आहेत.

विसाव्या शतकाच्या मध्यावरील एक मानसशास्त्रज्ञ आणि तत्त्वज्ञान फिलिप रीफ यांना हा भविष्यातील कल खूपच पूर्वी दिसला होता. त्यांनी 'द ट्रायम्फ ऑफ द थेरप्युटीक : युजेस ऑफ फेथ आफ्टर फ्राइड' या पुस्तकात लिहिले आहे : 'धार्मिक माणूस हा स्वतःला पापातून वाचवण्यासाठी जन्म घेतो, तर मानसशास्त्रीय माणूस स्वतःला आनंद कसा मिळेल हे शोधण्यासाठी जन्म घेतो.'

आनंदाचा/सुखाचा शोध घ्या, असा उपदेश करणारे संदेश केवळ मानसशास्त्राच्या राज्यापुरतेच मर्यादित नाहीत. आधुनिक धर्मही आत्मभान, आत्मअभिव्यक्ती आणि आत्मसाक्षात्कार यांनी युक्त जीवनविद्या हेच सर्वांत चांगलं आहे, असं म्हणतो.

लेखक आणि धार्मिक विद्वान रॉस डूटॅ यांनी 'बॅड रिलीजन' या पुस्तकात आपल्या नव्या युगाचे वर्णन 'अंतरात्म्यातील देव' या रूपातील जीवनविद्या असं केलं आहे. 'हा असा धर्म आहे जो एकाच वेळी सर्वसमावेशक आणि दिलासायुक्त आहे, अतिशय आकर्षकता आणि रंगीबेरंगी वेगळेपणा यांनी युक्त असे सर्व सुख देण्याचे आश्वासन तो देतो. ... कुठल्याही वेदनेशिवाय.. हा आध्यात्मिक पंथ (पँथेझम) 'निसर्ग आणि ईश्वर' यांना समान मानतो. यात देव म्हणजे वेगळं 'अस्तित्व' नसून तो एक अनुभव असतो. अंतरात्म्यात देव वसतो' .... अशा प्रकारच्या साहित्याची पाने आपण पाहिली तर त्यात नैतिक उपदेश खूपच कमी असतो हे फारच धक्कादायक वाटते. त्यात बरेचदा दुसऱ्याबद्दल कणव, दयाळूपण दाखवा, असे म्हटलेले असते; परंतु प्रत्यक्ष जे लोक संकटात किंवा दुविधेत सापडलेले असतात त्यांच्यासाठी फारच कमी मार्गदर्शन असतं. आणि जे काही मार्गदर्शन असते ते बरेचदा 'तुम्हाला बरं वाटतंय ना मग करा,' अशा स्वरूपाचे असते.

माझा १९ वर्षांचा पेशंट केविन याला त्याच्या आईवडिलांनी २०१८ साली माझ्याकडे उपचारांसाठी आणलं तेव्हा त्यांना पुढील चिंता होत्या : तो शाळेत जात नव्हता, नोकरीला गेला तर नोकरी टिकवून ठेवत नव्हता आणि घरातले कुठलेही नियम पाळत नव्हता.

आपल्या सर्वांच्यात असतात तसेच दोष त्याच्या आईवडिलांतही होते, फक्त ते त्याला मदत करण्याचा कळकळीचा प्रयत्न करत होते. त्यांनी त्याचा छळ केला किंवा त्याच्याकडे दुर्लक्ष केलं असा कसलाही पुरावा नव्हता. समस्या अशी होती की, ते त्याच्यावर काहीही बंधने टाकू शकत नव्हते. त्याला 'अमुक कर' असं सांगितल्यामुळे त्याच्या मनावर तणाव येईल का? किंवा त्याला एकदम धक्का बसेल का? अशीच त्यांना काळजी वाटत होती.

मुलांना मानसिकदृष्ट्या अतिशय नाजूक, कचकड्यासारखे समजणे ही मुख्यत्वेकरून आधुनिक संकल्पना आहे. प्राचीन काळात लहान मुलांना लघुरूपातील प्रौढ आणि जन्मत:च पूर्ण रूप मिळालेले असे समजले जात होते. आणि बहुतेक पाश्चात्त्य संस्कृतीत तर मुलांना जन्मजात 'पापी' असंच मानलं जात होतं.

मुलांचे आईबाप आणि त्यांची काळजी घेणारे अन्य लोक यांचे मुख्य काम मुलांना प्रचंड शिस्त लावायची आणि जगात जगण्यासाठी योग्य असं सामाजिक वळण लावायचं, असं तेव्हा मानत होते. शारीरिक शिक्षा देऊन, मनात भीती निर्माण करून मुलाला व्यवस्थित वागायला लावायचं हे पूर्णपणे स्वीकारार्ह होते, पण आता तसे नाही.

आज मी बघते तर बरेच आई-वडील आपल्या अमुक एका वागण्यामुळे अथवा बोलण्यामुळे आपल्या मुलांच्या मनावर भावनिक ओरखडे उठतील की काय, या गोष्टीला प्रचंड घाबरलेले असतात. कारण तसं झालं तर त्यांना भावनिक त्रास होईल, नंतरच्या जीवनात मानसिक आजार होईल असे त्यांना वाटत असते.

या विचाराचा मागोवा आपण फ्रॉईडपर्यंत नेऊ शकतो. अतिशय बालपणीच्या अनुभवांचे त्याने आगळेवेगळे असे मानसोपचारिक विश्लेषण करून मोठेच योगदान दिले आहे. त्यानुसार खूपच पूर्वी विसरून गेलेले आणि त्या मुलाच्या जाणिवेच्याही पलीकडे असलेले अनुभव त्याच्यात कायम टिकणारे मानसिक बिघाड करू शकतात. फ्रॉईडने विचार मांडला की, लहानपणच्या धक्कादायक अनुभवांचा प्रौढपणातील मनोविकृतींवर

परिणाम होतो त्या विचारातून दुर्दैवाने पुढे एक गृहीतकच तयार झालं की प्रत्येक आव्हानात्मक अनुभव हा आपल्याला मानसोपचाराच्या खुर्चीवरच नेऊन बसवतो.

आपल्या मुलांना प्रतिकूल मानसिक अनुभवांपासून दूर ठेवण्याचे प्रयत्न केवळ घरातच नाहीत तर शाळेतही केले जातात. प्राथमिक शाळेच्या पातळीवर प्रत्येक मुलाला 'स्टार ऑफ द वीक' किंवा तत्सम बक्षीस दिले जाते. ते त्यांनी खास कुठलेतरी यश मिळवले म्हणून नाही, तर बाराखडीप्रमाणे नावे येतील त्याप्रमाणे दिले जाते. कुणी मूल दादागिरी करत असेल तर त्या मुलाला समोर आणा, असं प्रत्येक मुलाला शिकवलं जातं, ती दादागिरी नुसतीच पाहत बसू नका तर ज्याला त्रास दिला जातोय त्याच्या बाजूने उभे रहा, असंही शिकवलं जातं. विद्यापीठाच्या पातळीवर प्राध्यापक आणि विद्यार्थी 'ट्रिगर्स आणि सेफ स्पेसेस' याविषयी बोलतात. (कोणी कोणाला त्रास देते का, त्याबद्दलच्या सावधगिरीच्या सूचना म्हणजे ट्रिगर्स. आणि नानाविध विषयांवर मोकळेपणे बोलता येतील अशा जागा म्हणजे सेफ स्पेसेस.)

पालकत्व आणि शिक्षण या विषयांत 'विकासात्मक मानसशास्त्र' आणि 'दुसऱ्याविषयी सहानुभूती' यांचंही ज्ञान दिलं जातं. ही एक सकारात्मक उत्क्रांती आहे. आपण प्रत्येक माणसाचं मोल लक्षात घेतलं पाहिजे, मग त्याचं यश काहीही असो किंवा नसो, शाळेच्या मैदानावर आणि अन्यत्र सर्व ठिकाणी शारीरिक आणि मानसिक क्रौर्य थांबवले पाहिजे आणि विचार करणे, शिकणे आणि चर्चा करणे यासाठी संरक्षित अवकाश निर्माण केला पाहिजे.

पण त्याचा अतिरेक करून आपण मुलांचं लहानपण खूपच सपक करून टाकलं आहे आणि प्रत्येक गोष्टीला लैंगिकतेचा डाग तर लागणार नाही अशा प्रकारे पाहिलं आहे की काय, अशीच चिंता मला वाटू लागते. जणू काही आपण आपल्या मुलांना सगळीकडून कापसाची मऊ गादी लावलेल्या एखाद्या कोठडीत वाढवावं तसं वाढवू लागलो आहोत, त्यामुळे त्यांनी स्वतःला दुखापत करून घेण्याची शक्यताच उरत नाही. असं झालं तरी तसं केल्याने ते बाहेरच्या जगातले टक्केटोणपे खाण्यासाठी तयारही होत नाहीत ना! त्याचं काय?

सगळ्या प्रतिकूलतेपासून मुलांचं संरक्षण करून आपण त्यांना प्रतिकूल परिस्थितीची मरणप्राय भीती घालत आहोत का? खोटी स्तुती आणि प्रत्यक्ष

जगातील परिणामांचा अभाव या गोष्टी करून आपण त्यांचं मत स्वतःबद्दल चांगलं करत असलो तरी त्यामुळे त्यांना त्यांच्या स्वतःतील दोषांविषयी कमी सहनशील बनवत आहोत का? कसंही वागण्याचा आपल्याला हक्कच आहे असे वाटणे किंवा आपल्यातील दोषांची जाणीवच नसणे अशा गोष्टी त्यामुळे होत आहेत का? त्यांची प्रत्येक इच्छा पूर्ण केल्यामुळे आपण एका नव्या सुखविलासवादी युगाला उत्तेजन देत आहोत का?

केविनने त्याच्या जीवनाचं तत्त्वज्ञान आमच्या मुलाखतींच्या काळात मला सांगितलं. ते ऐकून मी हादरले हे मान्यच करायला हवं. ''मला हवं ते, हवं तेव्हा मी करतो. मला पलंगावर लोळत पडायचं असेल तर मी तसं करतो. मला व्हिडिओ गेम खेळायचे असतील तर मी व्हिडिओ गेम खेळतो. मला कोकेनचा झुरका घ्यायचा असेल तर मी माझ्या डीलरला फोन करतो, तो ते मला पाठवतो. मग मी कोकेन ओढतो. मला सेक्स करायचं असेल तर मी ऑनलाईन जातो, कुणालातरी शोधतो, भेटतो आणि सेक्स करतो.''

''तसं केल्याने तुला कसं वाटतं, पण केविन?'' मी विचारलं.

''फार नाही बरं वाटत.'' अगदी क्षणभर ... क्षणभरच त्याला लाज वाटल्यासारखं दिसलं.

मागील तीन दशके मला डेव्हिड आणि केविन यांच्यासारख्या पेशंटची संख्या वाढती दिसते आहे. या लोकांना जीवनातील सर्व फायदे मिळालेले असतात. काळजी घेणारे, पाठिंबा देणारे कुटुंब, उत्तम दर्जाचे शिक्षण, आर्थिक स्थैर्य, उत्तम तब्येत – तरीदेखील मनाला पोखरून काढणारी चिंता, वैफल्य आणि शारीरिक वेदना असे विकार त्यांच्यात बळावतात. म्हणजे त्यांच्यातील भावी कर्तृत्वाच्या दृष्टीने ते पुढे जात नसतातच, उलट सकाळी पलंगावरून उठणेही त्यांना मुश्कील होते.

त्यातच भर म्हणून आपली वैद्यकीय शास्त्राची उपचारपद्धतीदेखील वेदनामुक्त जगाच्या दिशेने जायचा प्रयत्न करताना दिसते.

१९व्या शतकापूर्वी थोड्याबहुत वेदना असणं निकोप समजलं जायचं. १८व्या शतकातील मोठमोठे शल्यविशारद शस्त्रक्रिया करताना भूल देण्यास अनिच्छुक असायचे कारण त्यांना वाटायचं की, वेदनेमुळे आपली रोगप्रतिकारक शक्ती, हृदय तसेच रक्तवाहिन्यांचा प्रतिसाद वाढतो. त्यातून माणूस लवकर बरा होतो. आता वेदनेमुळे उतींच्या दुरुस्तीचा वेग वाढतो का, याबद्दलचा पुरावा माझ्या माहितीत नाही; परंतु शस्त्रक्रियेच्या काळात

ओपियोइड्सच्या वापरामुळे हा वेग मंदावतो असे मात्र दाखवणारा पुरावा भरपूर सापडला आहे.

१७व्या शतकातील सुप्रसिद्ध धन्वंतरी थॉमस सीडनहॅम यांनी वेदनेविषयी म्हटलं की, 'वेदना आणि जळजळ कमी करण्याचा प्रत्येक प्रयत्न माझ्या दृष्टीने प्रचंड धोकादायक आहे. कारण आजाराने कळस गाठलेला असताना मध्यम वेदना आणि जळजळ होत असेल तर तो शरीराने दिलेला प्रतिसाद असतो आणि त्या साधनामुळे निसर्ग आपल्याला बरं करण्याचा प्रयत्न करत असतो.'

त्याउलट, आजचे डॉक्टर सर्वच वेदना नष्ट करण्याचा प्रयत्न करतात. तसे नाही केले तर आपली 'कनवाळू उपचारक' ही प्रतिमा डागाळेल असं त्यांना वाटतं. कुठल्याही स्वरूपातील वेदना धोकादायकच मानली जाते, म्हणजे केवळ तिच्यामुळे वेदना होतात म्हणूनच नव्हे तर त्यामुळे मेंदूला भावी वेदना होतील अशी जाणीव त्यामुळे करून दिली जाते म्हणून, कारण या वेदनेमुळे मज्जातंतूंमध्ये कधीही बरी न होणारी जखम निर्माण होत असते.

वेदनेसंबंधीचे गृहीतक बदलल्यामुळे 'चांगले' वाटावे' यासाठीच्या गोळ्या लिहून देण्याचा महापूर लोटला. आजच्या घडीला चारपैकी एक अमेरिकन प्रौढ व्यक्ती आणि विसातील एक अमेरिकन मूल मानसोपचाराचे औषध रोजच्या रोज घेत असते.

पॅक्सील, प्रोझेक आणि सिलेक्सा यांच्यासारख्या वैफल्यविरोधी (अँटी डिप्रेसंट) गोळ्यांचा वापर जगभरातील देशात वाढतो आहे आणि अमेरिका हा त्यात सर्वांत वरचा देश आहे. दहा अमेरिकनांत एकाहून अधिक लोक (दर हजारी ११० लोक) वैफल्यविरोधी (अँटी डिप्रेसंट) गोळ्या घेत असतात. त्या मागोमाग आइसलँड (१०६/१००० ), ऑस्ट्रेलिया (८९/१०००), कॅनडा (८६/१०००), डेन्मार्क (८५/१०००), स्वीडन (७९/१०००) आणि पोर्तुगाल (७८/१०००) अशी ही संख्या आहे. आकडेवारी शोधलेल्या एकूण २५ देशांत दक्षिण कोरिया हा सगळ्यात शेवटचा (१३/१०००) असा देश होता. केवळ चार वर्षांत जर्मनीतील वैफल्यविरोधी औषधांचा वापर ४६ टक्क्यांनी वाढला, तर त्याच काळात स्पेन आणि पोर्तुगाल येथे तो २० टक्क्यांनी वाढला. चीनसह अन्य आशियाई देशांची आकडेवारी उपलब्ध नसली तरी वैफल्यविरोधी औषधांची विक्री वाढलेली आहे, त्यावरून आपण अंदाज बांधू शकतो. चीनमध्ये वैफल्यविरोधी औषधांची

विक्री २०११ साली २.६१ बिलिअन अमेरिकी डॉलरएवढी होती, आणि ती आधीच्या वर्षांपेक्षा १९.५ टक्क्यांनी अधिक होती.

अमेरिकेत २००६ ते २०१६ या काळात उत्तेजकांची (एडेराल, रिटालिन आदी) प्रिस्क्रिप्शन्स दुपटीने दिली गेली, ही घेणाऱ्यात ५ वर्षांहून अधिक लहान मुलंही होती. २०११ साली दोन तृतीयांश अमेरिकन मुलांना एडीडी हा मानसिक आजार झाल्याचं निदान झालं आणि त्यांना उत्तेजक लिहून देण्यात आले. बेंझोडायाझेपिन्ससारख्या उपशामक (सिडेटिव्ह) गोळ्या (झनाक्स, क्लोनोपिन, व्हेलियम) यांचेदेखील व्यसन लागू शकते. या गोळ्या लिहून देण्याचे प्रमाणही वाढले आहे. कदाचित आपण जी सगळी उत्तेजके घेतो त्यांच्यावर उतारा म्हणून ती लिहून दिली जात असावीत. १९९६ ते २०१३ या काळात अमेरिकेत बेंझोडायाझेपिन्सची प्रिस्क्रिप्शन लिहून घेणाऱ्या प्रौढांची संख्या ६७ टक्क्यांनी वाढली, म्हणजे ती ८१ लाखांची १३५ लाख झाली.

२०१२मध्ये जवळजवळ प्रत्येक अमेरिकनासाठी बाटलीभर ओपीयॉईड्स लिहून दिले गेले आणि ओपीयॉईड्सच्या ओव्हर डोसमुळे मरणाऱ्यांची संख्या पिस्तूल अथवा मोटर अपघातात मरणाऱ्या माणसांपेक्षा अधिक झाली.

त्यामुळे आपण स्वतःला गोळ्या घेऊन बधिर करणे योग्य राहील, असं डेव्हिडने गृहीत धरलं तर त्यात नवल ते काय?

वेदनांपासून पळण्याच्या अतिरेकी उदाहरणांच्याही पलीकडे जाऊन सध्या असे झालेले दिसते की, अगदी थोडासाही त्रास सहन करण्याची आपली क्षमताच आपण गमवून बसलो आहोत. आपण चालू क्षणापासून सारखे स्वतःला दूर कुठेतरी नेऊ पाहतो, पळून जाऊ पाहतो, सारखं आपलं मन कुठेतरी रमलंच पाहिजे असा विचार करतो.

'ब्रेव्ह न्यू वर्ल्ड व्हिजिटेड' या पुस्तकात अल्डस हक्सले म्हणतात, 'संदेशवहन उद्योगाचा प्रचंड मोठा विकास झाला तो लोकांना सत्य किंवा असत्य काय, ते कळावे या उदात्त गोष्टींमुळे झाला नाही, तर अवास्तव आणि असंबद्ध गोष्टी निर्माण करण्याच्या हेतूने झाला. परंतु हे करताना लक्ष विचलित होण्याची माणसाची क्षमता आणि भूक अपार आहे हे त्यांनी जमेत घेतलं नाही.'

त्याच धर्तीवर, 'अम्युजिंग अवरसेल्व्ज टु डेथ' या १९८०च्या दशकातल्या उत्कृष्ट पुस्तकात नील पोस्टमन यांनी लिहिले, 'आता अमेरिकन एकमेकांशी बोलत नाहीत, तर ते एकमेकांचे मनोरंजन करतात. ते आता विचारांची देवाण-घेवाण करत नाहीत, तर प्रतिमांची देवाण-घेवाण करतात. ते आता वेगवेगळी विधाने करून युक्तिवाद करत नाहीत, तर चांगले दिसणे, सेलिब्रिटी मंडळी आणि जाहिराती यांचा वापर करून युक्तिवाद करू पाहतात.'

माझी पेशंट सोफी ही दक्षिण कोरियन मुलगी स्टँफर्ड विद्यापीठातील पदवीधर होती. वैफल्य आणि चिंता (डिप्रेशन आणि एंग्झायटी) या विकारासाठी मदत घ्यायला ती माझ्याकडे आली. आम्ही बऱ्याच गोष्टींवर बोललो. त्यात एक गोष्ट तिने मला सांगितली की मी माझे जागेपणचे बहुतेक तास कुठल्या ना कुठल्यातरी साधनासोबत घालवते; मग ते इंस्टाग्रामवर जाणं असो की यूट्यूब, पॉडकास्ट किंवा प्ले लिस्ट ऐकणं, असं काहीबाही असतं.

तिच्यासोबतच्या सत्रात मी सुचवलं की, तू वर्गात जाताना रस्त्याने चालत जातेस तेव्हा यातलं काहीही न पाहता किंवा ऐकता जा. तुझे स्वतःचे विचार मनात उसळून येऊ देत.

माझ्याकडे तेव्हा तिने अविश्वासाच्या नजरेने आणि अगदी भयभीत होऊनच पाहिलं होतं.

''तसं मी का करायचं पण?'' आश्चर्याने आ वासून तिने मला विचारलं.

'म्हणजे...' मी बोलण्याचं धाडस केलं, ''अगं, तुझी स्वतःशी ओळख होण्याचा हा मार्ग आहे. तुझे स्वतःचे अनुभव त्यामुळे तू स्वतः मिळवशील. त्यावर कुणाचंही नियंत्रण नसेल किंवा त्यापासून पळून जाण्याचा प्रयत्नही नसेल. या सगळ्या साधनांच्या वापरामुळे तुझं लक्ष दुसरीकडे वेधलं जातं. त्यामुळेच तुझ्या मनातील वैफल्य आणि काळजी यांना अधिकच हवा मिळते. स्वतःलाच असं सारखं टाळत राहणं हे किती दमवणारं आहे पहा. मला वाटतं की स्वतःचा अनुभव वेगळ्या प्रकारे घेतल्यामुळे तुला नवीन विचार आणि नवीन भावना मिळतील- आपण स्वतःशी, इतर लोकांशी आणि जगाशीही अधिक जोडलेलो आहोत असं वाटण्यास त्यामुळे मदत होईल.''

तिनं क्षणभर विचार करून म्हटलं, ''किती कंटाळवाणं आहे पण ते.''

''होय, खरं आहे'' मी म्हणाले, ''कंटाळा हा नुसताच कंटाळवाणा नसतो, तर तो भीतिदायकही असतो. जीवनाचा आणि बऱ्याच गोष्टींचा अर्थ आणि हेतू अशा मोठमोठ्या प्रश्नांना तो आपल्याला सामोरं जायला लावतो. परंतु कंटाळा आपल्याला नवनवीन शोध लावण्याची संधीपण देतो. तो नव्या विचारांना आकार घेण्यास आवश्यक ती जागा देतो कारण तसं नसेल तर आपण सारखं सारखं आपल्या भोवतालच्या उत्तेजनांना प्रतिसाद देत राहू; परंतु आपल्या जीवनातील अनुभवांमध्ये गुंतून राहण्याची संधी स्वतःला देणार नाही.''

पुढच्या आठवड्यात सोफीने वर्गात जाताना संगीत वगैरे काहीही ऐकले नाही.

''सुरुवातीला ते कठीण गेले मला,'' ती म्हणाली, ''पण नंतर मला त्याची सवय झाली आणि एक प्रकारे मला ते आवडलंसुद्धा. आता मला वाटेवरची झाडे कुठली कुठली आहेत ते लक्षात येऊ लागले आहे.''

## स्वतःची काळजी घेण्याकडे दुर्लक्ष की मानसिक आजार?

आता आपण डेव्हिडकडे परत जाऊ. त्याच्या शब्दांत सांगायचं तर तो दिवसभर एडेरल घेत होता. २००५ साली तो कॉलेजातून पदवी घेऊन परत आई-वडिलांकडे राहायला आला. वकिली शिकण्याचा विचार करून त्याने परीक्षा दिल्या, त्यात पासही झाला. परंतु जेव्हा अर्ज करायची वेळ आली तेव्हा त्याला ते करायची इच्छा होईना.

''मी बहुधा कोचावर बसून मनातल्या मनात स्वतःबद्दल आणि जगाबद्दल भरपूर राग आणि चीड या भावना आळवत राहतो.''

''तुला राग कसला येतो पण?''

''मला वाटतं की मी माझं पदवीपूर्व शिक्षण वाया घालवलं. मला जे खरोखर शिकायचं होतं ते मी शिकलोच नाही. माझी गर्लफ्रेंड तेव्हा शिकत होती, खूप चांगलं यश मिळवत होती, मास्टर्सही करणार होती ती. आणि मी मात्र काही न करता घरात लोळत पडलो होतो.''

डेव्हिडच्या गर्लफ्रेंडला पदवीधर झाल्यावर पालो आल्टो या सायबर सुरक्षा कंपनीत नोकरी मिळाली. तोही तिच्या मागोमाग तिथे गेला आणि

२००८मध्ये दोघांनी लग्न केलं. डेव्हिडला तंत्रज्ञानातील एका नव्या व्यवसायात (स्टार्टअपमध्ये) काम मिळालं. तिथं त्याची तरुण आणि तरतरीत इंजिनिअर लोकांशी भेट झाली. ते त्याच्याशी बोलण्यात वेळ देत होते.

मग तो कोडिंग क्षेत्रात गेला आणि कॉलेजात त्याला जे काही शिकण्याची इच्छा होती; परंतु पूर्ण वर्ग भरलेल्या स्थितीत तो शिकू शकत नव्हता, ते सगळं त्याने शिकून घेतलं. मग सॉफ्टवेअर डेव्हलपर म्हणून त्याला बढती मिळाली. तेव्हा तो दिवसाला पंधरा तास काम करू लागला आणि मोकळ्या वेळात आठवड्याला ३० मैल धावू लागला.

''पण हे सगळं घडून येण्यासाठी मी अधिकाधिक एडेरल घेऊ लागलो होतो, केवळ सकाळीच नव्हे तर दिवसभरात वेगवेगळ्या वेळी घेऊ लागलो होतो. मी सकाळी उठायचो, एडेरल घ्यायचो. कामावर जायचो, घरी यायचो, जेवायचो आणि पुन्हा एडेरल घ्यायचो. गोळ्या घेणे हा माझा नव्या दिनक्रमाचा भागच बनला. मी त्याशिवाय भरपूर कॅफिनही पिऊ लागलो. अशा प्रकारे मला रात्रीची झोप लागेनाशी झाली. मग मी मनाशी म्हणालो, की ठीक आहे आता काय करायचं? म्हणून मी पुन्हा माझ्या मानसोपचार तज्ज्ञ मॅडमकडे गेलो आणि त्यांनी मला 'अंबीयन' गोळी द्यावी का याबद्दल त्यांच्याशी चर्चा केली. अंबीयन या गोळीबद्दल मला काही माहिती नाही असं मी दाखवलं; परंतु माझी आई बराच काळ ही गोळी घेत होती आणि एक-दोन मामाही घेत होते. त्याशिवाय मी तिच्याशी बोलून माझ्या प्रेझेंटेशनच्या आधी मर्यादित प्रमाणात अॅटीव्हान ही गोळी लिहून देण्यासही राजी केलं. त्यानंतर २००८ ते २०१८ या काळात मी दिवसाला ३० मिलीग्राम एडेरल, ५० मिलिग्राम अंबीयन आणि ३ ते ६ मिलीग्राम अॅटीव्हान या गोळ्या घेत होतो. मला वाटलं की आपल्याला चिंता आणि एडीएचडी हे आजार असल्यामुळे काम करण्यासाठी ही औषधे घेणे मला गरजेचेच आहे.''

आपल्याला मानसिक आजारामुळे थकवा येतो आणि लक्ष एकाग्र होत नाही, हे डेव्हिडने गृहीत धरलं होतं; परंतु आपल्या थकव्यामागचं कारण 'आपल्याला झोप लागत नाही आणि अतिउत्तेजक गोळ्या आपण खात आहोत' हेही असू शकतं हे काही त्यानं लक्षात घेतलं नाही. गोळ्यांचा वापर तसाच चालू ठेवण्यासाठी समर्थन म्हणून त्याने हा तर्क वापरला. मागील काही वर्षांत माझ्या बऱ्याच पेशंट्समध्ये अशा प्रकारचा विरोधाभास

मी पाहिला आहे. ते लिहून दिलेले किंवा लिहून न दिलेलेही ड्रग्ज वापरतात, पण मुळात आपण स्वतःकडे प्राथमिक लक्षच देत नाही हे विसरतात आणि त्याची भरपाई गोळ्यांनी करण्याचा प्रयत्न करतात. त्यासाठी द्यावी लागणारी किंमत मानसिक आजारासाठी आहे असे म्हणतात. अशा प्रकारे ड्रग्जची गरज ते निर्माण करतात आणि त्यातून आणखी आणखी ड्रग्ज त्यांना लागू लागतात. अशा प्रकारे विषाचे रूपांतर जीवनसत्त्वात करण्याचा प्रयत्न त्यांच्याकडून होतो.

''तुला ए व्हिटामिन मिळत होतं की- एडेराल, अंबीयन आणि ॲटीव्हान.'' मी विनोद केला.

तो हसला, ''तुम्ही तसं म्हणू शकता.''

''तुझ्या बायकोला किंवा अन्य कुणाला तुझं काय चाललंय हे माहीत होतं का?''

''नाही, कुणालाच माहीत नव्हतं, बायकोला तर काही कल्पनाच नव्हती. कधीकधी अंबीयन नसलं की मी दारू प्यायचो. किंवा वाजवीहून जास्त एडेरल घेतलं की चिडचिड, आदळआपट करून तिच्यावर ओरडायचो. परंतु ते सोडलं तर मी ते सगळं व्यवस्थित लपवलं होतं.''

''पण मग काय झालं?''

''मी कंटाळून गेलो त्याला. हे असं दिवसरात्र भावनांच्या हिंदोळ्यावर कधी वर तर कधी खाली झुलणं मला सहन होईना झालं. मग मी आत्महत्या करायचा विचार करू लागलो. मी विचार केला की त्यामुळे मीही सुटेन आणि बाकीचे लोकही सुटतील. परंतु माझी बायको प्रेग्नंट राहिली. त्यामुळे काहीतरी बदल करणं गरजेचं झालं. मी तिला म्हटलं की मला मदत हवी आहे म्हणून माझ्यासोबत हॉस्पिटलमध्ये चल.''

''त्यावर तिने कशी प्रतिक्रिया व्यक्त केली?''

'' ती मला इमर्जन्सी रूममध्ये घेऊन गेली. जेव्हा ते सगळं उघडकीला आलं तेव्हा तिला धक्का बसला होता.''

''कसला धक्का बसला तिला?''

''गोळ्यांचा. एवढ्या सगळ्या गोळ्या मी घेत होतो, माझ्याकडे पिशवीभर गोळ्या होत्या आणि मी केवढ्यातरी गोष्टी तिच्यापासून लपवत होतो!''

डेव्हिडला सायकिॲट्रिक वार्डमध्ये भरती करण्यात आलं. त्याला उत्तेजक (स्टीम्युलंट) आणि उपशामक(सिडेटिव्ह) गोळ्यांचं व्यसन लागलं आहे असं निदान करण्यात आलं. मग एडेरल, अंबीयन आणि ॲटीव्हान या तिन्हींपासून पूर्ण सुटका होईपर्यंत तो हॉस्पिटलमध्ये राहिला, त्यानंतर त्याच्या मनात आत्महत्येचे विचार येईनासे झाले. त्यासाठी दोन आठवडे लागले. मग त्याला घरी त्याच्या गर्भवती पत्नीकडे पाठवण्यात आलं.

---

आपण सगळे रोजच्या कटकटीपासून, त्रासापासून दूर पळू पाहतो. त्यासाठी काही लोक गोळ्या घेतात, काही जण सोफ्यावर आडवे पडून नेटफ्लिक्स बघतात, तर काही जण प्रणयी कादंबऱ्या वाचतात. आपलं मन स्वत:वरून अन्यत्र वळवण्यासाठी आपण अगदी काहीही करतो. परंतु आपल्याला या त्रास, वेदनांच्या धक्क्यापासून दूर करण्याचा प्रयत्न करता करता प्रत्यक्षात आपण आपल्या वेदना अधिकच वाढवत असतो.

जागतिक हॅपीनेस अहवालात (जागतिक सुख समाधान अहवालात) १५६ देशांपैकी किती देशातील नागरिक स्वतःला सुखीसमाधानी समजतात, हे दिलेले असते. त्यात अमेरिकन लोकांनी सांगितले की, २०१८ सालापेक्षा २००८ साली ते अधिक सुखी होते. अशाच प्रकारची संपत्ती, सामाजिक आधार आणि जीवनमान असणाऱ्या बेल्जियम, कॅनडा, डेन्मार्क, फ्रान्स, जपान , न्यूझीलंड आणि इटली या देशांतील लोकांनीही सुखसमाधानाच्या बाबतीत आधीपेक्षा आपण सध्या खालच्या स्तरावर आहोत, असे सांगितले.

संशोधकांनी २६ देशांतील जवळजवळ दीड लाख लोकांच्या मुलाखती घेतल्या आणि एकूणच अतिचिंतेचा मनोविकार (अतिरेकी आणि अनावर काळजीचा आयुष्यावर वाईट परिणाम होण्याचा विकार) असा किती लोकांना झाला आहे त्याची तपासणी केली. तेव्हा त्यांना दिसून आले की, श्रीमंत देशांतील लोकांना गरीब देशांतील लोकांपेक्षा या मनोविकाराने अधिक पछाडले आहे. ते लेखक म्हणतात, 'हा विकार कमी/ मध्यम उत्पन्न देशांपेक्षा उच्च उत्पन्न देशांत अधिक जाणवतो आणि तिथल्या लोकांना अधिक दुबळे करतो.'

डिप्रेशन (वैफल्य) या मनोविकाराची नवी प्रकरणे १९९० ते २०१७ या काळात जगभरात ५० टक्क्यांनी अधिक वाढली आहेत. नव्या प्रकरणांची वाढ ही उच्च उत्पन्न गटातील समाजात खासकरून उत्तर अमेरिका येथे अधिक झालेली दिसते.

शारीरिक वेदनाही वाढत आहेत. माझ्या करिअरच्या काळात मला अंगदुखीचे पेशंट संख्येने अधिक पाहायला मिळाले. खरं तर त्यातले बरेच लोक एरवी निरोगी तरुण लोक होते. परंतु कुठलाही नाव घेता येईल असा आजार किंवा शरीराच्या कुठल्या अवयवाला दुखापत असे काहीही दिसत नव्हते. स्पष्टीकरण न देता येणाऱ्या शारीरिक वेदनेच्या नानाविध संख्या आणि प्रकार यांची लक्षणे सध्या वाढली आहेत; कॉम्प्लेक्स रीजनल पेन सिंड्रोम, फिब्रोमेलजिया, इंटरस्टिटियल सिस्टायटिस, म्योफॅसिकल पेन सिंड्रोम, पेल्व्हिक पेन सिंड्रोम इत्यादी बरीच त्यांची नावे आहेत.

जेव्हा संशोधकांनी जगभरातील ३० देशांतल्या लोकांना प्रश्न विचारला की, 'मागील चार आठवड्यांत तुम्हाला किती वेळा अंगदुखीच्या कळा सहन कराव्या लागल्या? मुळीच नाही, अगदी क्वचित, कधीकधी, बरेचदा आणि वारंवार.' तेव्हा त्यांना दिसलं की, अमेरिकन लोकांनी अन्य कुठल्याही देशांतल्या लोकांपेक्षा अंगदुखीच्या अधिक तक्रारी केल्या.

३४ टक्के अमेरिकन म्हणाले की, आम्हाला बरेचदा अंगदुखी झाली. त्या तुलनेत चीनमधल्या १९ टक्के लोकांनी, जपानमधल्या १८ टक्के लोकांनी, स्वित्झर्लंडमधल्या १३ टक्के लोकांनी आणि दक्षिण आफ्रिकेतील ११ टक्के लोकांनी तसं सांगितलं.

प्रश्न असा आहे की : यापूर्वी कधीही पाहिली नव्हती एवढी संपत्तीवाढ, स्वातंत्र्य, तंत्रज्ञानातील प्रगती, वैद्यकीय क्षेत्रातील प्रगती झालेली असूनही आपण पूर्वीपेक्षा अधिक असमाधानी का आहोत? आणि आधी कधीही नव्हतो एवढे वेदनांनी बेजार का आहोत?

आपण दुःख टाळण्यासाठी एवढे कष्ट घेत आहोत हेच कदाचित आपल्या दुःखी असण्यामागचं कारण असावं.

## प्रकरण तीन

# आनंद (सुख) आणि वेदनेचा समतोल

मागील पन्नास-शंभर वर्षांत न्यूरोसायंटिफिक (मेंदूतील चेतारज्जूसंबंधित क्षेत्रात) भरपूर प्रगती झाली आहे, त्याचबरोबर जैविक रसायनशास्त्रातली प्रगती, नवीन इमेजिंगची तंत्रे, संगणकीय जीवशास्त्राचा उदय इत्यादी गोष्टी झाल्या आहेत त्यामुळे 'बक्षीस' या संकल्पनेच्या मूलभूत प्रक्रियेवर प्रकाश पडला आहे. वेदना आणि सुख ज्या यंत्रणांमुळे निर्माण होतात, त्या अधिक व्यवस्थित समजून घेतल्यामुळे आता आपण हेही समजून घेऊ शकतो की, अतिजास्त सुख मिळालं की त्यातूनच दुःख किंवा वेदना का आणि कशी निर्माण होते.

## डोपामाइन

मेंदूतील काम करणाऱ्या मुख्य पेशींना 'न्यूरॉन' म्हणतात. दोन न्यूरॉन त्यांच्यामधल्या छोट्या रिक्तिकेतून (सिनेप्सेसमधून) इलेक्ट्रिकल सिग्नल आणि न्यूरोट्रान्स्मीटर यांच्या माध्यमातून एकमेकांकडे संदेश पाठवतात.

न्यूरोट्रान्समीटर हे बेसबॉलसारखे असतात. पिचर म्हणजे बेसबॉलमध्ये बॉल फेकणारा माणूस असतो तसे काम प्री-सिनेप्टिक न्यूरॉन संदेश फेकून करतात. तर कॅचर हा बॉल पकडणाऱ्या माणसासारखा संदेश पकडणारा 'पोस्टसिनेप्टिक' न्यूरॉन असतो. या पिचर आणि कॅचरमधली जागा ही सिनेप्टिक 'फट' असते. पिचर आणि कॅचर यांच्यात चेंडू फेकला जातो

तेव्हा न्यूरोट्रान्स्मीटर हे न्यूरॉनमधल्या जागेत संदेश पुढे जाण्यासाठी पूल उभारतात. : ते मेंदूमधील इलेक्ट्रिकल सिग्नलचे नियंत्रण करणारे केमिकल मेसेंजर असतात.

महत्त्वाचे न्यूरोट्रान्स्मीटर बरेच आहेत; परंतु आपण डोपामाइनवर लक्ष केंद्रित करू.

## न्यूरोट्रान्स्मीटर

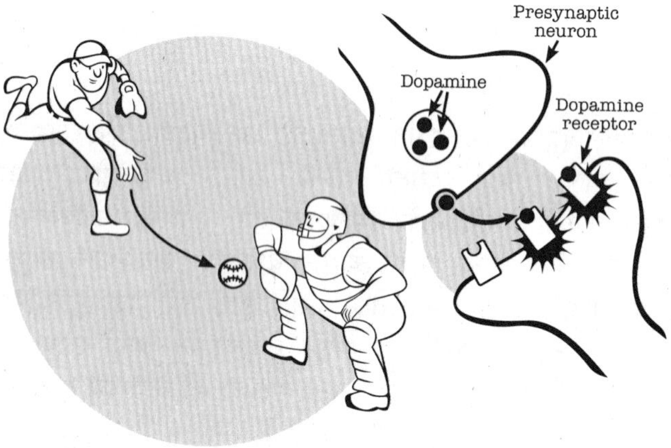


डोपामाइन हा मानवी मेंदूतील एक न्यूरोट्रान्स्मीटर आहे, असा शोध १९५७ साली स्वतंत्रपणे काम करणाऱ्या दोन वैज्ञानिकांनी लावला. : त्यातले एक होते स्वीडनमधील लुंड येथे आपल्या टीमसह काम करणारे आर्विड कार्लसन आणि लंडनबाहेर स्थित कॅथलीन मॉंटेग्यू. त्यानंतर कार्लसन यांना फिजिओलॉजी अथवा मेडिसिन या विषयात नोबेल पारितोषिक मिळाले.

डोपामाइन हा मेंदूतील बक्षीसप्रक्रियेत सहभागी असा एकमेव न्यूरोट्रान्स्मीटर नसला तरी महत्त्वाच्या न्यूरोट्रान्स्मीटरपैकी एक आहे असं बरेच चेतारज्जुतज्ज्ञ मानतात. प्रत्यक्ष बक्षीस मिळवण्याच्या आनंदापेक्षा बक्षीस मिळवण्याची इच्छा निर्माण करण्यात डोपामाइन अधिक मोठी भूमिका निभावते. एखादी वस्तू आवडण्यापेक्षा ती मिळवण्याशी त्याचा संबंध अधिक आहे. जनुकांत बदल केलेल्या उंदरांना जेव्हा डोपामाइन

हार्मोन निर्माण करता येत नाही तेव्हा ते अन्न शोधतच नाहीत, म्हणजे त्यांच्या तोंडापासून काही अंतरावर अन्न ठेवलं तरीही ते न खाता उपासमारीने मरून जातात. पण हेच अन्न त्यांच्या तोंडात थेट टाकलं तर ते चघळू लागतात आणि खातात. त्यांना ते आवडत आहे असंही जाणवतं.

प्रेरणा आणि आनंद यांतील फरकांविषयी काहीही वादविवाद असले तरीही एखाद्या वर्तनाचे अथवा ड्रगचे व्यसन लागू शकते का, हे मोजण्यासाठी डोपामाइनचा वापर केला जातो. एखादे ड्रग मेंदूच्या 'बक्षीस मार्गात' (रिवॉर्ड पाथवेमध्ये) जेवढे अधिक आणि जेवढ्या वेगाने डोपामाइन सोडते तेवढे त्याचे व्यसन लागण्याची शक्यता अधिक असते. (मेंदूतील बक्षीस मार्ग हे शास्त्रीय शब्दात सांगायचे तर असे एक सर्किट असते, जे मेंदूतील व्हेंट्रल टेगमेन्टल भाग, न्यूक्लिअस अक्युंबेन्स भाग आणि प्रीफ्रन्टल कोर्टेक्स या भागांना जोडते.)

## डोपामाइन रिवार्ड पाथवेज इन द ब्रेन

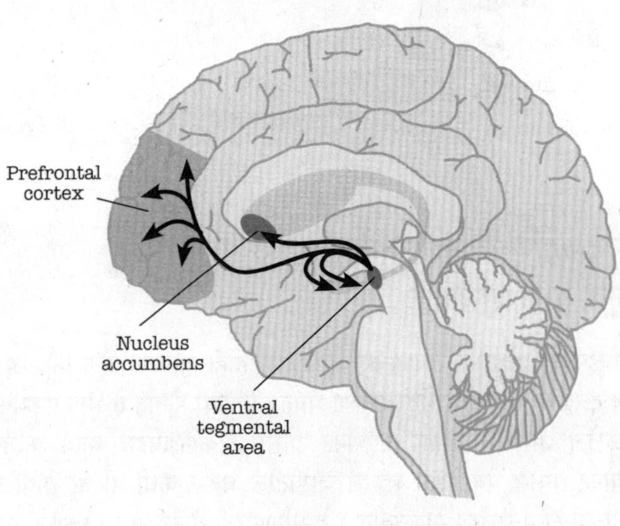


उच्च डोपमीनयुक्त पदार्थातच डोपामाइन हे 'प्रत्यक्ष' हजर असतं असं म्हणायचं नाही तर ते पदार्थ आपल्या मेंदूच्या 'बक्षीस मार्गात' 'डोपामाइन' हा हार्मोन सोडण्यास उत्तेजना देतात असं म्हणायचं आहे.

प्रयोगशाळेतील पेटीत ठेवलेल्या उंदराला चॉकलेट दिले तर डोपामाइनचे मेंदूतले 'बेसल आउटपुट' (आगमन) ५५ टक्क्यांनी वाढते. त्याने सेक्स केले तर तेच आउटपुट १०० टक्क्यांनी वाढते. त्याला निकोटीन दिले तर १५० टक्क्यांनी वाढते आणि कोकेन दिले तर २२५ टक्क्यांनी वाढते. रस्त्यावर उपलब्ध स्पीड, आइस, शाबू अशासारखे अमली पदार्थ लोक खातात किंवा लक्ष एकाग्र होत नाही म्हणून एडेरलसारखी औषधे दिली जातात, त्यांच्यामुळे मेंदूत डोपामाइन १००० टक्क्यांनी अधिक सोडले जाते. या गणितानुसार मेथपाईपसारख्या (एक प्रकारच्या हुक्क्यातून) घेतलेला झुरका हा १० ऑर्गेझमइतका आनंद देतो. (सेक्स करताना मिळणारी अत्युच्च आनंदाची स्थिती म्हणजे ऑर्गेझम)

**बक्षीस आणि डोपामाइनचे स्रवण**

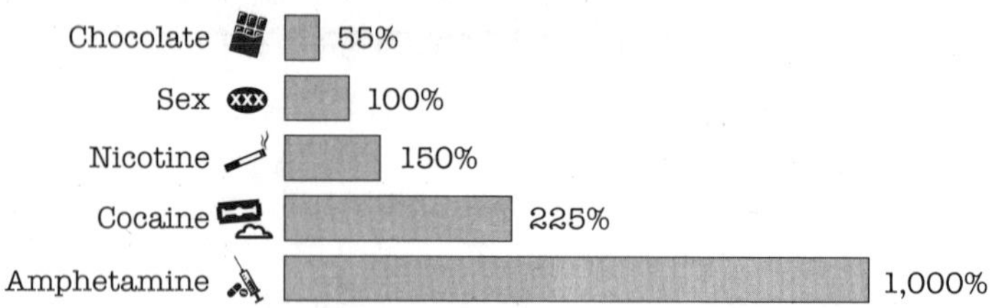


## *आनंद आणि वेदना एकमेकांच्या अगदी बाजूबाजूला असतात.*

डोपामाइनच्या शोधासोबतच मज्जारज्जुतज्ज्ञांना हाही शोध लागला की, आनंद आणि दुःख या भावनांवर मेंदूच्या ज्या भागात प्रक्रिया होतात ते भाग एकमेकात मिसळलेले असतात आणि आपोनंट प्रोसेस मेकॅनिझमद्वारे कार्य करतात. (आपोनंट प्रोसेस मेकॅनिझम म्हणजे जोडीतील घटक कधी हा तर कधी तो, असे एकमेकांवर वर्चस्व गाजवतात.) हे सांगण्याची वेगळी पद्धत म्हणजे आनंद (सुख) आणि वेदना (दुःख) हे दोन्ही घटक तराजूसारखे काम करतात.

कल्पना करा की, आपल्या मेंदूत एक सीसॉ आहे आणि त्यास मध्यभागी टेकू लावलेला आहे. जेव्हा दोन्ही बाजूंना काहीच नसते तेव्हा

हा सीसॉ समपातळीवर असतो. परंतु जेव्हा आपण आनंद अनुभवतो तेव्हा आपल्या बक्षीसमार्गात डोपामाइनचे स्रवण होते आणि मग हा सीसॉ आनंदाच्या बाजूला झुकतो. हा सीसॉ आनंदाच्या बाजूला जेवढा अधिक खाली आणि अधिक वेगाने जातो तेवढा आपल्याला आनंदाचा अधिक अनुभव येतो.

परंतु या ठिकाणी सीसॉबद्दल एक महत्त्वाची गोष्ट सांगायची आहे ती म्हणजे त्याला समतोल राखण्याचीच इच्छा असते. बराच वेळ एकाच बाजूला किंवा दुसऱ्या बाजूला कललेल्या स्थितीत राहायचे नसते. त्यामुळे जेव्हा जेव्हा हा तोल आनंदाकडे झुकतो तेव्हा सीसॉच्या तरफेला परत समतोलाकडे आणण्यासाठी शक्तिमान आत्मसंयमन यंत्रणा काम करू लागते. या आत्मसंयमन यंत्रणांना सक्रिय होण्यासाठी जाणीवपूर्वक विचार अथवा स्वेच्छेने केलेली कृती यांची गरज नसते. आपोआप घडणाऱ्या प्रतिक्षिप्त क्रियेसारखे ते होते.

मी अशी कल्पना करते की, ही आत्मसंयमन यंत्रणा म्हणजे एखादं भूतच असून ते सीसॉच्या दुःखाच्या बाजूला उडी मारायला टपलेलं असतं. तसे केल्याने आनंदी बाजूंकडील वजन फार काळ त्या बाजूला झुकलेले राहणार नाही. ती काल्पनिक भूतं म्हणजे 'होमिओस्टाटिस' ही प्रवृत्ती असते. आपला सर्व 'देहिक-मानसिक' समतोल होता तसाच राहावा अशी कुठल्याही सजीव यंत्रणेची प्रवृत्ती असते, त्यास होमिओस्टाटिस असे म्हणतात.

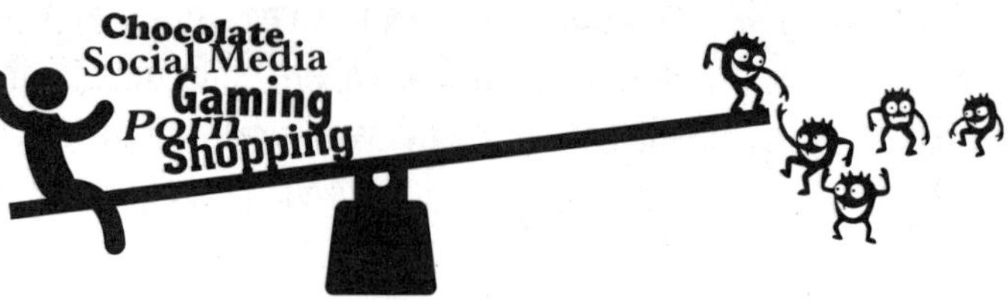


Pleasure Pain

एकदा का हा सीसॉ समपातळीत आला की तो तसाच राहतो आणि गरजेनुसार मग दुःखाच्या बाजूला समान वजन टाकत जातो.

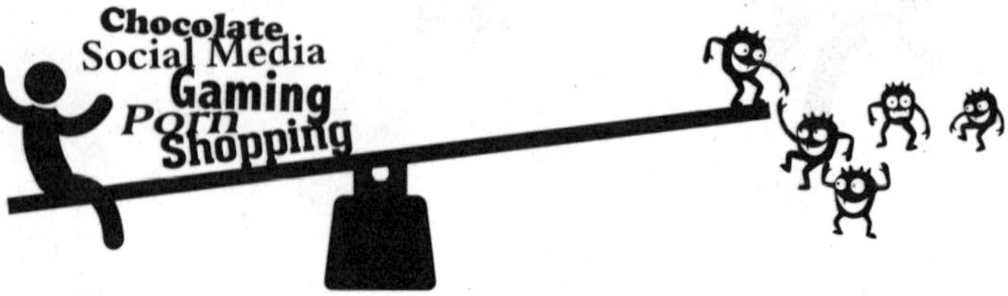


Pleasure Pain

१९७०च्या दशकात समाजशास्त्रज्ञ रिचर्ड सोलोमन आणि जॉन कॉर्बिट यांनी या आनंद आणि दुःख यांच्यातील परस्पर नात्यास 'आपोनंट प्रोसेस थेअरी' असे नाव दिले. 'दुःख किंवा आनंद यांच्या बाबतीत समतोल न ठेवण्याच्या वृत्तीपासून आपण दीर्घ काळ किंवा वारंवार दूर गेलो तर त्याची किंमत आपलयाला मोजावी लागते.' प्रतिक्रियेच्या रूपात ही किंमत चुकवावी लागते, म्हणजेच ज्या उत्तेजकामुळे आनंद मिळतो त्याच्या इतकीच प्रतिक्रिया विरुद्ध दिशेने होत असते. म्हणजे एक जुनी म्हण आहे ना, 'जो वर जातो तो केव्हातरी खाली येतोच.' तसेच हे होते.

नंतर असेही दिसून आले की, शरीरातील बऱ्याच 'शारीरिक-मानसिक' प्रक्रिया अशाच प्रकारच्या आत्मसंयमन यंत्रणांद्वारे नियंत्रित केल्या जातात. उदाहरणार्थ, जोहान वुल्फगँग व्हॉन गटे, एवर्ड हेरींग आणि अन्य लोकांनी दाखवून दिले आहे की, रंग ओळखण्याच्या क्रियेवर 'आपोनंट प्रोसेस सिस्टिम'चा परिणाम होतो. म्हणजे एखाद्या विशिष्ट रंगाकडे आपण दीर्घ

काळ बघत राहिलो तर आपोआप त्या रंगाच्या विरुद्ध रंगाची प्रतिमा बघणाऱ्याच्या डोळ्यांत निर्माण होते. पांढऱ्या पार्श्वभूमीवरील एका हिरव्या प्रतिमेकडे दीर्घ काळ पाहत रहा आणि त्यानंतर एका रिक्त पांढऱ्या कागदाकडे पहा. किंवा तुम्हाला कळेल की तुमच्या मेंदूने एक लाल रंगाची पुढली प्रतिमा आपोआपच निर्माण केली आहे. हिरव्या रंगाकडे सारखे बघण्याची जाणीव आपल्याला लाल रंगाच्या अनुभवाकडे घेऊन जाते. जेव्हा हिरवा रंग समोर येतो तेव्हा लाल रंग येऊ शकत नाही आणि लाल येतो तेव्हा हिरवा येऊ शकत नाही. (यालाच आपोनंट प्रोसेस सिस्टिम म्हणतात.)

## *जुळवून घेणे (न्यूरो एडेप्टेशन)*

सुखाच्या/ आनंदाच्या क्षणानंतर एक प्रकारची हुरहुर किंवा तडफड जिवाला लागते ते आपण सर्वांनी अनुभवले आहे. म्हणजे मग ते बटाट्याच्या चिप्सचा दुसरा तुकडा घ्यायला हात पुढे करणे असो की व्हिडिओ गेमच्या पुढल्या राउंडसाठी बटन दाबणं असो. आधीच्याच चांगल्या भावना नव्याने निर्माण करण्याची इच्छा होणे स्वाभाविक आहे किंवा आहेत त्या चांगल्या भावना हरवून जाऊ नयेत म्हणून त्या तशाच धरून ठेवण्याची इच्छा होणे हेही स्वाभाविकच आहे. त्यावरचा साधा उपाय म्हणजे खात राहणे, खेळत राहणे किंवा मग बघत राहणे किंवा वाचत राहणे असा असतो. परंतु त्यातही समस्या असतेच.

एकाच प्रकारच्या आनंदाशी वारंवार संबंध आला की, सुरुवातीला जो सीसॉ आनंदाच्या बाजूने जास्त खाली झुकलेला असतो ते झुकणं हळूहळू कमी होऊ लागतं, कमी काळासाठी होऊ लागतं आणि मग त्याचा दुःखाच्या बाजूचा प्रतिसाद अधिकाधिक जास्त आणि दीर्घ काळ टिकणारा होऊ लागतो. याच प्रक्रियेला वैज्ञानिक 'न्यूरो एडेप्टेशन' म्हणतात. वारंवार खात राहिल्याने किंवा व्हिडिओ गेम खेळल्यामुळे आपल्या मनातली कुरकुरणारी भुते अधिक मोठी आणि अधिक वेगवान होतात त्यांची संख्याही वाढते. मग आपल्याला तोच परिणाम पुन्हा अनुभवण्याकरता आवडीचे ड्रग आणखी आणखी सेवन करावे लागते.

तेवढाच आनंद जाणवण्यासाठी एखाद्या पदार्थाची अधिक गरज लागणे किंवा विशिष्ट डोसमधून मिळालेला आनंद कमी होणे यास

'टॉलरन्स' (सराव होणे) असे म्हटले जाते. व्यसन लागण्यात हा टॉलरन्स एक महत्त्वाचा घटक ठरतो.

'ट्वायलाइट सागा' ही मालिका मला दुसऱ्यांदा वाचण्यात मजा आली; परंतु ती मजा पहिल्या वेळच्या एवढी नव्हती. आणि जेव्हा मी चौथ्यांदा ती वाचली (होय, मी एकूण चार वेळा वाचली ती) तेव्हा माझा आनंद बऱ्यापैकी कमी झाला होता. पुन्हा पुन्हा वाचण्यात अगदी पहिल्या वेळी वाचल्यावर मिळाला होता तसा आनंद मिळत नाही. एवढेच नव्हे तर प्रत्येक वेळी माझं वाचून झालं की मनातल्या मनात एक प्रकारचं गाढ असमाधान दाटून यायचं आणि पहिल्यांदा वाचल्यावर जशी भावना निर्माण झाली होती ती भावना पुन्हा निर्माण करण्याची तीव्र ओढ दाटून यायची. मग जसजशी मी ट्वायलाइटला सरावले तसतसं मला आधीचीच आनंदी भावना पुन्हा यावी यासाठी त्याच ड्रगच्या (या ठिकाणी पुस्तकांची) नवनव्या, अधिक शक्तिमान रूपांची गरज भासू लागली.

ड्रगचा डोस दीर्घ काळ जास्त प्रमाणात घेत राहिल्यामुळे आनंद आणि वेदना यांचा तोल सरतेशेवटी वेदनेच्या पारड्याकडे झुकतो. मग आपला आनंदभोगाचा बिंदूही बदलतो कारण आनंद अनुभवण्याची क्षमता खालावते, तर वेदनेस बळी पडण्याची असाहाय्यता वाढते. मग सीसॉच्या वेदना-बाजूकडील भुते तिथं तंबू ठोकून वस्तीला आल्यासारखी भासू लागतात. त्यांनी जणू सोबत हवा भरायच्या गाद्या आणि चुली आणूनच दीर्घ काळ मुक्काम ठोकण्याची तयारीच केली आहे असे वाटू लागते.

Pleasure Pain

डोपामाइनची उच्च मात्रा असलेल्या व्यसनशील पदार्थांचा असा परिणाम मेंदूच्या 'बक्षीसमार्गावर' होतो याची जाणीव मला २००१-१०च्या दशकाच्या प्रारंभीच झाली होती. त्याच काळात 'जास्त डोस दीर्घ काळ' घेणारे पेशंट 'आम्हाला सतत त्रास होत राहतो', अशी तक्रार घेऊन माझ्याकडे अधिकाधिक येऊ लागले होते. (ते पदार्थ होते ऑक्सीकॉंटिन, व्हिकोडीन, मॉर्फीन, फेंटानील इत्यादी). ओपीयॉईड औषधांचा दीर्घ काळ उच्च डोस घेऊनही त्यांचा त्रास जसजसा काळ जाईल तसा अधिकच वाढत होता. का? कारण ओपीयॉइडच्या अतिसेवनामुळे त्यांच्या मेंदूने आनंद-वेदनेचा सीसॉ वेदनेच्या बाजूने झुकवला होता त्यामुळे त्यांचा त्रास अधिकच वाढला होता आणि शरीराचे जे भाग आत्तापर्यंत दुखत नव्हते तेही दुखू लागले होते. प्राण्यांवर प्रयोग करून बऱ्याच ठिकाणी या परिस्थितीचे निरीक्षण करण्यात आले आहे आणि त्यावर शिक्कामोर्तबही झाले आहे. या प्रकाराला 'ओपीयॉईड उद्युक्त हायपर अल्गेशिया' असे म्हटले जाते. ग्रीक शब्द अल्गेसीसपासून हा शब्द निर्माण झाला असून त्याचा अर्थ 'वेदनेविषयीची प्रखर संवेदनशीलता.' असा आहे. विशेष म्हणजे हे पेशंट हळूहळू ओपीयॉईडची मात्र कमी करतात तेव्हा त्यांना वेदना कमी कमी होऊ लागते.

चेतारज्जुतज्ज्ञ नोरा वॉलकोव्ह आणि सहकाऱ्यांनी दाखवून दिले आहे की उच्च डोपामाइनयुक्त पदार्थांचे दीर्घ काळ सेवन केल्यामुळे 'डोपामाइनची कमतरता' (डेफिसिट) अशी परिस्थिती उद्भवते.

जे लोक नानाविध ड्रग्जच्या सवयीस बळी पडलेले असतात त्यांनी ते ड्रग घेणे थांबवल्यावर दोन आठवड्यांनी मेंदूतील डोपामाइनचे स्रवण निरोगी प्रकारे होऊ लागते असे वॉलकोव्ह यांचे निरीक्षण आहे. तेव्हाच्या

मेंदूच्या प्रतिमा खूपच वेगळ्या दिसू लागतात. 'निरोगी' संयमशील मेंदूच्या चित्रातला (किडनीबिन (राजमा)च्या आकाराचा) जो भाग बक्षीस आणि प्रेरणा यांच्याशी संबंधित असतो, तो लालभडक दिसतो. त्याचा अर्थ डोपामाइनच्या न्युरोट्रान्स्मीटर हालचालीची पातळी उच्च आहे. परंतु विविध औषधांच्या अथवा ड्रगच्या सवयी लागलेल्या लोकांचे व्यसनकाळातील दोन आठवड्यांपूर्वीचे चित्र पाहिले तर त्यात हाच किडनीबिनच्या आकाराचा प्रदेश खूपच कमी लाल असतो अथवा मुळीच लाल नसतो. याचा अर्थ तिथे डोपामाइनचे स्रवण खूपच कमी झाले आहे किंवा मुळीच झालेले नाही.

डॉ. वॉल्कोव्ह आणि त्यांच्या सहकाऱ्यांनी लिहिले, 'ड्रग्जचा दुरुपयोग करणाऱ्यांच्यात डीए डी २ हे रिसेप्टर्स (स्वीकारकर्ते) एकत्र येऊन डीएचे स्रवण कमी करतात आणि त्यातून नैसर्गिकपणे मिळणाऱ्या बक्षिसांच्या उत्तेजनाच्या 'सर्किट'ची संवेदनशीलता कमी होते.' एकदा हे घडलं की त्यानंतर कशातच 'राम' वाटेनासा होतो.

हेच वेगळ्या प्रकारे सांगायचं झालं तर डोपामाइनच्या बेसबॉल टीमचे खेळाडू आपले बॉल आणि ग्लोव्ह्ज घेऊन घरी निघून जातात.

## डोपामाइन रिसेप्टर्सवर होणारा व्यसनाचा परिणाम

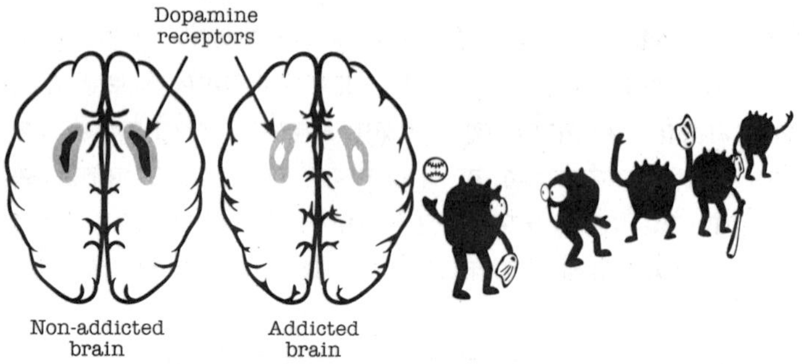


साधारण दोन वर्षे मी अगदी वेड लागल्यासारखी रोमांसच्या कादंबऱ्या वाचत होते. शेवटी मी अशा एका बिंदूपाशी पोहोचले की तिथे मला एकही पुस्तक आवडीचे सापडेना. जणू काही माझे कादंबरी वाचनसुखाचे केंद्र मी जाळूनच टाकले होते आणि कुठलेही पुस्तक त्याचे पुनरुज्जीवन करू शकत नव्हते.

या ठिकाणचा विरोधाभास असा की, केवळ आनंद मिळवण्यासाठीच आपण आनंदाचा पाठलाग करू लागतो तेव्हा 'अनहेडोनिया'ची स्थिती उद्भवते. 'अनहेडोनिया' या शब्दाचा अर्थ कुठल्याही प्रकारचा आनंद उपभोगण्याची क्षमता नष्ट होणे. वाचन हा माझा नेहमीच आनंदाचा आणि रोजच्या धबडग्यातून सुटकेचा प्राथमिक स्रोत होता. त्यामुळे तो काम करीनासा झाला तेव्हा माझ्यासाठी तो धक्का होता आणि दुःखही होतं. तशाही परिस्थितीत वाचन सोडून देणं अवघड होतं.

आपलं औषध आपल्यासाठी काम करेनासं झालं आहे, या टप्प्यापर्यंत आपण कसे पोहोचलो याचं वर्णन त्यांचं व्यसन लागलेले माझे पेशंट करतात. त्यांना कुठल्याही प्रकारे आनंदाचा थरार जाणवेनासा होतो. पण ते ड्रग घेतलं नाही तरीही चालत नाही. कसंतरी होत राहतं. अतिशय काळजी, चिडचिड, निद्रानाश आणि एकूणच नैराश्याची भावना हीच कुठल्याही व्यसनशील पदार्थापासून दूर जाण्याची सार्वत्रिक कारणे आहेत.

आनंद, दुःख यांच्यातील सीसॉ दुःखाच्या बाजूने झुकतो त्यामुळेच बराच काळ व्यसनापासून दूर राहूनही लोकांना परत त्या व्यसनाकडे जावेसे वाटू लागते. जेव्हा आपला समतोल दुःखाच्या बाजूला झुकलेला असतो तेव्हा आपल्याला ड्रगची अधिक ओढ वाटू लागते. कारण तसे केल्याने आपल्याला नेहमीसारखे (समतोल) वाटणार असते.

मज्जारज्जुतज्ज्ञ जॉर्ज कुब यास 'अस्वस्थतेतून व्यसनाकडे परत जाणे' असे म्हणतात. या ठिकाणी आनंदाच्या शोधात माणूस व्यसनाकडे जात नसतो, तर दीर्घ काळ व्यसन न केल्यामुळे होणारा शारीरिक-मानसिक त्रास कमी व्हावा म्हणून जात असतो.

या ठिकाणी एक चांगली बातमी आहे. आपण दीर्घ काळ थांबलो तर आपला मेंदू (सहसा) त्या ड्रगच्या नसण्याची सवय करून घेतो आणि आपण आपला 'बेसलाईन होमियोस्टाटिस' म्हणजेच समतोल पुन्हा प्राप्त करतो. एकदा का आपला हा समतोल व्यवस्थित झाला की पुन्हा आपल्याला चालायला जाणे, सूर्योदय पाहणे, मित्रांसोबत एकत्र भोजनाचा आनंद घेणे अशा रोजच्या साध्यासुध्या बक्षिसांमध्ये आनंद मिळू लागतो.

## लोक, स्थळे आणि गोष्टी-वस्तू

आनंद, दुःख यांचा समतोल नेहमीच काही त्या ड्रगच्याच संपर्कात आल्यामुळे ढासळत नाही, तर ड्रगच्या वापराशी संबंधित गोष्टींचा विचार केल्याने, त्यांच्याशी संबंध आल्यानेही त्यावर प्रभाव पडतो. अल्कोहोलिक ॲनॉनिमसमध्ये या स्थितीचं वर्णन करण्यासाठी 'लोक - स्थळे, गोष्टी/वस्तू' असा वाक्प्रयोग केला जातो. न्यूरोसायन्सच्या जगात यास 'संकेताधारित शिकणे' (क्यू डिपेंडंट लर्निंग) असे म्हटले जाते. तसेच त्यास 'क्लासिकल (पावलोवियन) कंडिशनिंग' असेही म्हटले जाते.

इव्हान पावलोव्ह यांनी शरीरविज्ञानशास्त्र (फिजिओलॉजी) आणि औषधशास्त्र (मेडिसिन) या क्षेत्रातलं १९०४ सालचं नोबेल पारितोषिक मिळवलं होतं. त्यांनी दाखवून दिलं की मटणाचा तुकडा समोर ठेवला जातो तेव्हा कुत्र्याची लाळ आपोआप गळू लागते.पण जेव्हा मटण देताना सोबत घंटानाद करण्याची प्रथा पाडली जाते तेव्हा समोर मटण न येता नुसता घंटानाद ऐकूनही कुत्र्याच्या तोंडाला पाणी सुटते. त्याचा निष्कर्ष असा निघाला की मटणाचा तुकडा हे नैसर्गिक बक्षीस आणि सोबतचा घंटानाद हा शिकवलेला संकेत या दोन्ही गोष्टींना एकत्र करायचे, हे तो कुत्रा शिकला आहे. अशा वेळी मेंदूत काय घडत असते?

उंदराच्या मेंदूत 'डिटेक्शन प्रोब' नामक यंत्र घालून मज्जारज्जुतज्ज्ञ आता दाखवू शकतात की शिकवलेल्या संकेताला प्रतिसाद म्हणून मेंदूत डोपामाइनचे स्त्रवण होते. (उदाहरणार्थ, घंटानाद, मेट्रोनोम (म्हणजे वादक विशिष्ट वेळाने समेवर येतानाचा नाद), दिवा लागणे इत्यादी गोष्टी प्रत्यक्ष बक्षीस (उदाहरणार्थ, कोकेनचे इंजेक्शन) मिळण्यापूर्वी समोर येणे इत्यादी. बक्षिसापूर्वी शिकवलेल्या संकेतामुळे होणारे डोपामाइन स्त्रवण हा पुढे मिळणाऱ्या आनंदाच्या चाहुलीने मिळणारा आनंद असतो.

DOPAMINE LEVELS:
ANTICIPATION AND CRAVING

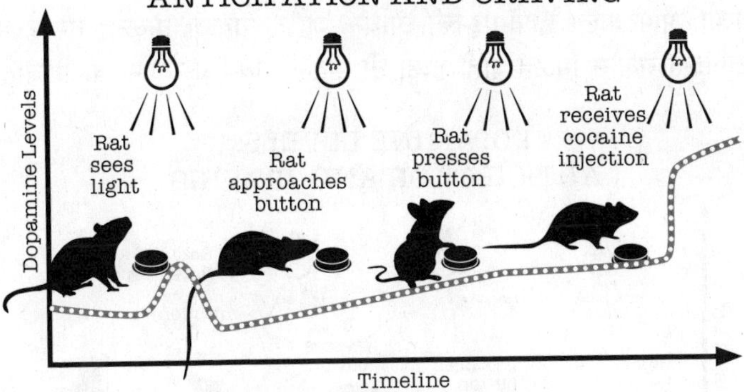


शिकवलेल्या संकेतानंतर मेंदूत होणारे डोपामाइनचे स्त्रवण केवळ बेसलाइन पातळीपर्यंतच घटत नाही, तर कधीकधी त्या पातळीपेक्षाही खाली जाते. (जेव्हा कसलेही बक्षीस नसते तेव्हाही मेंदूत एखाद्या टॉनिकसारखे काम करणारी डोपामाइनची विशिष्ट पातळी राखलेली असते.) डोपामाइनचा हा क्षणिक अभावच आपल्याला आपले बक्षीस शोधण्यासाठी उद्युक्त करतो. डोपामाइन पातळी बेसलाइनच्या खाली गेली की आपल्याला ती वस्तू हवीहवीशी वाटू लागते. त्या हवंहवसं वाटण्यातूनच आपण मग ते ड्रग मिळवण्याचे हेतुपूर्वक कृत्य करू लागतो.

माझे सहकारी रॉब मलेंका एक प्रख्यात मज्जारज्जुतज्ज्ञ आहेत. ते मला म्हणाले की, 'प्रयोगशाळेतील प्राणी एखाद्या व्यसनाच्या किती अधीन झाला आहे ते मोजायचे असल्यास ते व्यसन करण्यासाठी तो किती कष्ट घेण्यास तयार आहे ते पाहिले जाते. म्हणजे एखादी तरफ दाबणे, चक्रव्यूहातून प्रवास

करणे, चढणीवरून चढून जाणे इत्यादी किती काम आणि खटपट करण्यास तो तयार आहे त्यावरून कळून येते.' माणसांच्या बाबतीतही हेच खरे आहे असे मला दिसून आले आहे. मग जाणीव-जागृतीच्या उंबरठ्याबाहेर अपेक्षा आणि तडफड या गोष्टी किती घडत असतील त्याबद्दल तर काही बोलायलाच नको.

एकदा का आपल्याला अपेक्षित बक्षीस मिळाले की मेंदूतील डोपामाइन स्रवण टॉनिक बेसलाइनच्या भरपूर वर जाते. परंतु अपेक्षित बक्षीस मिळाले नाही तर डोपामाइन स्रवण या टॉनिक बेसलाइनच्या बरेच खाली जाते. म्हणजे असे म्हणता येईल की, जेव्हा आपल्याला अपेक्षित बक्षीस मिळते तेव्हा आपल्याला डोपामाइनची अधिक जास्त पातळी मिळते, तर जेव्हा अपेक्षित बक्षीस मिळत नाही तेव्हा ती पातळी तेवढीच वेगाने खाली जाते.

DOPAMINE LEVELS:
ANTICIPATION AND CRAVING

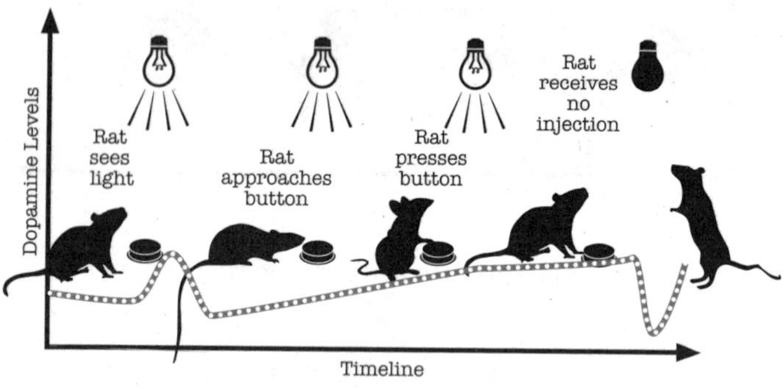


पूर्ण न झालेल्या अपेक्षांमुळे आपण निराशा अनुभवतो. अपेक्षित बक्षीस प्रत्यक्षात येत नाही तेव्हाची परिस्थिती पाहिली तर त्यापेक्षा काहीच अपेक्षा ठेवली नसती तर परिस्थिती अधिक बरी झाली असती असे वाटते.

ठरीव संकेतामुळे निर्माण झालेल्या इच्छेचा अर्थ आपल्या आनंद, दुःखाच्या समतोलाच्या दृष्टीने कसा असतो? भावी बक्षिसाच्या अपेक्षेने हा तोल आनंदाच्या बाजूने झुकला तर डोपामाइन स्रवणाची छोटीशी भरती येते. परंतु तो संकेत संपल्यावर ताबडतोब दुःखाच्या बाजूला धक्का मिळून डोपामाइन स्रवणाचा क्षणिक अभाव निर्माण होतो. डोपामाइनचा

अभाव यातून ड्रगची हाव निर्माण होते आणि त्यातून ड्रग शोधण्याचे वर्तन घडून येते.

मागील दशकभरात जुगाराचे व्यसन लागण्यातील जैविक कारण समजून घेण्यात लक्षणीय प्रगती झाली आहे त्यातूनच 'डायग्नोस्टिक अँड स्टॅटिस्टिकल मॅन्युअल ऑफ मेंटल डिसऑर्डर्स' (पाचवी आवृत्ती) या ग्रंथात जुगार खेळण्याच्या मनोविकाराचे नव्याने वर्गीकरण करून ते 'व्यसनशील मनोविकार' असे करण्यात आले आहे.

अभ्यासातून दिसून आले आहे की, जुगाराचा परिणाम म्हणून डोपामाइनचे स्रवण होते त्याचा संबंध (बरेचदा पैशाच्या स्वरूपात मिळणाऱ्या) अंतिम बक्षिसापेक्षा बक्षीस मिळण्यातील अनिश्चिततेशीच अधिक असतो. जुगार खेळण्याची प्रेरणा मिळणे हीच मुख्यत्वेकरून आर्थिक प्राप्तीऐवजी बक्षीस काय मिळेल हे ठरवता येत नाही, या गोष्टीशी निगडित असते.

२०१० सालच्या अभ्यासात जेकब लिनेट आणि त्यांच्या सहकाऱ्यांनी जुगाराचे व्यसनी लोक आणि निरोगी नियंत्रणयुक्त लोक यांच्यात पैसे जिंकताना आणि हरताना किती डोपामाइन स्रवते ते मोजले. पैसे जिंकले तेव्हा या दोन्ही गटांत जाणवण्यासारखा फरक नव्हता, परंतु जेव्हा त्यांनी पैसे गमावले तेव्हा जुगाराच्या व्यसनी लोकांनी स्रवलेले डोपामाइन आणि नियंत्रणयुक्त गटाने स्रवलेले डोपामाइन यांत लक्षणीय फरक पडला. तसेच जेव्हा जिंकण्याची आणि हरण्याची शक्यता जवळजवळ सारखी (५० टक्के) होती तेव्हा डोपामाइनचे बक्षीसमार्गातले स्रवण सगळ्यात झाले होते. त्यातून सर्वाधिक अनिश्चितता दिसत होती.

बक्षिसाच्या आधीची हुरहुर (बक्षीस मिळण्यापूर्वीचे डोपामाइन स्रवण) आणि बक्षीस मिळाल्याचा प्रतिसाद (बक्षीस मिळाल्यावर किंवा मिळतानाचे डोपामाइन स्रवण) यांच्यात सूक्ष्म फरक असतो यावर जुगाराच्या मनोविकाराची माहिती प्रकाश पाडते. माझ्या जुगाराच्या व्यसनी पेशंटनी मला सांगितले आहे की, खेळत असताना त्यांचं एक मन आपण हरावं अशी इच्छा करत असतं. ते जेवढे जेवढे हरतात तेवढे तेवढे जुगार सुरूच ठेवण्याची त्यांची उबळ अधिक वाढते. मग जेव्हा ते जिंकतात तेव्हा डोपामाइन स्रवण अधिकच वेगाने होते. 'हरण्याचा पाठलाग' (लॉस चेसिंग) असे यास नाव दिले आहे.

समाजमाध्यमांच्या ॲप्सबाबतीतही असेच घडत असावे असा मला संशय आहे कारण या ठिकाणी दुसऱ्यांचा प्रतिसाद हा चंचल आणि अंदाज न बांधण्यासारखा असतो. त्यामुळे 'लाइक' किती मिळतील अथवा लाइकसारखा अन्य प्रतिसाद काय मिळेल हे इतके अनिश्चित असते की त्यामुळे लाइक मिळवण्याची उबळ अधिकच वाढते.

---

बक्षिसाची आणि त्याच्याशी संबंधित संकेतांची दीर्घकालीन आठवण मेंदू साठवून ठेवत असतो. ते कोडिंग करताना मेंदूतील डोपामाइन-निर्मात्या न्यूरॉन्सचा आकार आणि आकृती बदलत असतात. उदाहरणार्थ, डोपामाइनच्या उच्च बक्षिसांना प्रतिसाद म्हणून न्यूरॉनच्या बाहेर पडलेल्या शाखा (डेंड्राइट्स) अधिक लांब होतात आणि संख्येनेही वाढतात. या प्रक्रियेस अनुभवाधारित लवचिकता (प्लॅस्टिसिटी) म्हणतात. मेंदूतील हे बदल आयुष्यभर टिकू शकतात आणि ते ड्रग पुढे कधीही उपलब्ध झाले नाही तरी दीर्घ काळ टिकून राहते. संशोधकांनी कोकेनचा परिणाम उंदरांवर कसा होतो हे पाहण्यासाठी त्यांना आठवडाभर विशिष्ट प्रमाणात कोकेन टोचले होते आणि प्रत्येक इंजेक्शनला प्रतिसाद म्हणून ते उत्तेजितपणे किती धावले हेही मोजले होते. कोकेन टोचलेला उंदीर पिंजराभर सगळीकडे धावत होता, तर बाकीचे उंदीर पिंजऱ्याच्या कडेकडेने फिरत होते. तो किती धावला हे प्रकाशाचे किरण पिंजऱ्यात टाकून मोजता येते. जेवढ्या वेळा उंदीर प्रकाशाचे किरण ओलांडून पलीकडे गेला तेवढे त्याचे धावणे जास्त झाले.

वैज्ञानिकांना दिसून आले की, कोकेन टोचल्यानंतरच्या प्रत्येक दिवशी उंदराच्या धावण्यात फरक पडला. म्हणजे पहिल्या दिवशी त्याने उत्साहाने 'जॉगिंग' केले, तर शेवटच्या दिवशी तो वेड लागल्यासारखे धावत सुटला होता. कोकेनच्या परिणामांची ती एकत्रित संवेदना होती.

संशोधकांनी कोकेन देणे थांबवले. त्यानंतर उंदरांचे धावणेही थांबले. त्यानंतर वर्षभराने (म्हणजे उंदराचा जीवनकाळ तपासता येईल अशा काळाने) पुन्हा एकदा त्या उंदरांना कोकेन टोचण्यात आले आणि त्यानंतर मूळ प्रयोगाच्या शेवटच्या दिवशी ज्याप्रमाणे उंदीर सैरावैरा धावत होते तसे ते धावू लागले.

जेव्हा वैज्ञानिकांनी उंदरांचे मेंदू तपासले तेव्हा त्यांना उंदराच्या बक्षीसमार्गातील कोकेन- उद्युक्त बदल हे सातत्याने कोकेन-संवेदना दिल्यावर जसे होते तसेच आहेत असे दिसून आले. या शोधातून कळते की, कोकेनसारखा एखादा ड्रग मेंदूला कायमचा बदलून टाकू शकतो. अशाच प्रकारचे निष्कर्ष दारू, ओपीयॉईड आणि कॅनबीस (गांजाचा प्रकार) अशा अन्य व्यसनशील पदार्थांबाबतीतही दिसून आले आहेत.

माझ्या वैद्यकीय कामात मला तीव्र व्यसनाशी झगडणारे बरेच लोक भेटतात, जे व्यसन सोडून बराच काळ झाल्यावरही केवळ एकदा व्यसन केल्यानंतर जबरदस्तीने त्याच जाळ्यात पुन्हा सापडतात. मग ते व्यसन सोडून कितीही वर्षे झालेली असोत. आपण निवडलेल्या ड्रगच्या सतत संवेदना होत राहणे आणि पूर्वीच्या ड्रग वापराचे सतत प्रतिध्वनी मनात येत राहणे, हे त्यामागचे कारण असते.

---

शिकण्यामुळेही मेंदूतील डोपामाइन स्रवण वेगाने होते. तीन महिने नानाविध, नव्या नव्या आणि अतिशय उत्तेजक परिसरात ठेवलेल्या घुशींच्या मेंदूच्या बक्षीसमार्गातील डोपामाइन-समृद्ध सिनेप्सेसची संख्या पुष्कळ वाढलेली दिसते तशी प्रयोगशाळेतील ठरावीक पिंजऱ्यात ठेवलेल्या घुशींच्या मेंदूत झालेली दिसत नाही. उत्तेजक, नवनव्या परिसरास प्रतिसाद म्हणून मेंदूचे बदल घडतात ते उच्च डोपामाइनयुक्त (व्यसनशील) ड्रग्जमुळे होणाऱ्या मेंदूतील बदलांसारखेच असतात.

पण जर त्याच उंदरांना/घुशींना समृद्ध परिसरात शिरण्याच्या आधीपासून मेथंफेटामीनसारखे उच्च व्यसनशील उत्तेजक दिले असेल तर आधी जसे नव्याने समृद्ध वातावरणात गेल्यावर दाखवायचे तसे सिनेप्टिक बदल ते दाखवू शकत नाहीत. या शोधावरून निष्कर्ष निघतो की, मेथंफेटामीन उंदरांच्या शिकण्याच्या क्षमतेवर परिणाम करते.

आता एक चांगली बातमी ऐका. माझे सहकारी आणि 'मेंदूवर मद्याचा परिणाम कसा होतो?' या विषयातील जागतिक तज्ज्ञ एडी सुलीव्हन यांनी व्यसनापासून सुटकेच्या प्रक्रियेचा अभ्यास केला तेव्हा त्यांना शोध लागला की, व्यसनामुळे मेंदूत झालेले काही बदल कायमचे असले तरी या हानिग्रस्त

भागाच्या बाजूने नवीन न्यूरल (मज्जातंतूंची) जाळी निर्माण करता येतात. याचा अर्थ, मेंदूतील बदल कायमचे असले तरी आपण निरोगी वर्तनासाठी नवीन सिनेप्टिक मार्ग निर्माण करू शकतो.

दरम्यान, असे दिसून आले आहे की व्यसनाचे ओरखडे मेंदूवरून काढून टाकण्यासाठी अनेक चित्तथरारक शक्यता भविष्यात निर्माण झाल्या आहेत. व्हिंसेंट पास्कोली आणि सहकाऱ्यांनी उंदरांना कोकेन टोचले तेव्हा त्यांनी वर्तनातील (वेड लागल्यासारखे धावत सुटण्याचा) अपेक्षित फरक दाखवला. त्यानंतर त्यांनी ऑप्टोजेनेटिक्स या जीवशास्त्रीय तंत्राचा वापर केला, त्यामध्ये न्यूरॉन्सवर नियंत्रण ठेवण्यासाठी प्रकाशाचा वापर करण्यात आला होता. त्यायोगे कोकेनमुळे मेंदूत झालेले सिनेप्टिक बदल नाहीसे झाले. कदाचित एके दिवशी ऑप्टोजेनेटिक्स ही मानवी मेंदूसाठीदेखील उपयुक्त ठरेल.

## *तराजू अथवा सीसॉ हे केवळ एक रूपक आहे.*

प्रत्यक्ष जीवनात आनंद आणि दुःख हे एखाद्या तराजूच्या अथवा सीसॉच्या कार्यापेक्षा अधिक गुंतागुंतीचे असते.

एका माणसासाठी आनंदाची गोष्ट ही दुसऱ्या माणसाकरता असतेच असं नाही. प्रत्येक माणसाला त्याच्या आवडीचा वेगळा 'आनंद' लागतो.

आनंद आणि दुःख एकाच वेळेस निर्माण होऊ शकतं. उदाहरणार्थ, आपण तिखट मसालेदार अन्न खाताना एकाच वेळेस आनंद आणि दुःख दोन्ही अनुभवू शकतो.

प्रत्येक जण समतोल अवस्थेतच जीवनाची सुरुवात करत नाही. : ज्यांना नैराश्य, तीव्र काळजी आणि सततचं दुःख यांनी ग्रासलेलं असतं त्यांची सुरुवातच 'दुःखाचे पारडे भारी' या स्थितीत होते. त्यामुळेच दिसून येते की मानसिक विकारग्रस्त लोक व्यसनाला बळी पडण्याची शक्यता अधिक असते.

ज्ञानेंद्रियांद्वारे होणाऱ्या आपल्या दुःखाच्या (किंवा आनंदाच्या) आकलनावर 'आपण त्यास काय अर्थ देतो?' या गोष्टीचा खूप प्रभाव पडतो.

हेन्री नोल्स बीचर (१९०४-१९७६) यांनी उत्तर आफ्रिका, इटली आणि फ्रान्स येथे लष्करी डॉक्टर म्हणून दुसऱ्या महायुद्धात काम केलं होतं. प्रत्यक्ष युद्धात तीव्र जखमी झालेले २२५ सैनिक त्यांनी तिथे पाहिले आणि त्यांचे सर्वेक्षण केले.

आपल्या अभ्यासात कुणाकुणाला समाविष्ट करायचं याविषयीचे बीचर यांचे नियम कडक होते. ज्या माणसांना पाच प्रकारच्या तीव्र जखमांपैकी एक जखम झाली होती, अशांना त्यांनी त्यात प्रतिनिधित्व दिलं होतं. त्या जखमांचे प्रकार होते : पेरिफेरल सॉफ्ट टिशू दुखापत, मोठ्या हाडाचे कंपाउंड फ्रॅक्चर, मस्तकावरचे वार, छातीवरचे वार, पोटावरचे वार. हे सर्व लोक मानसिकदृष्ट्या शांत असून प्रश्न विचारण्याच्या वेळेस धक्का बसलेल्या अवस्थेत नव्हते.

बीचरना एक लक्षवेधी शोध लागला. या तीव्र जखमी सैनिकांना जीवघेण्या जखमा होऊनही प्रत्यक्ष जखम झाल्याझाल्या लगेचच कसलीही वेदना जाणवली नव्हती किंवा मुळीच वेदना जाणवली नव्हती.

त्यांनी निष्कर्ष काढला की, 'बाहेरील अत्यंत धोकादायक वातावरणापासून आपल्याला सुटका मिळते आहे या भावनिक दिलाशामुळे त्यांना शारीरिक वेदना लगेच जाणवली नसावी. कारण बाहेरील वातावरण अतिशय दमणुकीचे, त्रासाचे, चिंतेचे, भीतीचे आणि जिवाला खरोखरच्या धोक्याचे असे होते.' परंतु त्यांच्या जखमेमुळे त्यांना इस्पितळाच्या सुरक्षिततेत प्रवेश करण्याचे जणू मुक्तद्वारच लाभले.

याउलट, म्हणजे १९९५ साली प्रकाशित झालेल्या ब्रिटिश मेडिकल जर्नलमध्ये एका २९ वर्षीय बांधकाम मजुराची कहाणी लिहून आली होती. त्याच्या बुटात १५ सेंटीमीटर लांबीचा खिळा चामडी, मांस आणि हाड या सगळ्यांतून आरपार गेला, असे बाहेरून दिसत होते. त्या खिळ्याची अगदी छोटीशी हालचालही त्याला खूप वेदना देत होती. त्यामुळे खिळा काढण्यापूर्वी त्यास फेंटानील आणि मिडाझोलेम ही अत्यंत तीव्र अशी ओपीयॉईड्स आणि सीडेटीव्ह्ज द्यावी लागली होती.

पण जेव्हा तो खिळा काढण्यात आला, आणि त्यासोबत तो बूटही काढला गेला तेव्हा दिसून आलं की हा खिळा त्याच्या दोन बोटांच्या मधून गेला होता आणि पायाला जराही जखम झालेली नव्हती.

विज्ञान आपल्याला शिकवते की, प्रत्येक आनंद त्याची किंमत वसूल करतो आणि त्यानंतर येणारे दुःख हे ज्या आनंदामुळे निर्माण झाले त्याहून अधिक दीर्घ टिकणारे आणि अधिक तीव्र असे असते.

आनंददायी उत्तेजके दीर्घ काळ वारंवार घेतली तर आपली वेदना सहन करण्याची क्षमता कमी होते आणि तेवढाच आनंद अनुभवण्यासाठी अधिक जास्त उत्तेजक घ्यावे लागते.

त्वरित आणि कायमचा स्मृतीचा ठसा निर्माण झाल्यामुळे आपल्याला आनंद आणि दुःखाचे धडे इच्छा असूनही जन्मभर विसरता येत नाहीत. हे गोंदण असे काही कोरले जाते की ते आयुष्यभर टिकून राहते.

आनंद आणि दुःख यांवर प्रक्रिया करणारी फायलोजेनेटिकली (उत्क्रांतप्रवण) अशी मज्जाशास्त्रीय यंत्रणा सर्वच प्रजातींमध्ये असते. परंतु बाकी सर्व गोष्टी उत्क्रांत झाल्या तरी ही अतिप्राचीन यंत्रणा फारशी न बदलता तशीच राहिलेली आहे. अभावाच्या जगाशी या यंत्रणेने व्यवस्थितपणे जुळवून घेतले आहे. त्यामुळे आनंद मिळत नसेल तर आपण खाऊ शकत नाही, पिऊ शकत नाही किंवा प्रजननही करू शकत नाही. त्याचप्रमाणे, दुखापत आणि मृत्यू हेदेखील वेदनेशिवाय आपण अनुभव शकत नाही वारंवार मिळणाऱ्या आनंदासाठी तो मोजण्याची फुटपट्टी वाढवून आपण सतत काहीतरी हवंय म्हणून धडपडत राहतो. आपल्याकडे जे आहे त्यातून आपल्याला समाधान मिळत नाही, तर आपण आणखी आणखी नवे नवे मार्ग शोधत राहतो.

परंतु त्यातच समस्या आहे. मानव म्हणजे या जगातील 'अंतिम शोधक' जीव असून सुखाच्या मागे लागण्याचे आणि दुःख टाळण्याचे आव्हान त्याने उत्तम पेलले. परिणामतः आपण या जगाचे परिवर्तन एक 'अभावयुक्त स्थळ' यातून प्रचंड विपुलतेने भरलेले स्थळ यात केले.

परंतु या विपुलतेच्या दुनियेसाठी आपले मेंदू मुळी उत्क्रांत झालेलेच नाहीयेत ना, त्याचं काय? 'बैठ्या जीवनशैलीतील अन्नसेवन आणि मधुमेह' या विषयाचे अभ्यासक डॉ. टॉम फिनूकेन म्हणतात की, 'एखाद्या पर्जन्यवनात निवडुंग रुजावा तशी आपली स्थिती झाली आहे.' (रखरखीत वातावरणाला जुळवून घेणाऱ्या निवडुंगाला धो धो बरसणाऱ्या पर्जन्याशी जुळवून घेता येत नाही.) ते जुळवून घेता यावे म्हणून आपण डोपामाइनमध्ये स्वतःला बुडवून घेतलं आहे.

त्याचा निव्वळ परिणाम असा झाला की, आता आपल्याला आनंद व्हावा यासाठी पूर्वीपेक्षा बक्षीसही अधिक लागते, तर दुःख होण्यासाठी वेदनाही पूर्वीपेक्षा कमी लागते. आणि ही सगळी जुळवणी केवळ व्यक्तीच्या स्तरावरच नसून ती आता देशांच्या स्तरावर पोहोचलेली आहे. त्यातून अनेक प्रश्न निर्माण होतात. या नवीन परिसंस्थेत आपण कसे टिकून राहायचे? प्रगती कशी करायची? आपल्या मुलांना कसे वाढवायचे? २१व्या शतकातील रहिवासी या नात्याने विचार करण्याचे आणि कृती करण्याचे नवे मार्ग काय असले पाहिजेत?

व्यसन (अनिवार अतिरेकी उपभोग) टाळावे कसे हे आपल्याला त्या मोहास बळी पडण्याची सर्वाधिक शक्यता ज्या लोकांची आहे आणि ते या व्यसनांतून बाहेर पडतही आहेत त्यांच्याशिवाय दुसरे कोण शिकवू शकते? : परंतु याच व्यसनांशी झगडणाऱ्या लोकांना जगभरातील संस्कृतीने दूर लोटले आहे. कित्येक सहस्रके या लोकांना अनैतिक, बांडगूळ, बहिष्कृत आणि नैतिक अध:पतनाचे पुरस्कर्ते म्हणून झिडकारले आहे. परंतु या व्यसनी लोकांनीच एक 'शहाणीव' बाकीच्या निर्व्यसनी समाजासाठी विकसित केली आहे. ही 'शहाणीव'च आपण आज ज्या युगात जगतो आहोत त्यात जगण्यासाठी सुयोग्य आहे.

बक्षिसांना कंटाळलेल्या जगाला त्यापासून मुक्त करण्यासाठीचे धडे यापुढील भागात दिले आहेत.

भाग दुसरा

# आत्मसंयमन

## प्रकरण ४

# डोपामाइनचा उपास

''मी येथे आले कारण आईबाबांनी यायला लावलं ना,'' अमेरिकन किशोरवयीन मुलांना 'शोभेशा' खिन्न स्वरात डेलिला म्हणाली.

'बरं,' मी म्हणाले, ''तू माझ्याकडे यावं असं का वाटतंय त्यांना?''

''त्यांना वाटतंय की मी खूप जास्त हशीश ओढते, परंतु मला चिंतेची समस्या आहे. मला प्रचंड चिंता वाटते, ती कमी व्हावी म्हणून मी हशीश ओढते. मला वाटणाऱ्या या चिंतेवर काहीतरी उपाय केलात तर मला हशीश ओढण्याची गरज भासणार नाही.''

क्षणभर माझ्या मनात प्रचंड दुःख भरून आलं. तिला काय उपाय सांगावा हे मला माहीत नव्हतं म्हणून नाही, तर ती माझा सल्ला मानणार नाही अशी भीती वाटली म्हणून ते दुःख होतं.

''ठीक आहे, मग आपण तिथूनच सुरुवात करू. तुला कसली चिंता वाटते त्याबद्दल सांग.'' मी म्हणाले.

सुडौल अवयवांची, अतिशय रुबाबदार अशी ती मुलगी खुर्चीवर पाय दुमडून बसली.

''ज्यूनिअर हायस्कूलमध्ये असताना हा प्रकार सुरू झाला, जसजशी वर्षं गेली तसतसा तो अधिकच वाईट झाला. सकाळी उठले रे उठले की माझ्या मनात प्रचंड चिंता हीच पहिली गोष्ट भरून येते. मग पलंगावरून उठायचं असेल तर वॅक्स पेन हातात घेतल्याशिवाय मला उठताच येत नाही.''

''वॅक्स पेन?''

"होय, म्हणजे मी आता हशीश हुंगू लागले आहे. मी यापूर्वी सिगरेट अथवा हुक्क्यात भरून हशीश ओढत होते. म्हणजे सॅटिव्हा हे दिवसा तर रात्री झोपण्यापूर्वी इंडिका असं मी ओढायची. (* सॅटिव्हा आणि इंडिका हे हशीश उर्फ गांजाचे प्रकार आहेत.) पण आता मी खूपच तीव्र मिश्रण वापरते- वॅक्स, ऑइल, बडर, शॅटर, सीझर, डस्ट, क्यूडब्ल्यूआयएसओ अशी ती मिश्रणं आहेत. बहुधा मी 'वेप पेन' वापरते, परंतु कधीकधी वॉलकानो वापरते. (ही हशीश हुंगण्याची साधने आहेत.) पण मला हशीश हे ब्राउनी, कुकी, केक अशा खाद्यरूपातलं आवडत नाही, परंतु जेव्हा सिगरेटरूपात ते मिळत नाही तेव्हा आणीबाणीच्या वेळी मी ते वापरते."

## *इंग्रजी डी (D) या शब्दाचा अर्थ डेटा म्हणजेच आकडेवारी आणि माहिती*

तिच्या वॅक्स पेनबद्दल अधिक माहिती सांगायला लावून मी डेलिलाच्या रोजच्या वापरातील अतिशय महत्त्वाचे आणि मूलभूत तपशील काढून घेत होते. एखाद्या वस्तूच्या व्यसनाची (अनिवार, अतिरेकी सेवनाची) समस्या असणाऱ्या पेशंटशी बोलताना मागील काही वर्षांत मी एक चौकट निर्माण केली होती. त्या चौकटीनुसारच तिच्याशी माझं संभाषण चाललं होतं.

ही चौकट डोपामाइन (D) या शब्दाच्या इंग्रजी स्पेलिंगमधील अक्षरांच्या माध्यमातून सहज लक्षात येते. शिवाय ही चौकट केवळ मद्य आणि निकोटीन यांसारख्या पारंपरिक ड्रगसाठीच नव्हे तर कुठल्याही उच्च डोपामाइनयुक्त पदार्थ अथवा वर्तन यासाठी वापरता येते. म्हणजे ज्या वस्तूचा वापर किंवा विशिष्ट व्यसनी कृत्य आपण पुष्कळ जास्त प्रमाणात, पुष्कळ जास्त काळासाठी करतो, अशा कुठल्याही गोष्टीसाठी वापरता येते. किंवा जेव्हा आपल्याला वाटते की एखाद्या वस्तूचा वापर आपण कमी करायला हवा तेव्हाही ही चौकट वापरता येते. मुळात मी ही चौकट माझ्या व्यावसायिक कामासाठी विकसित केलेली असली तरी तिचा वापर मी माझ्या स्वतःसाठी आणि माझ्याच सेवनाच्या चुकीच्या सवयी सुधारण्यासाठी केलेला आहे.

---

डोपमीन या शब्दातील डी (D) हा शब्द म्हणजे डेटा (माहिती/आकडेवारी) सेवनाबद्दलच्या साध्या साध्या गोष्टी गोळा करून मी सुरुवात करते. डेलिलाच्या बाबतीत ती काय काय वस्तू वापरते, किती वापरते, किती वेळा वापरते या सगळ्या गोष्टींनी मी सुरुवात केली होती.

बरेचदा कॅनबीजचा विषय येतो तेव्हा डोकं गरगरवून टाकेल एवढ्या उत्पादनांची नावे आणि सेवनपद्धती समोर येतात. डेलिलाने जे काही वर्णन केलं होतं ते हल्लीचे माझे जवळजवळ सर्वच पेशंट करत असतात. ते भेटायला येतात तेव्हा हशीश या विषयावर पीएचडी करतील एवढे ज्ञान त्यातल्या बऱ्याच लोकांनी प्राप्त केलेलं असतं. १९६०च्या दशकात या असल्या अमली पदार्थांचा वापर केवळ मनोरंजनासाठी साप्ताहिक सुट्टीच्या काळात करणे हा प्रघात होता तर आजच्या काळात माझे पेशंट सकाळी उठताक्षणी अमली पदार्थांचे सेवन सुरू करतात ते दिवसभर म्हणजे रात्री झोपायला जाईपर्यंत चालूच ठेवतात. रोजचा वापर म्हणजेच व्यसन हा प्रकार चिंतेचा आहेच; परंतु अन्य बऱ्याच पातळ्यांवर ही बाब चिंताजनक आहे.

माझ्या बाबतीत म्हणायचं तर प्रेमाच्या कादंबऱ्या वाचण्याची माझी सवय धोक्याच्या सीमेपल्याड जाऊ लागली आहे की काय, अशी शंका मला जेव्हा वाटू लागली तेव्हा मी दिवसाचे कित्येक तास आणि दिवसेंदिवस कादंबऱ्या वाचनात वेळ घालवू लागले होते.

## ओ (O) याचा अर्थ ऑब्जेक्टिव्हज् (उद्दिष्टे)

"हशीशची सिगरेट ओढल्यामुळे तुला काय मिळतं? त्याची कशी मदत होते तुला?" मी डेलीलाला विचारलं.

"माझ्या मनात दाटून आलेली काळजी नष्ट करण्यासाठी तेवढी एकच गोष्ट मदत करते मला," ती म्हणाली, "ते नसेल तर मला काही कामच करता येणार नाही, म्हणजे आत्ताही मी फार काही करत नाही, पण जे करते तेवढंही मला करता येणार नाही."

केनबीजमुळे तिला कशी मदत होते हे डेलीलाला विचारताना त्यातून काहीतरी सकारात्मक परिणाम होतो, अन्यथा तिने ते वापरलंच नसतं या गोष्टीला मी मान्यता देत होते.

डोपामाइन शब्दातील ओ (O) हा शब्द म्हणजे ऑब्जेक्टिव्ह- म्हणजेच वापरामागील उद्दिष्टे व्यक्त करतो. म्हणजे अगदी वरवर दिसणारे अतार्किक वर्तनही कुठल्यातरी वैयक्तिक तर्कशास्त्रात रुजलेले असते. लोक उच्च डोपामाइनयुक्त पदार्थ घेतात अथवा वर्तन करतात त्यामागील सर्व प्रकारची कारणे असतात : मज्जा करण्यासाठी, एखाद्या समूहात सामील होण्यासाठी, कंटाळा घालवण्यासाठी, तसेच भीती, काळजी, निद्रानाश, वैफल्य, एकाग्रतेचा अभाव, वेदना, सामाजिक भय अशा बऱ्याच गोष्टींना तोंड देण्यासाठी म्हणून लोक तसे करतात. यादी तर न संपणारी आहे .

माझ्या बाबतीत सांगायचं तर अगदी लहान मुलांचं पालकत्व करण्यापासून ते किशोरवयीन मुलांचे पालकत्व करण्यापर्यंत माझे दुःखद स्थित्यंतर होत होते. त्यातून पळवाट काढण्यासाठी म्हणून मी प्रेमाच्या कादंबऱ्यांचा आधार शोधला होता. कारण किशोरवयीन मुलांचे पालकत्व निभावण्याचे कौशल्य आपल्याकडे नाही असं मला वाटत होतं. त्यातच मला आणखी एक मूल हवं होतं; परंतु नवऱ्याला नको होतं त्यामुळे आमच्या लग्नात आणि लैंगिक जीवनात एक तणाव निर्माण झाला होता जो पूर्वी नव्हता. ते दुःखही हलकं करण्यासाठी मी तसं करत होते.

## *पी (P) याचा अर्थ प्रॉब्लेम (समस्या)*

''हशीशची सिगरेट ओढण्याचे काही तोटे? म्हणजे तुला नकोसे असे काही परिणाम?'' मी विचारलं.

''हशीश ओढण्याचा एकमेव तोटा म्हणजे माझे आई-बाबा सारखे माझ्यामागे 'ते सोड' म्हणून लागलेले असतात. ते जर माझी पाठ सोडतील तर मग कसलेही तोटे माझ्याकरता नसतील.''

तिच्या केसांत खिडकीतून येणारं ऊन चमकत होतं. दिवसाला एक ग्राम कॅनबीजचं सेवन करत असूनही पोरगी निरोगीपणाचं चित्रच दिसत होती. तारुण्य कितीतरी गोष्टींचं न्यून भरून काढतं, माझ्या मनात आलं.

डोपमीन शब्दातील पी (P) हा शब्द म्हणजे प्रॉब्लेम. वापरासंबंधीचे प्रॉब्लेम अथवा समस्या त्यातून दर्शवल्या जातात. उच्च डोपामाइनयुक्त ड्रग्जमुळे नेहमीच समस्या उद्भवतात. त्या समस्या आरोग्य, नातेसंबंध, नैतिकता यांसंबंधी असतात. म्हणजे अगदी सुरुवातीला जरी उद्भवल्या नाहीत तरी भविष्यात केव्हा ना केव्हा तरी त्या उद्भवतातच. म्हणजे डेलिलाला त्या व्यसनामुळे होणारी आपली भावी घसरण दिसत नाही. तिला फक्त त्यामुळे आपण आणि आपले आई-बाबा यांच्यातील वादविवाद कडाक्याचे होऊ लागले आहेत एवढेच जाणवते. परंतु असे सर्वच किशोरवयीन मुलांचे होत असते. आणि केवळ ते किशोरवयीनांपुरतेच मर्यादित नसते. आपला या व्यसनाच्या परिणामांशी काहीच संबंध नाही, ही जाणीव बऱ्याच कारणांमुळे निर्माण होत असते.

सर्वप्रथम, व्यसन करीत असताना आपल्या ड्रगसेवनाचे संपूर्ण परिणाम काय आहेत ते पाहण्याची क्षमताच बहुतेकांकडे शिल्लक राहत नसते. उच्च डोपामाइनयुक्त पदार्थ आणि वर्तन यांच्यामुळे कार्यकारणभाव अचूक ओळखण्याची आपली क्षमताच धूसर होऊन जाते.

अन्नसाठा करणाऱ्या लाल मुंग्यांच्या अन्न गोळा करण्याच्या पद्धतींचा अभ्यास करणारे मज्जारज्जुतज्ज्ञ डॅनियल फ्रिडमन मला एकदा म्हणाले होते की, 'जग हे इंद्रियांच्या संवेदनांच्या दृष्टीने समृद्ध आहे, परंतु कार्यकारण भावाच्या दृष्टीने गरीब आहे.' याचा अर्थ, डोनट हा खायच्या क्षणी खूपच चांगला लागतो हे आपल्याला माहीत असतं, परंतु दररोज एक डोनट सतत महिनाभर खाल्ला तर त्यामुळे आपल्या कमरेच्या घेरात ५ पौंड वाढतात हे आपल्याला फारसं माहीत नसतं.

दुसरं म्हणजे अगदी अतिरिक्त सेवन करणारेही तरुण लोक त्या वापराच्या नकारात्मक परिणामांचा प्रतिकार करू शकतात. कारण एक हायस्कूलमधली शिक्षिका मला म्हणाली होती, ''माझे काही उत्कृष्ट विद्यार्थीही दररोज पॉट (हशीश) ओढतात.''

तथापि, जसजसं आपलं वय वाढतं तसतसे सतत वापराचे अवांच्छित (नकोसे) परिणाम गुणाकाराने वाढू लागतात. स्वेच्छेने माझ्याकडे उपचारासाठी येणारे बहुतेक पेशंट मध्यमवयीन असतात. ते माझा शोध घेत येतात कारण ते अशा कड्याशी येऊन पोहोचलेले असतात जिथून पुढे त्या व्यसनामुळे होणारा त्रास हा त्यापासून मिळणाऱ्या आनंदापेक्षा अधिक

वाढलेला असतो. ‘अल्कोहोलिक ॲनॉनिमस’ या संस्थेत अशी एक म्हण वापरतात,‘सततचा आजार आणि थकवा याच विचाराचा आजार आणि थकवा मला आला आहे.’ परंतु याउलट माझे किशोरवयीन रुग्ण आजारी नसतात आणि थकलेलेही वगैरेही नसतात.

तरीदेखील किशोरवयीन मंडळी प्रत्यक्ष ड्रगचे सेवन करीत असतानाच्या काळात त्याच्या वापराचे काही दुष्परिणाम त्यांच्या नजरेस आणता आले (म्हणजे बाकीच्या लोकांना तुम्ही करता ते आवडत नाही एवढे जरी पटवता आले) तरी त्यांना थांबवण्याच्या दृष्टीने पाय रोवायला थोडीशी भुसभुशीत जमीन आपल्याला मिळते. मग त्यांना खरोखरच अमली पदार्थांचा कार्यकारण भाव कळायला हवा असेल तर अगदी थोडा काळ तरी ते व्यसन थांबवणे इष्ट ठरते.

## अ (ए) याचा अर्थ एब्स्टीनन्स (व्यसनापासून दूर राहणे)

‘‘माझ्याकडे एक आयडिया आहे, तिची तुला मदत होऊ शकते का बघ.’’ मी डेलिलाला म्हणाले, ‘‘पण त्यासाठी तुला काहीतरी खूप कठीण गोष्ट करावी लागेल.’’

‘‘कुठली गोष्ट?’’

‘‘तू एक प्रयोग करावास असं मला वाटतं.’’

‘प्रयोग?’ तिने माझ्याकडे मान वळवून पाहिलं.

‘‘तू हशीश घेणं एक महिन्यासाठी बंद कर.’’

तिच्या चेहऱ्यावर काहीच न कळल्याचे भाव होते.

‘‘मला समजावून सांगू दे, सगळ्यात पहिलं म्हणजे, तू जर एवढं कॅनबीस (हशीश) ओढत असशील तर मी तुझ्या अतिचिंतेवर कितीही उपचार केले तरी परिणाम होणार नाही. दुसरं आणि अधिक महत्त्वाचं म्हणजे अशी एक दूरदूरची शक्यता आहे की तू महिनाभर कॅनबीस ओढण्यापासून दूर राहिलीस तर तुला वाटणारी अतिचिंता आपोआपच नाहीशी होईल. अर्थात, सुरुवातीला तुला न ओढल्यामुळे सध्यापेक्षा खूपच त्रास होऊ शकतो, परंतु जर पहिले दोन आठवडे तू खेचलेस तर पुढल्या दोन आठवड्यांत तुला बरं वाटण्याची खूपच जास्त शक्यता आहे.’’

ती गप्प होती म्हणून मी पुढे बोलत राहिले. मी तिला समजावून सांगितलं की कॅनबीससारखा ड्रग आपल्या मेंदूतील बक्षीसमार्गाला उत्तेजन देतो त्यामुळे आपल्या मेंदूची बेसलाइन (तळातली आधारभूत) चिंतेची स्थिती बदलते. म्हणजे आपल्याला असे वाटते की, कॅनबीसमुळे आपल्या मनातली काळजी दूर होते; परंतु कदाचित प्रत्यक्षात मागच्या केनबीसच्या डोसचा प्रभाव कमी झाल्यामुळे आपली काळजी वाढलेली असते, ती कमी व्हावी म्हणून पुन्हा आपण कॅनबीस घेतो. त्यामुळे कॅनबीस हे आपल्या काळजीचे कारण ठरते. तो काही त्यावरचा उपाय नाही होत. त्यामुळे नक्की जाणून घेण्यासाठी एक महिनाभर कॅनबीसचे सेवन बंद ठेवणे हा उपाय ठरतो.''

''मी एक आठवडा थांबून बघू का? असं मी यापूर्वी केलं आहे,'' ती म्हणाली.

''एक आठवडा ठीक राहील, परंतु माझ्या अनुभवानुसार मेंदूचा बक्षीसमार्ग 'रिसेट' करायचा असल्यास कमीतकमी एक महिना थांबण्याची गरज असते. तुला चार आठवडे कॅनबीस न घेताही बरं वाटत नसेल तरीदेखील आपल्याला उपयुक्त माहिती तर मिळेलच की. याचा अर्थ कॅनबीस न घेतल्यामुळे तुझी चिंता वाढत नाहीये. मग आपल्याला अन्य कशामुळे चिंता वाटते आहे त्याबद्दल विचार करता येईल. मग, काय म्हणणं आहे तुझं? तुला एक महिनाभर कॅनबीसचं सेवन थांबवणं शक्य आहे का? आणि तसं करण्याची तुझी इच्छा आहे का?''

''हं, मला नाही वाटत की कॅनबीस सोडून देण्यासाठी आत्ता माझी तयारी आहे, कदाचित काही काळाने तसा प्रयत्न करीन. मी काही कायमचं अशा प्रकारे ओढत राहणार नाहीये, हे नक्की.''

''मग हे कॅनबीसचं सेवन आजपासून पुढील दहा वर्षं करत राहण्याचा तुझा विचार आहे का?''

''छे छे!, नाही अजिबात नाही, नक्कीच नाही,'' तिने जोरजोरात मान हलवली.

''मग पुढली पाच वर्षं करणार आहेस का तू?''

'' नाही, पुढली पाच वर्षं नाही,''

''मग आजपासून पुढलं एक वर्ष?''

क्षणभर शांतता आणि मग ती गालातल्या गालात हसून म्हणाली, ''तुम्ही मला बरोबर पकडलंत, डॉक. आणखी वर्षभरानंतर मला हे ओढत

राहायचं नसेल तर मला वाटतं की आत्ताच मी ते थांबवण्याचा प्रयत्न करायला हवा.''

माझ्याकडे बघून ती हसली, ''चालेल, करू या आपण तसं.''

डेलीलाला भविष्यातली ती आणि तिचं सध्याचं वर्तन यांचा विचार करायला सांगितल्यामुळे मला आशा वाटू लागली की कॅनबीस ओढणे सोडून देण्याची एक नवीनच तातडी तिच्या मनात निर्माण होईल. माझी योजना यशस्वी ठरली असावी.

---

डोपामाइन या इंग्रजी शब्दातील A हे अक्षर 'एब्सटिनन्स' म्हणजे व्यसनापासून दूर राहणे हा अर्थ सुचवते.

होमिओस्टाटिस म्हणजे मेंदूचा समतोल पुन्हा प्राप्त होण्यासाठी व्यसनापासून दूर राहणे गरजेचे आहे. तसे केल्याने कमी उत्तेजक किंवा नेहमीच्या बक्षिसांमुळेही आनंद मिळण्याची आपली क्षमता वाढते, तसेच आपण जो अमली पदार्थ वापरतो यामागील कार्यकारण भाव आणि आपल्या भावना कशा प्रकारे उद्दीपित होतात तेही आपल्याला समजते. 'आनंद-दुःख यांचा सीसॉ' असे चित्र डोळ्यांसमोर उभे केल्यास डोपामाइनयुक्त पदार्थांचा वापर थांबवल्यामुळे आपल्या मनातली दुःखाची भुतं दुःखाच्या बाजूवरून खाली उडी मारतात आणि मग तो सीसॉ समपातळीत येतो.

प्रश्न असा आहे : मेंदूला व्यसन थांबवण्याचे फायदे अनुभवायचे असतील तर अमली पदार्थांपासून किती काळ दूर राहणे आवश्यक आहे?

मज्जारज्जुतज्ज्ञ नोरा वॉल्कोव्ह यांनी केलेल्या प्रतिमांच्या अभ्यासाकडे आपण परत जाऊ. त्यात दिसले होते की डोपामाइनचं स्रवण दोन आठवडे अमली पदार्थ सोडल्यावरही खालच्या पातळीवरच राहतं. दोन आठवडे व्यसनांपासून दूर राहणे पुरेसे नाही, याबाबतीत माझा प्रत्यक्ष अनुभव आणि तिचा अभ्यास हे दोन्ही जुळत होते. दोन आठवडे झाल्यावर पेशंटला अद्यापही व्यसन न केल्यामुळे चुकल्याचुकल्यासारखे वाटत असते. कारण अद्यापि ते 'डोपामाइन कमतरता' याच अवस्थेत असतात.

तर दुसरीकडे चार आठवडे बरेचदा पुरेसे ठरतात. मार्क शुकिट आणि त्यांच्या सहकाऱ्यांनी दररोज भरपूर दारू पिणाऱ्या पुरुषांच्या एका गटाचा

अभ्यास केला तेव्हा त्यांना दिसले की ते लोक डिप्रेशनच्या वैफल्यग्रस्ततेच्या विकाराचे शिकार बनले आहेत.

सॅन डिआगो, कॅलिफोर्निया विद्यापीठात प्रायोगिक मानसशास्त्र (एक्स्पेरिमेंटल सायकॉलॉजी) या विषयाचे ते प्राध्यापक असून, त्यांनी दाखवून दिले आहे की 'मद्यपी' अथवा अतिरिक्त दारूपान या विकारग्रस्त मुलांत जीवशास्त्रीयदृष्ट्या अतिमद्यसेवनाचा विकार असतो. त्यांच्यात जनुकीयदृष्ट्याच तसे घडलेले असण्याची शक्यता असते. परंतु ज्यांच्यात जनुकीयदृष्ट्या असा बिघाड नसतो ते त्यास बळी पडण्याचा धोका तुलनेने कमी असतो. मार्कसारखी शिकवण्याची दैवी देणगी लाभलेल्या गुरूकडून मला २००१-१० या दशकाच्या प्रारंभी वार्तासत्रांच्या मालिकेत 'व्यसन' या विषयावर शिकण्याची संधी मिळाली याचा आनंद खूप आहे.

शुकिट यांच्या प्रयोगातील डिप्रेशनग्रस्त पुरुष चार आठवडे रुग्णालयात भरती झाले. त्या काळात त्यांना मद्यपान थांबवणे याव्यतिरिक्त डिप्रेशनबद्दल काहीही उपचार दिले गेले नाहीत. महिनाभर मद्यापासून दूर राहिल्यानंतर ८० टक्क्यांहून अधिक लोकांना क्लिनिकल डिप्रेशनचे निकष लागूच पडले नाहीत.

या निष्कर्षाचा असा अर्थ निघतो की, यातील बहुसंख्य लोकांना आलेले वैफल्य अतिमद्यपानामुळे आलेले होते. तो वारंवार येणारा वैफल्याचा झटका नव्हता. अर्थात, या निष्कर्षासाठी आणखी काही स्पष्टीकरणे आहेत : हॉस्पिटलमधले उपचारात्मक वातावरण, मनोविकारातून उत्स्फूर्तपणे बाहेर येणे, वैफल्यग्रस्ततेचा अधूनमधून होणारा उद्रेक (हा झटका कुठल्याही बाह्य घटकांशिवाय येतो-जातो.) परंतु तरीही हे जोमदार निष्कर्ष लक्षवेधी आहेत कारण डिप्रेशनवरील औषधोपचार अथवा समुपदेशन यांचा प्रतिसादही पन्नास टक्केच असतो.

साहजिकच, मी असे काही पेशंट बघितले आहेत ज्यांना बक्षीसमार्ग रिसेट करण्यासाठी चार आठवड्यांपेक्षाही कमी काळ लागतो, तर बाकीच्यांना त्याहून खूप जास्त काळ लागतो. जे लोक अधिक तीव्र अमली पदार्थ मोठ्या प्रमाणात दीर्घ काळ घेत असतात त्यांच्याकरता साहजिकच जास्त वेळ लागतो. तरुण लोक वयस्कर लोकांपेक्षा अधिक लवकर त्यातून बाहेर पडतात कारण त्यांचे मेंदू अधिक लवचीक असतात. आणखी सांगायचं म्हणजे, ड्रग न घेतल्यामुळे येणारी शारीरिक अस्वस्थता ड्रगगणिक बदलते. व्हिडिओ गेमसारख्या व्यसनासाठी ती किरकोळ असते, तर अल्कोहोल

अथवा बेंझोडायपिनसारख्या प्राणघातक ठरू शकणाऱ्या ड्रगसाठी ती खूप अधिक असते.

यातून आपल्याला एक महत्त्वाची पूर्वसूचना मिळते : अतिशय जास्त मद्यपान, बेंझोडायपिन (झनाक्स, व्हॅलीयम, किंवा क्लोनोपिन ) यांचे सेवन अशी व्यसने असतील किंवा ओपीयोईडवर अति अवलंबून असणे आणि त्याच्याविना प्रचंड अस्वस्थ वाटणे, असे प्रकार असतील तर त्या पेशंटनी अचानक ड्रग घेणे बंद केले तर येणारी अस्वस्थता प्राणघातक ठरण्याचा धोका असतो त्यामुळे मी अशा लोकांना डोपामाइन तडकाफडकी पूर्ण बंद करण्याचा सल्ला कधीही देत नाही. अशा पेशंटवर वैद्यकीयदृष्ट्या देखरेखीखाली ते हळूहळू कमी करत जाणे आवश्यक असते.

कधीकधी पेशंट विचारतात की, मी एका ड्रगऐवजी दुसरा ड्रग घेऊ का? : म्हणजे कॅनबीसच्या ऐवजी निकोटीन, पोर्नोग्राफीऐवजी व्हिडिओ गेम. परंतु ही रणनीती दीर्घ काळ प्रभावी ठरत नाही.

कुठलेही बक्षीस जे दुःखाची भुते गाडून सीसॉ आनंदाच्या बाजूला नेऊ शकते त्याच बक्षिसाचे व्यसन लागू शकते. त्यामुळे एका व्यसनाऐवजी दुसरे व्यसन, असा प्रकार होतो. जे बक्षीस पुरेसे शक्तिमान नसते ते बक्षीसच वाटत नाही त्यामुळेच आपण जेव्हा उच्च डोपामाइनयुक्त बक्षीस सेवन करत असतो तेव्हा सर्वसामान्य आनंदाच्या गोष्टींतून आनंद मिळवण्याची आपली क्षमता नाहीशी होते.

काही अल्पसंख्य पेशंटना (साधारण २० टक्के) डोपामाइनच्या उपासानंतरही बरे वाटत नाही. हीदेखील महत्त्वाचीच माहिती आहे. कारण त्यामुळे मला कळते की मानसिक विकाराच्या लक्षणांचे मुख्य कारण हा अमली पदार्थ नाही, तर पेशंटला अन्य कुठलातरी मनोविकार आहे आणि त्यासाठी वेगळा उपचार करावा लागेल.

म्हणजे जेव्हा डोपामाइनचा उपास लाभकारक असतो तेव्हाही त्यासोबत निर्माण होणाऱ्या मनोविकारावर त्याच वेळेस उपचार करावे लागतात. म्हणजे अन्य मनोविकारांवर विचार न करता केवळ व्यसनावरच उपचार करणे याचा परिणाम दोन्हींवर वाईटच होतो.

तरीही अमली पदार्थांचा वापर आणि मानसिक लक्षणे यांच्यातील नाते नीट पाहिले पाहिजे, त्यासाठी पेशंटला उच्च डोपामाइनयुक्त बक्षिसांपासून दूर ठेवताना मला पुरेसा काळ निरीक्षणाखाली ठेवावे लागते.

## एम म्हणजे माइंडफुलनेस (सजगता)

"तुला मनाची तयारी करायला हवी," मी डेलिलाला म्हणाले, "तुला बरं वाटायला लागण्यापूर्वी प्रचंड अस्वस्थ वाटू लागणार आहे. याचा अर्थ मला असं म्हणायचंय की तू पहिल्यांदा कॅनबीस थांबवशील तेव्हा तुझी चिंता खूपच तीव्र होईल. परंतु लक्षात घे की कॅनबीस थांबवल्यामुळे ही चिंता कायमची तुझ्या पाठीशी लागली आहे असा त्याचा अर्थ नाही, तर कॅनबीसचा वापर थांबवल्यामुळे निर्माण झालेली ही तात्पुरती चिंता असेल. तू जेवढा दीर्घ काळ कॅनबीस वापरणार नाहीस तेवढं तुला लवकरात लवकर खूप बरं वाटू लागणार आहे. सहसा हा टप्पा साधारण दोन आठवड्यांनी आला आहे, असं मला पेशंट सांगतात."

"बरं, पण मधल्या काळात मी काय करायचं? तुमच्याकडे मला देण्यासाठी काही गोळ्या वगैरे आहेत का?"

"तुला होणारा त्रास काढून घेण्यासाठी माझ्याकडे कुठलीही गोळी नाही. अन्यथा त्या गोळीचेच तुला व्यसन लागायचे. आपल्याला एक व्यसन जाऊन त्या जागी दुसरे व्यसन यायला नको आहे त्यामुळे जी काही वेदना होतेय ती तू सहन करावीस असं माझं म्हणणं आहे."

त्यावर तिने आवंढा गिळला.

''होय, माहीत आहे मला, कठीण आहे पण त्यातही एक संधी आहे. म्हणजे स्वतचे विचार, भावना, वेदना यांच्यासह सर्व संवेदनांकडे दूरस्थपणे पाहून स्वतःचे निरीक्षण करण्याची संधी तुला त्यातून मिळेल. या प्रकाराला कधीकधी सजगता किंवा आत्मभान असे म्हणतात.''

---

डोपमीनमधला एम म्हणजे माइंडफुलनेस उर्फ सजगता

'सजगता' हा वाक्प्रयोग सध्या इतक्यांदा वापरला जातो की त्याचा अर्थ वापरून गुळगुळीत झाला आहे. आध्यात्मिक चिंतनाच्या बौद्ध धर्मीय परंपरेतून हा शब्द उत्क्रांत झाला असून पाश्चात्त्यांनी एक 'निरोगीपणाचा सराव' म्हणून वेगवेगळ्या विद्याशाखांत त्याचा स्वीकार केला आहे आणि आपल्या गरजेनुसार त्यास जुळवून घेतले आहे. पाश्चात्त्य जाणिवेत हा शब्द एवढा आरपार घुसला आहे की आता तो अमेरिकन प्राथमिक शाळांतही शिकवला जातो. परंतु सजगता (माइंडफुलनेस) याचा खरा अर्थ काय?

सजगता याचा अर्थ आपला मेंदू जे काही करतो आहे ते करत असताना दुसरीकडे त्याचे निरीक्षण करण्याची क्षमता अंगी बाणवणे. परंतु तसे करताना अजिबात टीकात्मक नजरेने त्याच्याकडे पाहायचं नाही. वाटतं त्याहून हे अधिक गोंधळात पाडणारं असतं कारण आपण मेंदूचे निरीक्षण ज्या अवयवाने करणार असतो तो अवयवही मेंदूच असतो. विचित्र वाटतं, हो ना?

मी रात्री आकाशातल्या आकाशगंगेकडे बघते तेव्हा मला नेहमीच आश्चर्य वाटत आलं आहे की हे जे काही इतकं दूर आहे आणि स्वतंत्रपणे अस्तित्वात आहे त्याचाच आपणही भाग असू शकतो हीच बाब किती रहस्यमय आहे! सजगता आचरणात आणणे हे आकाशगंगेचे निरीक्षण करण्यासारखेच आहे. : आपले विचार आणि आपल्या भावना या आपल्यापासून वेगळ्या आहेत आणि त्याच वेळी आपला भागही आहेत, अशा दृष्टीने त्यांच्याकडे बघणे असा त्याचा अर्थ होतो.

त्याशिवाय मेंदू काही विचित्र विचारही करू शकतो, त्यातील काही विचार फारच संकोच निर्माण करणारे असतात, तरीही आपण टीका न करता त्यांच्याकडे पाहणे गरजेचे आहे. सजगता आचरणात आणण्यासाठी

टीकात्मक दृष्टिकोन बाजूला ठेवणे महत्त्वाचे असते कारण आपला मेंदू जसे वागतो आहे त्याचा आपण धिक्कार करू लागलो तर मग कसं होणार? म्हणजे आपण असे म्हणू लागलो की, मी हा विचार का करतोय? याचा अर्थ मी नक्कीच हरणार आहे, मीच विचित्र आहे. पण असा विचार केल्याने आपली निरीक्षणक्षमता नष्ट होते. निरीक्षकाच्या भूमिकेत राहायचे असल्यास आपला मेंदू आणि आपण स्वतः यांच्याकडे नव्या नजरेने पाहणे गरजेचे असते.

२००१ साली मी किचनमध्ये माझ्या नुकत्याच जन्मलेल्या तान्हुल्याला हातात घेऊन उभी होते ते मला आठवतं. तेव्हा माझ्या मनात एक अनाहूत प्रतिमा आली होती की माझ्या बाळाचं डोकं फ्रीजला किंवा ओट्याला आपटून एखाद्या कोवळ्या टरबुजासारखे फुटणार तर नाही ना? ती प्रतिमा माझ्या मनात अगदी ओझरती आली असली तरी अगदी ठळक होती. आणि मी जर सजगतेचे आचरण नियमितपणे करणारी नसते तर तिच्याकडे दुर्लक्ष करण्याचा मी जास्तीतजास्त प्रयत्न केला असता.

सुरुवातीला मला खूपच घाबरायला झालं. एक मानसोपचारतज्ज्ञ म्हणून मी काही मातांवर उपचार केले होते. त्यांच्या मानसिक आजारामुळे त्यांना वाटत होतं की, जगाला वाचवण्यासाठी आपण आपल्या मुलांना मारलं पाहिजे. त्यातील एकीने तर प्रत्यक्ष मारलंही होतं. तो विचार मनात आला की अजूनही माझं मन दुःख आणि खंत यांमुळे भरून जातं. त्यामुळेच मी माझ्या स्वतःच्या मुलाला इजा करते आहे अशी प्रतिमा माझ्या मनात आली तेव्हा मी या बायकांच्या जमावात तर सामील होणार नाही ना, असाच विचार माझ्या मनात आला होता.

परंतु न्यायाधीशाच्या भूमिकेत न जाता केवळ निरीक्षण करायचे हे आठवल्यामुळे मी त्या प्रतिमेचा आणि त्यामागील भावनेचा मागोवा घेतला तेव्हा माझ्या लक्षात आलं मला माझ्या बाळाचं डोकं आपटवायचं नाहीये. उलट असं होण्याची मला पुष्कळ भीती वाटते आहे आणि त्यामुळेच त्या भीतीने ती प्रतिमा साकार केली आहे.

मग स्वतःचा धिक्कार करण्याऐवजी मला स्वतःची कणव वाटू लागली. एक नवमाता म्हणून आपली जबाबदारी किती वाढली आहे या भावनेशी मी झगडत होते, जो जीव संरक्षणासाठी माझ्यावर पूर्णपणे अवलंबून आहे अशा एका असहाय जीवाची काळजी घेणे म्हणजे काय, या भावनेशी मी झगडत होते तेव्हा.

एखाद्या व्यसनापासून आपण दूर राहतो तेव्हा सुरुवातीच्या काळात हे सजगतेचे आचरण खास महत्त्वाचे असते. आपल्या स्वतःच्या विचारांपासून लक्ष दुसरीकडे जावे यासाठी आपल्यातले बरेच लोक उच्च डोपामाइनयुक्त पदार्थ आणि वर्तन यांचा अवलंब करीत असतात. जेव्हा आपण सुटकेसाठी म्हणून डोपामाइनचा आसरा घेणे थांबवतो तेव्हा ते दुःखद विचार, भावना आणि संवेदना जणू आपल्याला पार मोडूनतोडून टाकण्यासाठी चाल करून येतात.

यामागची युक्ती अशी की, दुःखी भावनांपासून पळून जाणे थांबवायचे, त्याऐवजी त्या सहन करणे स्वतःला शिकवायचे. जेव्हा असे करणे आपल्याला शक्य होते तेव्हा आपल्या अनुभवास एक नवी आणि अनपेक्षित समृद्धता प्राप्त होते. म्हणजे वेदना तर असतातच; परंतु त्या केवळ आपल्याच न राहता अधिक व्यापक स्तरावरच्या समाजातील वेदनांना त्या कवेत घेत आहेत असे आपल्याला जाणवू लागते. मी माझी वाचनाची सवय सोडून दिली तेव्हा सुरुवातीचे काही आठवडे मला माझ्या अस्तित्वाचीच प्रचंड दहशत वाटू लागली होती. संध्याकाळी मी कोचावर पहुडले की माझा हात बहुधा एखाद्या पुस्तकाकडे किंवा अन्य कुठल्यातरी चित्त विचलित करणाऱ्या गोष्टीकडे जायचा. मग मी हातांची पोटावर घडी करून आराम करण्याचा प्रयत्न करायची तेव्हा प्रत्यक्षात माझ्या मनात प्रचंड भीती भरून यायची. अशा प्रकारचा माझ्या दिनक्रमातील अगदी छोटासा भासणारा बदलही मला एवढा काळजीत पाडतो आहे हे पाहून मी आश्चर्याने थक्क झाले होते.

त्यानंतर जसजसे दिवस गेले आणि मी ते आचरण चालूच ठेवले तेव्हा मला हळूहळू माझ्या मनाच्या सीमा निवांत होत आहेत, माझ्यातील सजगताही जागृत होत आहे, असं जाणवू लागलं. मग मला दिसू लागलं की मला वर्तमान क्षणापासून सारखं सारखं स्वतःच मन विचलित करण्याची गरज नाही. मी त्या वर्तमान क्षणात जगू शकते आणि तो सहनही करू शकते. एवढेच नव्हे तर आणखीही काही करू शकते.

## इंग्रजी आय याचा अर्थ अंतर्दृष्टी (इनसाईट)

एक महिना व्यसनापासून दूर राहायला डेलिला तयार झाली. त्यानंतर ती परत आली तेव्हा तिची कांती चमकत होती, खाद्याचं पोक नाहीसं झालं

होतं, खिन्न अभिव्यक्ती जाऊन त्या जागी तेजस्वी हास्य उमललं होतं. माझ्या ऑफिसमध्ये ती तडातडा ढांगा टाकत आली आणि खुर्चीवर बसली.

''होय, मी केलं तसं, आणि डॉक, तुमचा विश्वास बसणार नाही परंतु माझी अतिचिंता गायब झाली. निघून गेली.''

''काय झालं सांग बरं मला,''

''सुरुवातीचे काही दिवस फार वाईट होते. माझी अगदी वाटच लागली होती. मी दुसऱ्याच दिवशी हात टेकले होते. काय वेडेपणा! मला कधीच आत्तापर्यंत उलट्या झाल्या नव्हत्या. परंतु मला एवढं मळमळू लागलं होतं, तेव्हा माझ्या लक्षात आलं की कॅनबीस न घेतल्याची ही लक्षणे दिसत आहेत. त्यामुळेच मला त्यापासून दूर राहण्याची प्रेरणा मिळाली.''

''पण त्यामुळे तुला प्रेरणा कशी मिळाली?''

''कारण मला खरोखरच व्यसन लागलं होतं, त्याचा तो पहिला पुरावा होता.''

''मग पुढे कसं कसं झालं? आत्ता तुला कसं वाटतं आहे?''

''अरे, एकदम मस्त वाटत आहे, काळजी तर खूपच कमी वाटते, नक्कीच. आता तर काळजी किंवा चिंता हा शब्दच माझ्या डोक्यात येत नाही. एके काळी हा शब्द अखखा दिवस माझा पिच्छा पुरवायचा. पण आता माझं डोकं शांत झालं आहे. माझ्या व्यसनाचा वास आई-बाबांना लागेल, ते माझ्यावर भडकतील अशी काळजी मला आता करावी लागत नाही. शाळेतही मला कसली चिंता वाटत नसते. वेडसरपणा, संशय या सगळ्या गोष्टी निघून गेल्या आहेत. माझी पुढली नशा मी कधी आणि कशी करू यासाठी मी कितीतरी वेळ आणि मानसिक कष्ट घेत होते, ते करण्यासाठी धावत होते. परंतु आता मला तसं काही करावं लागत नाही हा दिलासा केवढा मोठा आहे. मी आता पैसे वाचवू लागले आहे आणि अधिक साधेसुधे असे कौटुंबिक कार्यक्रमही मला आता खूप आवडू लागले आहेत, असाही शोध मला लागला आहे.

''डॉक्टर, मी तुम्हाला सांगते, की वीड (हशीश) हीच माझी समस्या आहे हे मला कळत नव्हतं. उलट, चिंता ही समस्या सोडवायचा मार्ग म्हणून मी वीडकडे पाहत होते. परंतु आता मी वीड ओढणं थांबवलं आहे, आणि मला कळू लागले आहे की वीडमुळेच माझी काळजी कमी होण्याऐवजी

वाढत होती. मी सतत पाच वर्षं अखंड व्यसन करत होते, त्यामुळे माझी काय अवस्था झाली आहे ते मला दिसतच नव्हतं. मला तर एक प्रकारे धक्काच बसला आहे.''

---

डोपमीन या शब्दातील आय म्हणजे इनसाईट अथवा अंतर्दृष्टी.

मी औषधोपचार करताना माझ्या स्वतःच्या आयुष्यातही पुन्हा पुन्हा पाहिले आहे की आपल्या आवडीच्या व्यसनापासून कमीतकमी चार आठवडे दूर राहण्याचा साधा-सोपा सराव केला तरी आपल्याला आपल्या वर्तनाकडे बघण्याची स्वच्छ अंतर्दृष्टी प्राप्त होते. परंतु आपण ते व्यसन करत असताना तसे अजिबात शक्य नसते.

## एन याचा अर्थ नेक्स्ट स्टेप्स ( पुढील पायऱ्या)

डेलिलाची आणि माझी भेट संपली तेव्हा मी तिला पुढल्या महिन्यातील उद्दिष्ट विचारलं.

''मग काय विचार आहे तुझा? तुला पुढल्या महिन्यातही व्यसनापासून दूर राहायचं आहे की पुन्हा व्यसन सुरू करायचं आहे? ''

''मी शुद्धीत असते ना तेव्हाच माझी अतिउत्तम अवस्था असते,'' डेलिला म्हणाली तेव्हा त्या क्षणाचा मी आनंद घेतला.

'परंतु...' ती म्हणाली, ''मला अद्यापि वीड आवडतं. ते ओढल्यामुळे मनात एक कल्पकतेची भावना निर्माण होते, सुटकेची भावना निर्माण होते ती मला आवडते. त्यामुळे मला त्याचा वापर थांबवायचा नाही. मी परत ते वापरणार, परंतु आधी जशी वापरत होते तसं नाही.''

---

डोपमीनमधील एन याचा अर्थ पुढील पायऱ्या.

या टप्प्यावर मी पेशंटला विचारते की, एक महिना व्यसन न केल्यानंतर तुम्हाला पुढे काय करायचं आहे. जे एक महिना व्यसन थांबवू शकलेले

असतात आणि व्यसन सोडण्याचे फायदे त्यांनी अनुभवले असतात, असे माझे बहुसंख्य पेशंट तरीदेखील त्या व्यसनाकडे जाऊ इच्छितात, परंतु आधी ते ज्या प्रकारे व्यसन करत होते त्या प्रकारे त्यांना ते करायचे नसते. म्हणजे त्यांना ते कमी प्रमाणात करायचं असतं.

व्यसनावरील औषधक्षेत्रातील एक सततचा वाद चालू आहे तो म्हणजे जे लोक ड्रगचा वापर व्यसनासारखा करत असतात ते पुढे जाऊन त्या ड्रगची मात्रा, सौम्य आणि बिनजोखमीची अशी घेऊ शकतात का? कित्येक दशकांपासून अल्कोहोलिक्स ॲनॉनिमस यांनी सांगितले आहे की व्यसनी लोकांसाठी व्यसन अजिबात न करणे हाच एक पर्याय शिल्लक असतो.

परंतु सध्या असाही पुरावा समोर आलेला आहे की भूतकाळात जे लोक 'व्यसनी' या श्रेणीत बसत होते – खासकरून ज्यांना कमी तीव्रतेची व्यसने लागली होती ते त्यांच्या आवडीचा ड्रग नियंत्रित स्वरूपात वापरू शकतात. माझ्या मानसोपचाराच्या अनुभवात हे खरे ठरले आहे.

## ई याचा अर्थ एक्सपेरिमेंट अथवा प्रयोग करणे

डोपामाइन शब्दातील शेवटचे ई हे अक्षर म्हणजे एक्सपेरिमेंट अथवा प्रयोग करणे.

या टप्प्यावर पेशंट त्यांच्या जगात परत जातात तेव्हा त्यांनी डोपामाइनचा (आनंद, दुःखाचा समतोल) असा नवा बिंदू सोबत नेलेला असतो आणि तो तसाच समतोल कसा ठेवायचा याची योजनाही त्यांच्यासोबत असते. आता त्यांचे ध्येय 'पूर्णपणे व्यसनमुक्ती' असो किंवा डेलिलाप्रमाणे 'सौम्य वापर' असो– ते साध्य कसे करायचे याविषयी आम्ही मिळून ठरवतो. चुका करण्याच्या आणि त्या सुधारण्याच्या धिम्या प्रक्रियेतून आम्हाला कळतं की कशाचा उपयोग होतो आणि कशाचा उपयोग होत नाही.

तीव्र व्यसनी लोकांनी सौम्य वापराचे ध्येय ठेवले तर हा उपाय अंगलट येऊ शकतो, हे मी त्यांना सांगितले नाही तर तो माझा निष्काळजीपणा ठरेल. कारण काही काळ सोडल्यानंतर ते व्यसन पुन्हा करू लागले की त्याचे प्रमाण प्रचंड वाढते. त्यास 'अब्स्टिनन्स व्हायोलेशन इफेक्ट' (काही काळ वापर थांबवल्यावर पुन्हा व्यसन सुरू केले तर त्याचे प्रमाण खूप जास्त होणे) असे म्हणतात.

ज्या उंदरांची जनुकीय व्यसनी प्रवृत्ती दिसून येते त्यांना दोन ते चार आठवडे मद्य पिण्यापासून रोखल्यानंतर समोर मद्य ठेवले जाते तेव्हा ते त्यावर तुटून पडतात आणि त्यानंतर आपण कधी त्यापासून लांब राहिले नव्हतो अशा प्रकारे त्याचे सेवन करू लागतात; अशाच प्रकारचा अनुभव उंदरांना उच्च कॅलरीच्या अन्नाची सवय केल्यावर आलेला आहे. परंतु ज्या उंदीर आणि घुशी जनुकीयदृष्ट्या व्यसनी प्रवृत्तीच्या नसतात त्यांच्या बाबतीत तसे होत नाही.

प्राण्यांच्या अभ्यासात एक गोष्ट स्पष्ट होत नाही, ती म्हणजे व्यसन सोडून दिल्यानंतरच्या काळात समोर अन्न अथवा मद्य असा कॅलरीयुक्त व्यसनाचा पदार्थ आला तर त्याच्यावर तुटून पडण्याची प्रवृत्ती जेवढी दिसते तशी ती कोकेनसारख्या बिनाकॅलरीच्या पदार्थांच्या बाबतीत दिसून येत नाही. यामागचे कारण या उंदरांची जनुकीय प्रवृत्ती हे आहे. तरीही व्यसनात सौम्यता आणणे शक्य असते तेव्हाही माझे बरेच पेशंट येऊन सांगतात की सौम्य प्रमाणात व्यसन चालू ठेवणे खूप दमवून टाकणारे आहे त्यामुळे ते सरतेशेवटी दीर्घ काळ व्यसनापासून दूर राहणेच पसंत करतात.

परंतु अन्नाचं किंवा स्मार्टफोनचं व्यसन लागलेल्या पेशंटचं काय? ही व्यसने तर पूर्णपणे कुणीच थांबवू शकत नाही.

सौम्यता कशी आणायची हा प्रश्न आधुनिक जीवनात अधिकाधिक महत्त्वाचा होऊ लागला आहे. कारण उच्च डोपामाइनयुक्त पदार्थांची एवढी रेलचेल झाली आहे की जरी प्रत्यक्ष 'व्यसनी' हा शिक्का आपल्यावर मारता येत नसला तरीही व्यसनाला (अनिवार अतिभोगाला) आपण सर्व जण बळी पडण्याची शक्यता खूप वाढली आहे.

आणखी म्हणजे स्मार्टफोनसारखे प्रत्यक्ष दिसणारे व्यसन आता आपल्या जीवनाच्या नानाविध पैलूंत एवढे खोल जाऊन बसले आहे की, त्याचा वापर आपल्यासाठी आणि आपल्या मुलांसाठी कमी कसा करायचा हाच एक अग्रक्रमाचा विषय बनला आहे. त्यासाठी मी आता आत्मसंयमाचे वर्गीकरण कसे करावे ते आपल्यासमोर आणणार आहे.

परंतु आपण आत्मसंयमाबद्दल बोलण्यापूर्वी डोपामाइन उपासाच्या पायऱ्यांचा एकदा आढावा घेऊ. त्याचं अंतिम उद्दिष्ट आपला होमिओस्टाटिस समतोल पातळीवर आणायचा आणि वेगवेगळ्या रूपांमध्ये आनंद अनुभवण्याची क्षमता वाढवायची हे आहे.

## प्रकरण ५

# स्थळ, काळ आणि अर्थ

वर्षभर अनिवार लैंगिक वर्तनापासून दूर राहिल्यानंतर २०१७ सालच्या ऑटमच्या (पानगळीच्या) मौसमात जेकब पुनश्च व्यसनास बळी पडला. तेव्हा तो ६५ वर्षांचा होता.

त्यामागचं कारण घडलं ते म्हणजे तो पूर्व युरोपात घरच्यांना कुटुंबासह भेटायला गेला, त्या सुमारासच त्याची सध्याची पत्नी आणि पहिल्या लग्नातील मुलं यांचं एकमेकांशी पटत नव्हतं, त्यामुळे परिस्थिती तणावाची झाली होती. समस्या पैशाची होती आणि कुणाला काय मिळणार, हे जुनंच रडगाणं त्यात होतं.

या तीन आठवड्यांच्या सहलीतील दोन आठवडे त्याची मुलं भडकलेली होती कारण त्यांनी मागितले तेवढे पैसे जेकबने त्यांना दिले नव्हते, तर त्यांना पैसे देण्याचा तो विचार करतोय हेच त्याच्या बायकोला सहन होत नव्हतं. तो कुणालाही दुखवायला घाबरत होता आणि परिणामतः सर्वांनाच दुखवायची भीती त्यास ग्रस्त करत होती.

आपण मनावर ताबा ठेवण्यासाठी खूपच धडपड करत आहोत हे मला कळावं म्हणून त्यानं मला परदेशातूनच ई-मेल पाठवली. तो अद्याप व्यसनाकडे परत गेला नव्हता, परंतु जायच्या काठाशी पोहोचला होता. मी त्याला फोनवरून थोडंफार समुपदेशन दिलं आणि सांगितलं की परत आलात की ताबडतोब भेटायला या. मग परतल्यावर आठवड्याभराने तो भेटायला आला खरा, पण तोपर्यंत खूप उशीर झाला होता.

‘‘हॉटेलच्या खोलीतील टीव्हीमुळे माझ्या मनात पुन्हा त्या गोष्टीची आठवण उफाळून आली,’’ तो मला म्हणाला, ‘‘मला खरं तर यूएस ओपन मॅच पाहायची होती, मी पलंगावर आडवा पडून एकेक चॅनेल पुढे पुढे सरकवत होतो. तेव्हा मला प्रचंड नैराश्य आलं होतं. माझ्या कुटुंबाचा, पत्नीचा विचार करताना आपण त्यांना किती निराश केलं आहे असाच विचार माझ्या मनात येत होता. तेवढ्यात मला टीव्हीवर एक नग्न स्त्री दिसली. खरं तर टीव्ही बघेपर्यंत मी ताळ्यावर होतो, परंतु मी टीव्ही लावला हीच माझी घोडचूक ठरली. मग मला परत जुन्या सवयीकडे जावंसं वाटू लागलं. मग ते विचार मला थांबवताच येईनात.’’

‘‘मग काय घडलं?’’

‘‘मंगळवारी मी घरी आलो, पण कामावर गेलो नाही . मी घरीच यूट्यूब बघत थांबलो. तेव्हा मी एका साइटवर लोकांना शरीरं रंगवताना पाहिलं... लोक एकमेकांची नग्न शरीरं रंगवत होते. ही कसलीतरी कला असावी असा माझा अंदाज आहे. मग बुधवारी मला स्वतःला आवर घालताच येईना. मी बाहेर गेलो आणि माझं यंत्र बनवण्याचे सुटे भाग पुन्हा घेऊन आलो.’’

‘‘ते विजेवर चालणारं उत्तेजक यंत्र का?’’

‘होय,’ तो दुःखाने म्हणाला, माझ्या डोळ्याला डोळे भिडवण्याची त्याला लाज वाटत होती, ‘‘समस्या अशी आहे की तुम्ही सुरुवात करता तेव्हा त्या धुंदीत दीर्घ काळ असता. जणू कसल्यातरी समाधीत असल्यासारखं होतं. तेव्हा इतकं बरं वाटत होतं मला. माझ्या मनात दुसरा कुठलाही विचार येतच नव्हता. मग मी न थांबता वीस तास तसं केलं. संपूर्ण बुधवारचा दिवस आणि रात्र मी तेच करत होतो. त्यानंतर गुरुवारी मी त्या मशीनचे तुकडे कचऱ्यात टाकून दिले आणि कामाला गेलो. त्यानंतर शुक्रवारी मी पुन्हा ते कचऱ्यातून काढले, दुरुस्त केले आणि दिवसभर वापरले. मग मी शुक्रवारी रात्री मी माझ्या स्पॉन्सरला फोन केला आणि सांगितलं की, शनिवारी मला सेक्साहोलिक अनॉनिमसच्या मीटिंगला यायचं आहे. रविवारी मी पुन्हा कचऱ्यातून ते भाग बाहेर काढले आणि वापरले. आणि मग सोमवारी तसेच केले. मला थांबायचं आहे, पण ते जमत नाहीये. आता मी काय करू?’’

‘‘हे यंत्र आणि त्याचे स्पेअर पार्ट्स काही असतील तर ते गाठोड्यात गुंडाळ आणि सगळं कचऱ्यात फेकून दे. त्यानंतर घरातला कचरा बाहेर

डम्पिंग ग्राउंडवर किंवा अशा ठिकाणी घेऊन जा जिथून तुला ते भाग परत आणणे अशक्य असेल.'' माझं म्हणणं समजल्यासारखी त्याने मान हलवली. ''त्यानंतर तुला जेव्हा कधी तसं करण्याची इच्छा किंवा उबळ झाली तर गुडघे टेकून खाली बस आणि प्रार्थना कर. प्रार्थना कर आणि देवाला सांग की मला मदत कर. परंतु ही प्रार्थना करशील तेव्हा गुडघे टेकून खाली बस आणि मगच कर. हे फार महत्त्वाचं आहे.''

मी या ठिकाणी रोजचं जीवन आणि अध्यात्म यांची सरमिसळ करत होते. परंतु तसं सांगताना एखादी गोष्ट उच्च किंवा खालच्या दर्जाची आहे असा विचारही माझ्या मनात आला नव्हता. खरं तर, त्याला प्रार्थना करायला सांगायची म्हणजे एक अलिखित नियम तोडल्यासारखं होतं. कारण डॉक्टर हे देवाविषयी कधी बोलत नसतात. परंतु माझा श्रद्धेवर विश्वास आहे आणि रोमन कॅथलिक म्हणून लहानपणापासून संगोपन झालेल्या जेकबच्या मनातही त्या श्रद्धेचे प्रतिध्वनी उमटतील असं मला सहजप्रेरणेने वाटलं.

त्याला गुडघे टेकून बसायला लावणं यातही कसल्यातरी शारीरिक कृतीचा समावेश होता. म्हणजे त्याचं मन जे कृत्य करण्याची जबरदस्ती त्याच्यावर करत होतं त्यावर उपाय म्हणून ती शारीरिक कृती मला आवश्यक वाटत होती. किंवा कदाचित त्याने आपली शरणागती प्रत्यक्ष कृतीने दर्शवावी असं मला आतून वाटू लागलं असावं.

''प्रार्थना केल्यावर उठून उभा रहा आणि स्पॉन्सरला फोन कर,'' त्यानं पुन्हा मान हलवली.

''बरं आणि जेकब, स्वतःशी इतका कठोर वागू नकोस, स्वतःला क्षमा कर. तू काही वाईट माणूस नाहीस. बाकीच्या लोकांच्या असतात तशाच तुझ्याही काही समस्या आहेत.''

---

जेकबने त्याचं मशीन दूर टाकून देण्याच्या कृतीसाठी आत्मसंयमन हाच वाक्प्रयोग वापरता येऊ शकतो. अनिवार अतिभोगाचे व्यसन नष्ट करण्यासाठी आपल्या आवडीचा ड्रग आणि आपण यांच्यात हेतुपूर्वक आणि स्वेच्छेने अडथळा निर्माण करण्याचा हाच मार्ग आहे. आत्मसंयमन हा केवळ इच्छेचा प्रश्न नाही. अर्थात, वैयक्तिक इच्छा यात थोडीफार भूमिका

वठवते; परंतु आपल्या इच्छेला मर्यादा असतात हे आत्मसंयमन उघडपणे मान्य करते.

परिणामकारक आत्मसंयमनाची गुरूकिल्ली म्हणजे एका शक्तिमान मोहाच्या प्रभावाखाली असलं की आपली त्याविरुद्ध स्वेच्छेने वागण्याची शक्ती नाहीशी होते, ही गोष्ट सर्वप्रथम मान्य करणे. आणि त्यानंतर स्वेच्छेने निवड करण्याची क्षमता शाबूत असतानाच स्वतःवरचा ताबा कायम ठेवणे, हे असते.

आपण व्यसन करण्याची जबरदस्त इच्छा मनात उफाळून येईपर्यंत थांबून राहिलो तर मग आनंद घेण्याची/वेदना नष्ट करण्याची प्रतिक्षिप्त ओढ टाळणे जवळजवळ अशक्यच होऊन जाते. मग त्या इच्छांच्या आवेगात आपल्याला काहीही ठरवता येत नाही.

परंतु आपण आणि आपल्या आवडीचे व्यसन यांच्यात आपण प्रत्यक्ष दृश्य असे अडथळे निर्माण केले तर आपण इच्छा आणि कृती यांच्यामध्ये एक 'पॉज'ची बटणं दाबून ठेवतो.

दुसरे म्हणजे आत्मसंयमन ही एक आधुनिक गरज बनली आहे. सिगरेटवरील कर, मद्यपानावरील विशिष्ट वयाचा निर्बंध इत्यादी बाह्य नियम आणि मंजुऱ्या तसेच कोकेन जवळ बाळगण्यास प्रतिबंध करणारे कायदे या सगळ्या गोष्टी आवश्यक असल्या, तरी त्या आजच्या जगात कधीच पुरेशा ठरणार नाहीत कारण या जगात उच्च डोपामाइनयुक्त पदार्थांची सतत वाढती विविधता असून ते पदार्थ अनंत प्रकारे लोकांना उपलब्ध आहेत.

वर्षानुवर्षे माझे पेशंट मला त्यांनी स्वतः योजलेल्या आत्मसंयमनाच्या नानाविध पद्धती सांगत आले आहेत. मग एका टप्प्यावर मी त्या पद्धती लिहून ठेवू लागले. त्यानंतर त्या पद्धतींमागच्या हेतूंची नव्याने मांडणी करून इतर पेशंटना सल्लाही देऊ लागले. त्यातूनच मी जेकबला सांगितलं होतं की तू तुझं यंत्र खूप दूरच्या डम्पिंग ग्राउंडमध्ये टाकून ये, जिथून तुला ते पुन्हा आणता येणार नाही.

मी माझ्या पेशंटना विचारते, 'तुमच्या आवडीचं व्यसन सहज करायला मिळू नये यासाठी कुठल्या प्रकारचे अडथळे तुम्ही उभारू शकता?' मी स्वतःही माझ्या आयुष्यात आत्मसंयमनाचा वापर करून व्यसनाच्या समस्यांचे व्यवस्थापन केले आहे.

आत्मसंयमनाचे वर्गीकरण आपण तीन मुख्य गटांत करू शकतो : स्थळ, काळ आणि अर्थ म्हणजे दृश्य अडथळे (स्थळ), क्रमवारीने येणारे अडथळे (काळ) आणि श्रेणी मार्गाने येणारे (कॅटेगरीकल) अडथळे (अर्थ). इथून पुढे आपल्याला दिसेल की आत्मसंयमन हे अपयशी ठरूच शकत नाही असा प्रकार नाही- खासकरून तीव्र व्यसनी लोकांसाठी तर ते कठीणच होते. त्याच प्रकारे, स्वतःची फसवणूक, चुकीची श्रद्धा आणि छद्मविज्ञान यासही लोक बळी पडू शकतात.

परंतु व्यसनातून बाहेर यायची सुरुवात करण्यासाठी तो एक चांगला आणि आवश्यक टप्पा आहे.

## *दृश्य आत्मसंयमन*

होमर लिखित कादंबरीतील ओडीसस हा ट्रोजन युद्धानंतर घरी परत येत होता तेव्हा त्याच्या वाटेत बरेच धोके उभे होते. त्यातला पहिला धोका होता सायरेन या अर्ध- स्त्रीरूप आणि अर्ध- पक्षीरूपातील प्राण्यांचा. हे जीव आपल्या मंत्रमुग्ध गाण्यांनी खलाश्यांना भुलवून जवळच्या बेटांवरील खडबडीत कड्यांवर नेऊन त्यांना मृत्युद्वाराशी ढकलत होते.

सायरनकडून कसलीही इजा न होता त्यांना ओलांडून पुढे जाण्याचा एकच मार्ग खलाश्यांसमोर होता तो म्हणजे त्यांचे गाणे ऐकायचे नाही हाच. ओडीससने आपल्या खलाश्यांना हुकूम दिला की तुम्ही तुमच्या कानांत मधमाश्यांचे मेण भरा आणि मला या जहाजाच्या शिडाला घट्ट बांधून ठेवा. मी जर 'मला मोकळं सोडा' अशी विनंती केली किंवा स्वतःहून सुटण्याची धडपड केली तर मला आधीपेक्षा घट्ट बांधून ठेवा.

या प्रसिद्ध ग्रीक लोककथेनुसार आत्मसंयमाचा एक प्रकार म्हणजे प्रत्यक्ष दृश्य अडथळे अथवा भौगोलिक अंतर आपण आणि व्यसन यांच्यात निर्माण करायचं. या ठिकाणी माझ्या काही पेशंटनी मला काही उदाहरणं सांगितली, ती पुढीलप्रमाणे आहेत : 'मी माझा टीव्ही उचलला आणि कपाटात ठेवून दिला', 'मी माझा गेम कॉन्सोल गॅरेजमध्ये टाकून दिला', 'मी क्रेडिट कार्डचा वापर बंद केला- आता फक्त कॅशच वापरतो, राहायच्या हॉटेलला आधीच फोन करून खोलीतला मिनीबार हटवायला सांगतो,

हॉटेलला फोन करून मिनी बार आणि टीव्ही दोन्ही खोलीतून हटवायला सांगतो. मी माझा आयपॅड बँक ऑफ अमेरिकेतल्या सेफ डिपॉझिट लॉकरमध्ये ठेवून दिला आहे.'

ऑस्कर नामक माझे एक गलेलठ्ठ पेशंट वयाने ७७-७८ च्या घरात आहेत. त्यांचं मन खूपच तल्लख असून आवाज अगदी जोरदार आहे. त्यांना मोठमोठ्याने स्वगत बोलायची सवय आहे, एवढी की त्यांना सामूहिक उपचाराच्या वर्गातून बाहेर पडावे लागले होते. त्यांना अभ्यासिकेत काम करताना, गॅरेजमध्ये दुरुस्ती करताना, बागकाम करताना अतिमद्यपानाचे व्यसन होते.

प्रयत्न करत, चुकतमाकत हे वर्तन कसे टाळायचं हे ते शिकले. त्यासाठी त्यांना घरातून सर्व मद्य काढून टाकावे लागले. घरात आणलेले कुठलेही अल्कोहोल एका फायलींच्या खणात बंद करून ठेवले जाऊ लागले. त्या खणाची चावी फक्त त्यांच्या बायकोकडे होती. ती पद्धत वापरून ऑस्कर वर्षानुवर्षे मद्यापासून यशस्वीपणे दूर राहिले.

परंतु आत्मसंयमनाची हमी नेहमीच देता येत नाही, असा सावधगिरीचा इशाराही मला द्यायला हवा. कधीकधी हा अडथळाच आव्हानाचं आमंत्रण बनतो. आपल्या आवडीचा अमली पदार्थ मिळवण्याची शक्कल लढवणे हाच त्याच्या आकर्षणाचा भाग बनतो.

एके दिवशी ऑस्करची बायको शहराबाहेर जाताना वाइनची महाग बाटली कपाटात ठेवून आणि चावी सोबत घेऊन गेली. ती ज्या दिवशी गेली त्या पहिल्या संध्याकाळी ऑस्करच्या मनात कपाटातल्या बाटलीचा विचार येऊ लागला. बाटली तिथे आहे हे त्यांना माहीत होतं. तो विचार त्यांच्या जाणिवेत भुतासारखा शिरला होता. अतिशय दुःखदायक आणि वैतागवाणा विचार होता तो. 'मी खणाकडे जातो आणि सगळं काही बंद आहे ना ते बघतो मग माझ्या मनातला तो विचार जाईल', असं त्यानं स्वतःला सांगितलं.

मग ते बायकोच्या अभ्यासिकेत गेले आणि त्यांनी कपाटाचा खण ओढला. आश्चर्य म्हणजे खण अर्धा इंच उघडला आणि दोन फायलींच्या मध्ये उभी बाटली दिसली. ती बाटली बाहेर काढता आली नसती; परंतु तिचं बूच दिसत होतं आणि तेच अप्राप्य असूनही मनाला गुदगुल्या करीत होतं.

मग ते अख्खा मिनिटभर काळोख्या खणाकडे पाहत बाटलीचा विचार करत उभे राहिले. त्यांचं एक मन म्हणत होतं की खण बंद कर, तर दुसरं मन त्या बाटलीकडे धावत होतं. मग त्यांच्या मेंदूत घंटा वाजली आणि त्यांनी ठरवलं म्हणा किंवा ठरवणं बंद केलं म्हणा, पण त्यांनी सरळ कृतीला सुरुवात केली.

ते घाईघाईने गॅरेजमधून हत्याराची पेटी आणायला गेले. मग कामाला लागून- कुलूप खोलून खण उघडण्यासाठी नानाविध हत्यारे वापरली. त्यांचं लक्ष आणि निर्धार अगदी लेसर किरणासारखा अचूक होता, पण त्यांना काही खण उघडता आला नाही. वापरलेलं कुठलंही हत्यार कुलपात जाऊ शकलं नाही.

त्यानंतर हातातली निरगाठ अचानक सुटावी तसं त्यांना उत्तर सुचलं. अरेच्चा! हा विचार आधी का नाही माझ्या मनात आला?

ते उठून उभे राहिले, आता घाई करण्याची काहीच गरज नव्हती. त्यांचं ध्येय आता टप्प्यात होतं. मग त्यांनी लांब दांड्याची पक्कड सोडून सोडून बाकी सगळी हत्यारं जागेवर ठेवून दिली. मग त्या पकडीने बाटलीचं बूच काढलं, मग ते बूच आणि पकड हलक्या हाताने टेबलावर ठेवून ते किचनमध्ये गेले आणि त्यांनी आणखी लागणारे शेवटचं हत्यार तिथून आणले. तो होता प्लॅस्टिकचा लांब स्ट्रॉ. अशा प्रकारे त्यांनी शक्कल लढवून व्यसन केलंच. परंतु हे होऊ नये यासाठी फाइल कॅबिनेटमध्ये बाटली न ठेवता त्यांनी 'केसेफ किचन' सेफ नामक तिजोरी वापरली असती तर ती कामाला आली असती. ही तिजोरी ब्रेडबॉक्सच्या आकाराची असते. तिच्या पारदर्शक प्लास्टिकमध्ये काहीही घुसवता येत नाही. या केसेफमध्ये कुकी, आयफोन यांच्यापासून ओपीयॉईड औषधे राहू शकतात. त्यावरची डायल फिरवली की त्या लॉकमधले वेळाचे घड्याळ सेट होते. आणि एकदा का वेळ सेट झाली की ती वेळ होईपर्यंत काही केल्या ना ती तिजोरी उघडते ना ते प्लास्टिक मटेरिअलही तोडले जाते.

याचा अर्थ प्रत्यक्ष आत्मसंयमन हे आता तुमच्या स्थानिक केमिस्टकडेही उपलब्ध आहे. म्हणजे तुमचे ड्रग फायलिंग कॅबिनेटमध्ये कुलूपबंद ठेवण्याऐवजी आता आपण सेल्युलरचे कुलूप वापरून ते बंद ठेवू शकतो.

नाल्ट्रेकझोन नामक एक औषध मद्य आणि ओपीयॉईडच्या व्यसनापासून दूर जाण्यासाठी वापरले जाते आणि ते जुगारापासून ते अति खाणे, अति

खरेदी करणे अशा आणखी बऱ्याच व्यसनांवर उपायासाठीही वापरले जाते. नाल्ट्रेकझोन हे ओपीयॉईडचा रिसेप्टर बंद करून टाकते त्यामुळे व्यसनातून आनंद मिळण्याच्या वेगवेगळ्या वर्तनावर चाप बसतो.

'नाल्ट्रेकझोन वापरल्यामुळे आम्हाला दारू पिण्याची खूपच कमी इच्छा होते किंवा इच्छा होतच नाही', असं माझ्या बऱ्याच पेशंटनी मला सांगितलं आहे. कित्येक दशकं या समस्येशी झुंजणाऱ्या पेशंटना अजिबात दारूला स्पर्श न करण्याची शक्ती निर्माण होते किंवा अन्य लोकांसारखे अगदी सौम्य प्रमाणात दारूचे सेवन त्यांना करता येते तेव्हा त्यांना जणू साक्षात्कार झाल्यासारखेच होते.

कारण नाल्ट्रेकझोन शरीराच्या आतली ओपीयॉईड यंत्रणाच बंद करून टाकते त्यामुळे लोकांना वाटते की त्यामुळे ही माणसे डिप्रेशनमध्ये जातील काय? परंतु तसा विश्वासार्ह पुरावा मिळालेला नाही; परंतु अधूनमधून मला असे काही पेशंट दिसले आहेत. ते म्हणतात की नाल्ट्रेकझोनमुळे आमच्या आनंदाची पातळी एका ठरावीक स्थितीलाच स्थिर राहिलेली आहे.

एक पेशंट मला म्हणाला, ''नाल्ट्रेकझोन मला मद्यपान न करण्यासाठी मदत करतं; परंतु त्यामुळे मला पूर्वी जसं बेकन खायला आवडायचं, किंवा गरम पाण्याचा शॉवर आवडायचा किंवा भरपूर व्यायाम केल्यावर आनंद मिळायचा तोही आता मिळेनासा झाला आहे.'' त्यावर उपाय म्हणून आम्ही ठरवलं की ज्या परिस्थितीत दारूपानाचा धोका अधिक जास्त आहे अशी 'हॅपी अवर'सारखी परिस्थिती येण्याची शक्यता असेल त्याआधी अर्धा तास नाल्ट्रेकझोन घ्यायचं. नित्यनेमाने न घेता गरज लागेल त्याप्रमाणे नाल्ट्रेकझोन घेण्याचा दृष्टिकोन ठेवल्यामुळे त्याला सौम्य प्रमाणात मद्यपान आणि बेकनचाही आनंद पुनश्च घेता आला.

२०१४ सालच्या उन्हाळ्यात मी एका विद्यार्थ्यासोबत चीनला गेले. तिथे बीजिंगमधल्या न्यू हॉस्पिटल नामक सरकारी अनुदान नसलेल्या व्यसनमुक्ती रुग्णालयात भरती होऊ इच्छिणाऱ्या लोकांच्या मुलाखती आम्हाला घ्यायच्या होत्या.

आम्ही एका ३८ वर्षांच्या माणसाशी बोललो. तो म्हणाला की, न्यू हॉस्पिटलमध्ये उपचाराला येण्यापूर्वी त्याच्यावर व्यसनोपचाराची शस्त्रक्रिया करण्यात आली होती. या शस्त्रक्रियेत हेरोईनचे परिणाम बंद करण्यासाठी

एक दीर्घ काळ चालणारे नाल्ट्रेकझोनचे 'इन्प्लांट' त्याच्या शरीरात रोपण करण्यात आले होते.

तो म्हणाला, ''२००७ साली मी वुहान प्रांतात शस्त्रक्रियेसाठी गेलो. आई-वडिलांनी मला तिथे जायला लावलं आणि शस्त्रक्रियेचे पैसेही दिले. आता तिथल्या सर्जननी नक्की काय केलं ते माहीत नाही, पण मी तुम्हाला हे सांगू शकतो की त्याचा काही उपयोग झाला नाही. कारण शस्त्रक्रियेनंतर मी हेरोईन ओढत राहिलो. परंतु मला त्यामुळे कसलीच उत्तेजना निर्माण होत नव्हती. तरी मी ते करत राहिलो कारण ते घेणं ही माझी सवय झाली होती. पुढले सहा महिने मी दररोज हेरोईन घ्यायचो, पण मला काही नशा होत नव्हती. तरीही मी ते थांबवण्याचा विचार केला नाही कारण माझ्याकडे विकत घ्यायचे पैसे होते. सहा महिन्यांनी नशा परत जाणवू लागली. त्यामुळे यांच्याकडे माझ्याकरता काहीतरी नवे आणि अधिक चांगले उपचार असतील अशा आशेने मी येथे आलो आहे.''

या प्रसंगातून समजते की, अंतर्दृष्टी, आकलन आणि वर्तन बदलण्याची इच्छा या गोष्टी नसतील तर केवळ फार्मकोथेरपी (ड्रगच्या वापराने वैद्यकीय उपचार) करून यश मिळण्याची शक्यता खूप कमी असते.

मद्यपानाचे व्यसन दूर करण्यासाठी वापरले जाणारे आणखी एक औषध आहे डिसूलफिरम. अल्कोहोलच्या चयापचयावर हे औषध परिणाम करते. त्यामुळे शरीरात एसेटाडेहाइड नामक द्रव साठतो. मग चेहरा लाल होणे, मळमळणे, उलट्या होणे, रक्तदाब वाढणे अशा गोष्टी होतात आणि एकूणच आजारी पडल्याची भावना निर्माण होते.

मद्यपानापासून दूर जाऊ इच्छिणाऱ्या लोकांसाठी दररोज डिसूलफिरम घेणे हा परिणामकारक उपाय ठरतो. खासकरून असे लोक जे सकाळी आज बिलकूल प्यायचं नाही, असा निर्धार करून उठतात; परंतु संध्याकाळी घरी जाईपर्यंत त्यांचा निर्धार डळमळतो अशा लोकांसाठी ते फारच उपयुक्त आहे. इच्छाशक्ती हा काही अथांग, अनंत असा मानवी स्रोत नाही असे दिसून आले आहे. एखाद्या स्नायूचा व्यायाम करावा तशी ती असते आणि आपण जेवढी इच्छाशक्ती जास्त वापरू तेवढी ती थकून जाते.

एका पेशंटने म्हटले की, 'डिसूलफिरम घेतलं की मला प्यायचं नाही हे दिवसभरात फक्त एकदा ठरवावं लागतं, पण तेच घेतलं नसेल तर दिवसभर माझ्या डोक्यात घेऊ की नको हाच विचार घोळत राहतो.'

काही लोक – मुख्यत्वेकरून पूर्व आशियाई लोक यांच्यात एक जनुकीय उत्परिवर्तन झालेले असते. त्यामुळे डिसूलफिरम ड्रग न घेताही त्यांचं शरीर मद्यपानास तसाच प्रतिसाद व्यक्त करते. या व्यक्तींचे ऐतिहासिकदृष्ट्याच मद्यपानाचे प्रमाण कमी असते.

परंतु अशी नोंद घ्यायला हवी की, हल्लीच्या काही दशकांत पूर्व आशियाई देशांतील वाढत्या मद्यपानामुळे या एके काळच्या संरक्षित गटातही मद्यपानाचे व्यसन वाढले आहे. आता शास्त्रज्ञ असा शोध लावत आहेत की उत्परिवर्तनयुक्त लोकांनी मद्यपान केले तर अल्कोहोल–संबंधित कर्करोगांना बळी पडण्याची जोखीम वाढते.

आत्मसंयमनाच्या सर्वच उपचारांप्रमाणे डिसूलफिरम हेही चुकू शकते. माझा पेशंट अर्नोल्ड हा कित्येक दशके दारू पीत होता. जेव्हा त्याला हृदयविकाराचा मोठा झटका आला तेव्हा ही समस्या अधिकच तीव्र झाली त्यामुळे त्याच्या मेंदूच्या 'फ्रंटल लोब' या भागाच्या कामकाजावर परिणाम झाला. (नीट बोलणे, प्रतिक्षिप्त क्रिया इत्यादी गोष्टींवर या भागाचे नियंत्रण असते, त्यावर परिणाम झाला.) हृदयविकारतज्ज्ञाने त्याला सांगितले की, मद्य पिणे थांबव अन्यथा मरशील. या ठिकाणी जीवच पणाला लागला होता. मी त्याला डिसूलफिरम औषध लिहून दिलं आणि सांगितलं की, हे औषध चालू असताना दारू प्यायलास तर आजारी पडशील. मग त्याने ते औषध न चुकता घ्यावे म्हणून त्याच्या बायकोने त्याला दर दिवशी सकाळी औषधाची गोळी देणे सुरू केले. त्याने गोळी गिळली आहे ना, हेदेखील ती त्याचं तोंड उघडून पाहत होती.

एके दिवशी बायको बाहेर गेलेली असताना अर्नोल्ड दारूच्या दुकानात गेला, तिथे जाऊन ७५० मिलीलिटरची व्हिस्कीची बाटली घेऊन आला आणि प्यायला. बायकोने घरी आल्यावर बघितलं तर या बुवाने दारू प्यायली होती. पण तिला आश्चर्य कसलं वाटलं असेल तर डिसूलफिरममुळे तो आजारी पडला नव्हता. त्याला नशा चढली होती पण आजारी पडला नव्हता.

दुसऱ्या दिवशी त्याने अपराधाची कबुली दिली. त्याआधीचे तीन दिवस त्याने गोळीच गिळली नव्हती, बायको त्याचं तोंड उघडून बघायची तेव्हा तो पडलेल्या दाताच्या खोबणीत ती लपवून ठेवत होता.

शारीरिक आत्मसंयमनाच्या अन्य प्रकारात आपल्या शरीररचनेत बदल घडवून आणले जातात. उदाहरणार्थ, गॅस्ट्रिक बाइंडिंग, स्लीव्ह गॅस्ट्रेक्टॉमी आणि गॅस्ट्रिक बायपास अशा वजन कमी करायच्या शस्त्रक्रिया केल्या जातात.

या शस्त्रक्रियांमुळे पोट छोटे होते किंवा कॅलरी शोषणारा जठराचा भाग कमी होतो. गॅस्ट्रिक बँड हा पोटाभोवती एक प्रत्यक्ष वेढा घालतो. त्यामुळे जठराचा अथवा छोट्या आतड्याचा कुठलाही भाग न काढता पोट छोटे होते. स्लीव्ह गॅस्ट्रेक्टॉमीमध्ये जठराचा काही भाग काढला जातो आणि ते छोटे होते. तर गॅस्ट्रिक बायपास शस्त्रक्रियेत ज्या ठिकाणी अन्नातील पोषणद्रव्ये शोषली जातात त्या ठिकाणी छोट्या आतड्याला जठराभोवती आणि डयूडनम या लहान आतड्याच्याच भागाभोवती गुंडाळले जाते.

एमिली नावाच्या माझ्या पेशंटची गॅस्ट्रिक बायपास शस्त्रक्रिया २०१४ साली झाली, त्यामुळे वर्षभरात तिचे वजन ११३ किलोवरून खाली उतरून ५२ किलो झाले. बाकी अन्य बरेच उपचार तिने करून पाहिले होते, पण तिचे वजन कमी झाले नव्हते. असा प्रकार होणारी एमिली एकटीच नाही. वजन कमी करायच्या शस्त्रक्रिया या जाडेपणासाठी उपयोगी ठरतात, खासकरून जेव्हा बाकीचे उपचार निरुपयोगी ठरतात तेव्हा तसे होते; परंतु त्याचेही काही अवांच्छित परिणाम होतातच.

गॅस्ट्रिक बायपास शस्त्रक्रिया करणाऱ्या चारपैकी एकाला दारूच्या व्यसनाची नवीनच समस्या निर्माण होते. शस्त्रक्रिया झाल्यावर एमिलीलाही दारूचं व्यसन लागलं. त्यामागची कारणं बरीच होती.

बहुतेक जाड्या लोकांना अति अन्न खाण्याचा हव्यास असतो. ही समस्या केवळ शस्त्रक्रिया करून सुटत नाही. ही शस्त्रक्रिया करणाऱ्या काही लोकांना खाण्याच्या सवयी बदलण्यासाठी वर्तन आणि मानसिकता यांच्यात हस्तक्षेपही गरजेचा असतो. ते केले नाही तर त्यामुळे त्यांच्यातील बरेच लोक पुन्हा खाण्याच्या चुकीच्या सवयी पुन्हा अनुसरतात, त्यामुळे त्यांच्या छोट्या केलेल्या जठरावर ताण येतो, त्यातून मग वैद्यकीय गुंतागुंती निर्माण होऊन पुन्हा शस्त्रक्रिया करावी लागते. जेव्हा अन्न हा पर्याय उरत नाही तेव्हा त्यातले बरेच लोक आणखी एका व्यसनाकडे म्हणजे अल्कोहोलकडे जातात.

आणखी एक बाब म्हणजे शस्त्रक्रियेमुळे मद्याचे पचन होण्यातही बदल घडून येतो. आणि त्याच्या शोषणाचा वेग वाढतो. जठराचा आकार नॉर्मल किंवा नेहमीचा नसल्यामुळे अल्कोहोल ताबडतोबच रक्तात शोषले जाते. जठरामध्ये होणारी पहिली पचनाची क्रिया होत नाही. परिणामतः, पेशंटला नशा लवकर चढते आणि जसं काही शिरेतूनच इंजेक्शन दिलं असावं त्याप्रमाणे कमी दारू पिऊनही तो जास्त काळ धुंदीत राहतो.

एवढ्या लोकांचे आरोग्य सुधारणाऱ्या वैद्यकीय हस्तक्षेपाचा आपण गौरव करू शकतो आणि तो केलाही पाहिजे. परंतु आपले शरीराच्या आतले अवयव काढून टाकणे किंवा त्यांना वेगळा आकार देणे इत्यादी प्रकार करावे लागतात, हे वास्तव म्हणजे मानवी उपभोगाच्या इतिहासाला मिळालेले एक महत्त्वाचे वळण ठरते.

आपल्याला व्यसनाच्या वस्तू उपलब्ध होऊ नयेत म्हणून त्या कुलूपबंद पेट्यांत ठेवण्यापासून ते ओपीयॉईड रिसेप्टर्स बंद करण्याच्या औषधांपर्यंत, तसेच जठर आखूड करणाऱ्या शस्त्रक्रियांपर्यंत प्रत्यक्ष शारीरिक आत्मसंयमन आधुनिक जीवनात सर्वत्र दिसते. त्यातूनच डोपामाइनवर मोठा चाप लावण्याची गरज आहे तेही आपल्याला समजते.

माझ्या बाबतीत बघायचं तर किंडलचं बटन दाबलं की पुस्तकं माझ्या डोळ्यांसमोर हजर होत होती. पण तेव्हा माझ्या इच्छेपेक्षा किंवा माझ्या दृष्टीने योग्य होतं त्यापेक्षा अधिक काळ मी काल्पनिक जगात राहत होते. मग मी किंडलच दूर टाकून दिलं, त्यामुळे डाउनलोड करता येतील अशा कामुक कादंबऱ्यांचा सततचा रतीबच थांबला. परिणामतः, मला अशा चॉकलेटी कादंबऱ्यांत रमण्याच्या प्रवृत्तीला सौम्य करता आलं. लायब्ररीत किंवा पुस्तकांच्या दुकानात जाऊन पुस्तक घेणे या साध्यासुध्या कृतीमुळे मी आणि माझ्या व्यसनात एक योग्य अडथळा निर्माण केला.

## योग्य क्रमाने केलेले आत्मसंयमन

स्वसंयमनाचा आणखी एक प्रकार म्हणजे वेळमर्यादा आणि अमुक इतके केले पाहिजे अशी रेषा आखणे.

दिवसातील-आठवड्यातील-महिन्यातील अथवा वर्षातील विशिष्ट वेळेपुरता उपभोग मर्यादित केल्यामुळे आपण वापरावर निर्बंध आणू

शकतो. उदाहरणार्थ, फक्त सुट्टीच्या दिवशी, किंवा फक्त रविवारी, किंवा गुरुवारच्या आधी कधीच नाही अथवा संध्याकाळी पाचच्या आधी कधीच नाही, अशा प्रकारच्या बऱ्याच मर्यादा एखाद्या वस्तूच्या उपभोगाविषयी स्वतःला घालू शकतो.

कधीकधी अमुक वेळापेक्षाही अमुक टप्पा अथवा अमुक ध्येय साध्य करण्याच्या दृष्टीने आपण स्वतःवर बंधन घालू शकतो. उदाहरणार्थ, वाढदिवस होईपर्यंत किंवा अमुक एक काम संपेपर्यंत थांबेन किंवा पदवी मिळाल्यावर किंवा बढती मिळाल्यावर अमुक करीन असे म्हणू शकतो. जेव्हा ती वेळ येते किंवा स्वतःहून ठरवलेले ध्येय साध्य होते तेव्हा ते व्यसन पूर्ण करता येणे हेच आपले बक्षीस असते.

मज्जारज्जुतज्ज्ञ एस. एच. अहमद आणि जॉर्ज कुब यांनी दाखवून दिले आहे की, उंदरांना दररोज सहा तास हवे तेवढे कोकेन खायला दिले तर हळूहळू कोकेन हवे म्हणून पिंजऱ्यातील तरफ त्यांना दाबावी लागते, ती दाबण्यातच ते इतके प्रचंड दमतात की, कधीकधी त्यांचा मृत्यू ओढवतो. ड्रगच्या उपलब्धीचा काळ वाढवून (म्हणजे सहा तास करून) त्या काळात हवे तेवढे ड्रग घ्यायला दिले तर मेथंफेंटामीन, निकोटीन, हेरोईन आणि अल्कोहोल यांचाही कोकेनसारखाच परिणाम होतो, असे निरीक्षण आहे.

तथापि, ज्या उंदरांना कोकेन दिवसाला केवळ एकच तास मिळत होते, ते बरेच दिवस त्या तासात संपणाऱ्या कोकेनच्या विशिष्ट मात्रेवरच थांबले होते. म्हणजेच प्रत्येक दिवस जाईल तसा कोकेन हवे असल्याची मागणी करणारी तरफ ते विशिष्ट वेळातच दाबत होते.

या अभ्यासावरून दिसते की, ज्या वेळात व्यसन करता येईल त्या वेळेची चौकटच आपण अरुंद केली तर आपल्याला व्यसन सौम्य प्रमाणात करता येईल आणि अमर्याद उपलब्धीमुळे होणाऱ्या अनावर वाढत्या उपभोगावर मर्यादा येईल.

---

उदाहरणार्थ, स्मार्टफोनचा वापर किती वेळ करतो त्याचा ट्रॅक ठेवणे, त्यावर वेळेचे बंधन घातले, अशा गोष्टी करून आपल्याला त्याचे भान येते, त्यायोगे आपण त्याचा अतिरेकी वापर कमी करतो. आपण किती वेळ

फोनवर असतो, अशी वस्तुनिष्ठ आकडेवारी आपण जाणीवपूर्वक वापरतो तेव्हा आपल्याला ती नाकारणे शक्य होत नाही. मग आपण अधिक चांगली कृती करण्याच्या मन:स्थितीत येतो.

तथापि, हा प्रकार कधीकधी पटकन अंगलट येऊ शकतो. म्हणजे जेव्हा आपण डोपामाइनच्या पाठलागात असतो तेव्हा त्यात वेळ कसा गेला ते आपल्या लक्षात येत नाही.

एका पेशंटने मला सांगितले की, तो मेथंफेंटामीन वापरत होता तेव्हा त्याने स्वतःलाच पटवून दिलं होतं की वेळेचा विचार करण्याची काहीही गरज नाही. त्याला वाटत होतं की आपण नंतर ती भर सहज करू. हे म्हणजे कपड्याचा एखादा भाग कापून घेतला तरी तो शिवून आधीसारखाच करता येईल असे त्याला वाटत असावे. मी कल्पना केली की, हा माणूस स्वतः रात्रीच्या आकाशात एखाद्या मोठ्या नक्षत्रसमूहासारखा तरंगत असावा आणि विश्वाला पडलेले समयाचे भगदाड शिवत असावा.

एखादे ड्रग घेण्याचे पुढे ढकलण्याची क्षमता उच्च डोपामाइनयुक्त पदार्थांमुळे कमी होते. या प्रकारास 'डिले डिस्काउंटिंग' असे नाव आहे.

डिले डिस्काउंटिंग याचा अर्थ एखाद्या बक्षिसासाठी आपल्याला जेवढी जास्त वाट पाहावी लागते तेवढी त्याची किंमत कमी होते. म्हणजे आज आपल्याला दोनशे रुपये मिळणार असतील तर त्याची किंमत एक वर्षाने मिळणाऱ्या दोनशे रुपयांपेक्षा नक्कीच जास्त असते.

अल्पकालीन बक्षिसांची किंमत दीर्घकालीन बक्षिसांहून जास्त ठरवण्याच्या वृत्तीवर आणखी बऱ्याच घटकांचा परिणाम होतो. यातील एक घटक म्हणजे व्यसनशील ड्रग आणि वर्तन यांचा उपभोग हे आहे.

वर्तनाधारित (बिहेव्युरल) अर्थतज्ज्ञ ॲन, लिन ब्रेटविल आणि त्यांचे सहकारी यांनी अनुक्रमे हेरोईन आणि मेथंफेटामीनच्या चालू वापरकर्त्यांची तुलना माजी वापरकर्त्यांशी करून पाहिली. त्याच प्रकारे त्या त्या व्यक्तीचे लिंग, वय, शैक्षणिक पातळी इत्यादी दृष्टीनेही त्यांचा अभ्यास केला. तेव्हा या अभ्यासकांनी भाग घेणाऱ्यांना कल्पना करायला सांगितले की तुम्हाला १ लाख नॉर्वेजियन क्रोनरची (म्हणजे अंदाजे १४६०० अमेरिकी डॉलरची किंवा १२.१८ लाख भारतीय रुपयांची) लॉटरी लागली अशी कल्पना करा.

मग त्यांनी भाग घेणाऱ्यांना विचारलं की तुम्हाला यापेक्षा कमी पैसे आता लगेच द्यावेत की आठवड्याभराने संपूर्ण रक्कम द्यावी. तर ड्रगच्या २०

टक्के सक्रिय वापरकर्त्यांनी सांगितले की आम्हाला आत्ताच्या आत्ता पैसे हवेत. मग कमी मिळाले तरी चालतील. परंतु असे नुकसान माजी वापरकर्त्यांपैकी केवळ चार टक्के लोकांनी आणि लिंग-वय-शिक्षण आधारित गटांपैकी केवळ २ टक्के लोकांनी स्वीकारले.

लिंग-वय-शिक्षण आधारित गटांपेक्षा सिगरेट ओढणारे लोक पैशांच्या रूपात मिळणारे बक्षीस डिस्काउंट करण्याची शक्यता अधिक असते. (म्हणजे बक्षिसाची अधिक प्रतीक्षा करावी लागली तर त्याची किंमत त्यांच्यासाठी कमी असते) ते जेवढे जास्त धूम्रपान करतात, जेवढे अधिक निकोटीन सेवन करतात तेवढी त्यांच्या दृष्टीने भावी बक्षिसांची किंमत कमी होते. काल्पनिक पैसे आणि प्रत्यक्ष मिळणारे पैसे यांच्या बाबतीतही हीच गोष्ट खरी ठरते.

व्यसनांचे अभ्यासक वॉरन के. बीकेल आणि त्यांच्या सहकाऱ्यांनी ओपीयॉईडचे व्यसनी लोक आणि निरोगी आत्मसंयमी लोक यांना एक लेखी गोष्ट पूर्ण करायला सांगितले. त्या गोष्टीची पहिली ओळ त्यांनी लिहून दिली होती की : 'सकाळी जाग आल्यावर बिल आपल्या भविष्याचा विचार करू लागला. सर्वसामान्यतः त्याची अपेक्षा होती की...'

तेव्हा गटातल्या ओपीयॉईडच्या व्यसनी लोकांनी भविष्यातील सरासरी नऊ दिवसांचा विचार केला, तर निरोगी आत्मसंयमी लोकांनी साधारणपणे ४.७ वर्षांचा विचार केला. हा धक्कादायक फरक आपल्याला दाखवून देतो की, जेव्हा आपण एखाद्या व्यसनशील ड्रगच्या तावडीत असतो तेव्हा काळाचे क्षितिज आकसून जाते.

याउलट, मी जेव्हा पेशंटला विचारते की, आपण व्यसनमुक्त व्हायचं असा निर्णायक क्षण तुमच्यासाठी कुठचा असतो तेव्हा ते क्षणाऐवजी दीर्घ काळाचा विचार मनात आला, असे सांगतात. म्हणजे वर्षभर हेरोईन घेणाऱ्या एका पेशंटने मला सांगितले की, ''माझ्या अचानक लक्षात आले की मी वर्षभर हेरोईन घेत आहे. मी आत्ता थांबलो नाही तर हे व्यसन मी आयुष्यभर करत राहीन.''

केवळ वर्तमान क्षणाचा विचार करण्याऐवजी संपूर्ण जीवनप्रवाहाचा विचार केल्यामुळे या तरुणाला दैनंदिन जीवनाचा अधिक नेमका आत्मसंयमी आढावा घेता आला. डेलिलाच्या बाबतीतही तसेच झाले होते. आपण पुढली दहा वर्षं कॅनबीस ओढत राहू की काय, या विचाराने घाबरून तिने चार आठवडे त्यापासून दूर राहायचं ठरवलं होतं.

आजच्या डोपामाइन-समृद्ध वातावरणात आपण सगळे जण ताबडतोब उपभोग मिळाला पाहिजे या गोष्टीला सवकलेले आहोत. आपल्याला काहीतरी ऑनलाइन विकत घ्यायचं असतं, मग दुसऱ्याच दिवशी ते आपल्या दारात येतं. आपल्याला काहीतरी माहिती हवी असते आणि पुढल्याच क्षणी त्याचं उत्तर आपल्या स्क्रीनवर हजर असतं. गोष्टींचं रहस्य कष्ट करून उलगडण्याचं कसब आपण हरवून बसलो आहोत का? किंवा उत्तर शोधताना येणारी निराशा आता आपल्याला सहन होईनाशी झाली आहे का? आपल्याला हव्या त्या गोष्टी मिळण्याची वाट पाहू शकत नाही का आपण?

बक्षीस ताबडतोब मिळणे आणि विलंबाने मिळणे यांतील निवडप्रक्रिया मेंदूच्या ज्या भागांत होते त्यांचा अभ्यास मज्जारज्जुतज्ज्ञ सॅम्युअल मॅक्लूअर आणि त्यांचे सहकारी यांनी केला. तेव्हा त्यांना दिसून आलं की माणसे जेव्हा ताबडतोब मिळणारे बक्षीस निवडतात तेव्हा भावना आणि बक्षीस या प्रक्रिया करणारे मेंदूतील भाग उजळतात. जेव्हा माणसे बक्षीस विलंबाने मिळाले तरी चालेल, असे ठरवतात तेव्हा त्यांच्या मेंदूतील प्री-फ्रंटल भाग म्हणजे नियोजन आणि अमूर्त विचार करणारा भाग सक्रिय होतो.

यातून असा अर्थ निघतो की, सध्या आपला 'बक्षीसमार्ग' हाच आपल्या जीवनाला चालना देणारा वर्चस्ववादी घटक ठरल्यामुळे प्री-फ्रन्टल कॉर्टिकल अॅट्रॉफी या आजाराला बळी पडण्याची शक्यता वाढते. (प्री-फ्रन्टल कॉर्टिकल अॅट्रॉफी म्हणजे मेंदूतील काही पेशी मरण्याचा विकार- यामुळे आपली नजर कमी होते आणि समोर दिसणाऱ्या माहितीवर निर्णय घेण्याची प्रक्रिया कमी होते)

उच्च डोपामाइनयुक्त पदार्थांचे सेवन हा या डिले डिस्काउंटिंगवर परिणाम करणारा एकमेव बदलता घटक नसतो.

उदाहरणार्थ, जे लोक अपुऱ्या स्रोतांच्या वातावरणात लहानाचे मोठे होतात आणि जिथे राहणीमान कमी असते अशा लोकांना नंतर मिळालेल्या बक्षिसांपेक्षा त्वरित मिळालेल्या बक्षिसाची किंमत अधिक असते. तसेच ज्या लोकांचे राहणीमान कमी असते, पण त्यांच्या देशातले स्रोत भरपूर असतात त्यांनाही जवळचे बक्षीस अधिक पसंतीचे वाटते. झोपडपट्टीत राहणाऱ्या लहान ब्राझीलवासीय मुलांना विद्यापीठात शिकणाऱ्या मुलांपेक्षा पटकन मिळणारे बक्षीस अधिक प्रिय असते.

त्यामुळेच गरिबी हा व्यसनासाठी एक जोखमीचा घटक ठरतो. खासकरून स्वस्त डोपामाइन ज्या जगात सहजगत्या मिळते तिकडे तर तो असतोच.

---

व्यसनाची (अनिवार अति उपभोगाची) समस्या निर्माण करणारा आणखी एक बदलता घटक म्हणजे आज आपल्याला भरपूर फावला वेळ असतो आणि त्यामुळे कंटाळाही येतो हे आहे.

पूर्वीच्या काळात शेती, उत्पादन, घरकाम आणि अन्य कामे भरपूर वेळ घेणारी आणि मेहनत लागणारी अशी असायची. ती आता यंत्रावर होतात त्यामुळे लोक दररोज जेवढा वेळ कामात घालवायचे तो वेळ कमी होऊन फावला वेळ अधिक मिळू लागला आहे.

अमेरिकेतील सरासरी कामगार नागरी युद्धाच्या (१८६१ ते १८६५) पूर्वीच्या काळात- शेतीत असो की उद्योगात असो, पण तो दिवसाला दहा ते बारा तास, आठवड्याला साडेसहा दिवस काम करायचा, वर्षाला ५१ आठवडे काम करायचा आणि त्यास फावला वेळ दिवसाला जेमतेम दोन तास किंवा त्याहून कमी मिळायचा. काही कामगार- बरेचदा स्थलांतरित स्त्रिया तर दिवसाला १३ तास, आठवड्याचे सहा दिवस काम करायच्या, तर बाकीचे लोक गुलामगिरीतच खितपत पडले होते.

त्याउलट, अमेरिकेत आजच्या घडीला फावला वेळ पाहिला तर १९६५ ते २००३ या काळात तो आठवड्याला ५.१ तासांनी वाढला आहे, वर्षाला २७० जास्तीचे फावले तास लोकांना मिळू लागले आहेत. २०४० सालापर्यंत अमेरिकेतील सर्वसाधारण दिवसभरातील फावल्या तासांची संख्या ७.२ तास होणार आहे आणि रोजचे कामाचे तास ३.८ एवढेच राहणार आहेत. अन्य उच्च उत्पन्न देशांमधील हे आकडेही साधारण असेच आहेत.

शिक्षण आणि सामाजिक-आर्थिक दर्जा यांनुसार अमेरिकेतील फावला वेळ खाली- वर होतो, परंतु तुम्हाला जसं वाटत असेल त्या पद्धतीने तो होत नाही.

१९६५ साली कमी शिक्षित आणि अधिक शिक्षित अशा सर्वच अमेरिकावासी लोकांना समान फावला वेळ मिळत होता. परंतु आजच्या अमेरिकेत हायस्कूलचा डिप्लोमा नसलेल्या प्रौढांना (कमी शिकलेल्या

प्रौढांना) पदवीधर किंवा अधिक शिकलेल्या प्रौढांपेक्षा (उच्च शिक्षित प्रौढांपेक्षा) आठवड्यात ४२ टक्के अधिक फावला वेळ मिळतो. कॉलेज डिग्री नसलेल्यांकडे खूप कमी रोजगार आहे ते त्याचे कारण आहे.

डोपामाइनचा उपभोग म्हणजे कामात न घालवलेले तास भरून काढण्याचा केवळ एक मार्ग नाही, तर त्याच कारणाने लोक नोकरी करू इच्छित नाहीत असेही होऊ लागले आहे. अर्थतज्ज्ञ मार्क ॲग्वियर आणि त्यांच्या सहकाऱ्यांनी लिहिलेल्या एका लेखाचे अतिशय अचूक शीर्षक आहे, 'लेजर लक्झरीज अँड लेबर सप्लाय ऑफ यंग मेन.' फावल्या वेळातील आराम आणि नोकरी-इच्छुक तरुणांचा पुरवठा. ते म्हणतात, ''२१ ते ३० या वयोगटांतील तरुणांच्या मागील पंधरा वर्षांत कामाच्या तासांमध्ये जेवढी घट दिसली आहे त्याहून अधिक वयाच्या स्त्री-पुरुषांच्या कामाच्या तासांतली घट कमी आहे. २००४ सालापासून 'वेळ आणि त्याचा वापर' ही आकडेवारी दाखवते की तरुण मंडळींनी आपला फावला वेळ व्हिडिओ गेम आणि अन्य मनोरंजनात्मक कप्यूटरच्या खेळांकडे वळवला आहे.''

लेखक एरिक जे. आयनेली यांनी त्यांच्या स्वतःच्या व्यसनाचा इतिहास थोडक्या शब्दांत असा मांडला आहे. ते म्हणतात : खूप वर्षांपूर्वी म्हणजे अगदी मागल्या जन्मी वाटावं अशा काळात मी प्रचंड दारू पीत होतो. तेव्हा माझा एक मित्र मला म्हणाला, 'तुझं संपूर्ण अस्तित्व तीन भागांत वर्णन करता येण्यासारखं आहे . १) भरपूर नशा करा, २) नशा केल्यावर मूर्खासारखे चाळे करा, ३) परत भानावर येण्याचा प्रयत्न करा.' खरं तर आम्ही एकमेकांना जास्त काळ ओळखत नव्हतो, जास्तीतजास्त दोन महिने असतील तरीदेखील त्यानं माझं नेहमीचं शुद्धबुद्ध हरवेपर्यंत दारू पिणं पाहिलं होतं. कुठल्याही व्यसनाने स्वतःहूनच निर्माण केलेला हा एक चिरस्थायी भोवरा असतो आणि त्यात तो माणूस अडकलेला असतो. त्याला माझी नक्की काय समस्या आहे ते समजले होते. मग मिस्किलपणे हसत त्यानं एक सर्वसमावेशक गृहीतक मांडायला सुरुवात केली होती. मला वाटतं की अर्धवट विनोद करतच तो पुढे म्हणाला होता की व्यसनी लोक हे खरे तर कंटाळलेले किंवा हताश लोक असले तरी ते प्रत्यक्षातले समस्या सोडवणारेच असतात. जेव्हा समोर कुठलेही आव्हानच नसते तेव्हा ते शक्कल लढवून जादूगार हौदिनीसारखी काहीतरी परिस्थिती निर्माण करतात.

मग यश मिळालं तर तो अमली पदार्थ त्यांचं बक्षीस बनतो आणि अपयशी ठरले तर तोच अमली पदार्थ त्यांचं सांत्वन करतो.

---

मी मोहम्मदला पहिल्यांदा भेटले तेव्हा तो खळखळत्या नदीसारखा धो धो बोलत सुटला होता. अनेक कल्पनांनी फुसांडणाऱ्या मेंदूच्या वेगापुढे त्याच्या जिभेचा वेग कमी जणू कमीच पडत होता.

"मला वाटतं की मला थोडीशी व्यसनाची समस्या आहे," तो म्हणाला तेव्हा त्याच्या प्रांजळपणामुळे मला हा मुलगा लगेचच आवडला.

मध्यपूर्वेतल्या उच्चारांची किंचित झाक असलेल्या अस्खलित इंग्रजीत त्याने मला त्याची कहाणी सांगितली.

तो मध्यपूर्वेतून २००७ साली अमेरिकेत गणित आणि इंजिनिअरिंगची पदवी घेण्यास आला होता. त्याच्या मायदेशी कुठल्याही प्रकारचा अमली पदार्थ वापरण्यास प्रचंड शिक्षा होती.

अमेरिकेत आल्यावर कसलीही भीती न बाळगता केवळ गंमत म्हणून ड्रगचा वापर करता येणे हे त्याला स्वातंत्र्य मिळाल्यासारखे वाटले. सुरुवातीला त्याने ड्रगचा आणि दारूचा वापर आठवड्याच्या शेवटापुरता मर्यादित ठेवला, पण वर्षभरातच तो दररोज कॅनबीस ओढू लागला. पण त्यामुळे आपले परीक्षेतले गुण आणि आपली लोकांशी मैत्री हे दोन्ही ढासळू लागले आहेत हे त्याला दिसू लागलं.

मग त्याने स्वतःला सांगितलं, "मला पदवी मिळाली पाहिजे, त्यानंतर मास्टरच्या डिग्रीसाठी प्रवेश मिळाला पाहिजे आणि त्यानंतर पीएचडीकरता शिष्यवृत्ती मिळाली पाहिजे. हे सगळं होईपर्यंत मी कॅनबीसला हातही लावणार नाही."

स्वतःला दिलेलं वचन पाळून त्यानं मेकॅनिकल इंजिनिअरिंगमधील मास्टर डिग्रीसाठी स्टॅंडर्ड विद्यापीठात प्रवेश मिळवला आणि पीएचडीकरता शिष्यवृत्तीही मिळवली. त्यानंतर परत कॅनबीस ओढायला सुरुवात केली तेव्हा त्याने प्रतिज्ञा केली की, मी फक्त आठवड्याच्या शेवटी कॅनबीस ओढणार.

परंतु पीएचडीचा अभ्यास सुरू होऊन वर्ष झाल्यावर तो दररोज ओढू लागला होता. मग दुसरं वर्ष संपायला आलं तेव्हा त्याने स्वतःसाठी नवीन

नियम लागू केले : काम करताना १० मिलीची कॅनबीस ओढायची, काम करत नसताना ३० मिलीची कॅनबीस ओढायची. आणि खास प्रसंगी नशेने अगदी टुन्न व्हायचे असेल तेव्हा ३०० मिली कॅनबीस ओढायची.

पण पीएचडीची शेवटची महत्त्वाची परीक्षाच मोहम्मद नापास झाला. दुसऱ्यांदा दिली, तेव्हाही नापास झाला. आता त्याची त्या कार्यक्रमातून हकालपट्टीच होणार होती, परंतु त्याने 'एक शेवटची संधी द्या' असं साकडं प्राध्यापकांना घातलं.

२०१५च्या वसंत ऋतूत, मुहम्मदने ठरवलं की आपण पीएचडीची अंतिम परीक्षा पास होईपर्यंत कॅनबीस ओढायचं नाही मग ती पास होण्यास कितीही काळ लागो. पुढल्या वर्षी त्याने कॅनबीसवर पूर्ण बहिष्कार टाकला आणि पूर्वी कधीही केले नव्हते एवढे कष्ट केले . त्याने लिहिलेला अंतिम अहवाल १०० पानांचा होता.

"ते माझ्या जीवनातील अत्यंत सकारात्मक आणि उत्पादक अशा वर्षांपैकी एक वर्ष होतं. " त्यानं मला सांगितलं.

त्यावर्षी तो परीक्षा पास झाला आणि परीक्षेनंतरच्या रात्री मित्राने सण साजरा करण्यासाठी कॅनबीस आणल्या . सुरुवातीला मोहम्मदने नाही म्हटले, परंतु मग मित्र म्हणाला ," तुझ्यासारख्या स्मार्ट मुलाला व्यसन लागूच कसं शकेल? "

मोहम्मदने स्वतःला सांगितलं की आत्ता या वेळेस घेतो मी, पण यानंतर पदवी हातात येईतो स्पर्शही करणार नाही.

परंतु, सोमवार येईपर्यंत त्या प्रतिज्ञेचं रूपांतर ज्या दिवशी वर्ग असतील त्या दिवशी मारीजुआना घेणार नाही असं झालं. त्यानंतर मग ज्या दिवशीचे वर्ग खूप कठीण असतील त्या दिवशी मारीजुआना घेणार नाही असं झालं. तेच पुढे ज्या दिवशी परीक्षा असतील त्या दिवशी मारीजुआना घेणार नाही असं झालं. त्यानंतर सरतेशेवटी सकाळी नऊ वाजेपर्यंत मारीजुआना घेणार नाही असं झालं.

मोहम्मद हुशार होता, पण मग जेव्हा जेव्हा तो मारीजुआना ओढत होता तेव्हा तेव्हा त्याला स्वतःवर लादलेल्या मर्यादा सांभाळता येत नव्हत्या हे त्याच्या लक्षात कसं येत नव्हतं? कारण एकदा का त्याने कॅनबीस वापरणे सुरू केलं की त्याच्यावर तर्काचा अंमल चालत नव्हता तर 'आनंद-दुःखाच्या

सीसॉ'चा अंमल चालत होता. त्याने एकदा जरी ओढलं तरी त्याच्यावरचा तर्काचा परिणाम नाहीसा होत होता. त्या नशेच्या अमलाखाली त्याला कॅनबीस ओढण्यामुळे लगेच मिळणारी बक्षिसे आणि त्यांचे दीर्घकालीन तोटे यांचा वस्तुनिष्ठपणे विचार करता येत नव्हता. डिले डिस्काउंटिंगचा नियमच या राज्यात लागू होत होता.

मोहम्मदच्या बाबतीत क्रमाक्रमाने आत्मसंयमन हे अशा प्रकारे चाललं आणि सौम्य प्रमाणात कॅनबीस घेत राहणं हा त्याच्यासाठी पर्यायच उरला नाही. सरतेशेवटी, त्याला दुसरा मार्ग शोधावा लागला आणि तो त्याने शोधलाही.

## श्रेणीनुसार (कॅटेगरीकल) आत्मसंयमन

जेकबचं व्यसन उफाळून आल्यावर एक आठवड्याने मला तो पुन्हा भेटायला आला. त्याने अख्खा आठवडाभर व्यसन केलं नव्हतं. त्यानं अशा कचराकुंडीत यंत्र नेऊन टाकलं होतं जिथे त्याच दिवशी कचरा उचलला जाणार होता. त्याचप्रमाणे त्याने त्याचा लॅपटॉप आणि टॅबलेट दूर ठेवून दिलं. त्यानंतर कित्येक वर्षांनी प्रथमच तो चर्चमध्ये गेला आणि त्याने घरच्यांसाठी प्रार्थना केली.

''स्वतःबद्दल आणि स्वतःच्या अडचणींबद्दल विचार न करणे हाच एक चांगला बदल होता. तसंच मी स्वतःची लाज बाळगणंही थांबवलं. माझी गोष्ट दुःखाची असली तरी त्याबद्दल काहीतरी करू शकतो हेच किती दिलासा देणारं आहे.''

मग क्षणभर थांबून तो म्हणाला, ''पण मला आतून छान वाटत नाहीये. मी तुम्हाला सोमवारी भेटलो आणि शुक्रवार येईपर्यंत आत्महत्या करण्याचा विचार माझ्या मनात घोळू लागला होता, पण आपण तसं काही करणार नाही हेही मला माहीत होतं.''

''व्यसन बंद केल्यामुळे आलेली ती नैराश्याची भावना आहे.'' मी म्हणाले, ''ही नैराश्याची भावना लाटेसारखी तुमच्या अंगावर आदळली तरी धीर सोडू नका. सबुरी सोडू नका, जसं जसं काळ जाईल तसं तुम्हाला बरं वाटू लागेल.''

त्यानंतर अनेक आठवडे आणि महिने गेले आणि या काळात जेकबला केवळ पॉर्नोग्राफी, चॅटरूम्स, टेन्स युनिट्स यांच्यापासून दूर राहायला जमलंच, पण कुठल्याही मोहापासून दूर जायला जमलं.''

त्याने टीव्ही, सिनेमे, यूट्यूब, स्त्रियांच्या व्हॉलीबॉल स्पर्धा अशा सगळ्या गोष्टी पाहणं सोडलं ज्यायोगे त्याच्या मनात लैंगिकदृष्ट्या उत्तेजित करणाऱ्या प्रतिमा येतील. त्यानंतर त्याने विशिष्ट प्रकारचे बातम्यांचे लेखही वाचणे बंद केले. उदाहरणार्थ, स्टॉर्मी डॅनियल्स नामक एका स्ट्रीपरचे डोनाल्ड ट्रम्पशी संबंध असल्याचा आरोप होता. सकाळच्या वेळेस आरशासमोर उभे राहून दाढी करतानाही तो अंगात हाफ चड्डी घालून उभा राहू लागला. कारण स्वतःच्या नग्नतेकडे पाहूनदेखील मनात मोह निर्माण व्हायला नको.

''मी बराच काळ माझ्या शरीराशी खेळलो आहे. पण आता मी यापुढे तसं करू शकत नाही. माझ्या व्यसनी मनाला जे काही उत्तेजित करील ते सगळं मला टाळलंच पाहिजे.''

---

श्रेणीनुसार आत्मसंयमाने उपभोगाला चाप बसतो कारण आपण डोपामाइनचे वर्गीकरण वेगवेगळ्या श्रेणीत करतो : म्हणजे जे उपप्रकार वापरण्यास आपण स्वतःला परवानगी देतो आणि जे वापरण्यास परवानगी देत नाही अशात वर्गीकरण करतो

या पद्धतीमुळे आपल्याला हवा असलेला ड्रग टाळता येतो; परंतु त्याचबरोबर ज्या गोष्टी केल्यामुळे आपल्याला तो ड्रग सेवन करण्याची उबळ येते ती गोष्टही आपण टाळतो. खासकरून अन्न, सेक्स आणि स्मार्टफोन यांसारख्या ज्या गोष्टी आपण पूर्णपणे बंद करू शकत नाही; परंतु त्यांचा अधिक निकोपपणे वापर करू शकतो, अशा गोष्टींच्या बाबतीत हे धोरण खास उपयुक्त ठरते.

माझा पेशंट मिश याला खेळाच्या सामन्यावर पैज लावायचं व्यसन होतं. ४० वर्षांचा होईतो त्यानं या जुगारात दहा लाख डॉलर्स गमावले. 'गॅम्बलर्स ॲनॉनिमस'मध्ये भाग घेणे हा त्याच्या व्यसनमुक्तीचा महत्त्वाचा भाग ठरला. या संस्थेच्या कामात गुंतल्यामुळे त्याला समजलं की त्याला केवळ खेळांवर पैज लावणे हीच गोष्ट सोडायची नसून टीव्हीवरील सामने

पाहणे, वृत्तपत्रांतील खेळांचे पान पाहणे, खेळांसंबंधी इंटरनेटच्या साइट्स पाहणे आणि रेडिओवरील स्पोर्ट्स चॅनेल ऐकणे या गोष्टीही टाळायला हव्यात. त्याने त्याच्या भागातील सर्व कॅसिनोंमध्ये फोन करून स्वतःचं नाव या माणसाला प्रवेश देऊ नये या यादीत घालायला लावलं. अशा प्रकारे त्याच्या व्यसनाच्या पुढे जाऊन त्याने काही वस्तू आणि वागणे टाळले. तसे केल्यामुळे खेळाच्या सामन्यावर पैज लावण्याच्या व्यसनाचा धोका पुन्हा उद्भवू नये म्हणून त्याने श्रेणीबद्ध आत्मसंयमन केले.

स्वतःला काहीतरी करण्यापासून रोखणे यामध्ये काहीतरी खूपच शोकात्म आणि हृदयस्पर्शी असं आहे.

जेकबचा विचार करता स्वतःचा आणि इतरांचा नग्न देह न पाहणे हा त्याच्या व्यसनमुक्तीसाठी महत्त्वाचा भाग होता. शरीर झाकून ठेवणे हा मना केलेल्या लैंगिक समागमाचा धोका टाळण्याचा एक मार्ग असून बऱ्याच सांस्कृतिक परंपरांचाही तो एक भाग आहे आणि आजतागायत चालू आहे. कुराण स्त्रीच्या विनयशीलतेबद्दल पुढील शब्दांत सांगते : 'आणि सर्व श्रद्धाळू स्त्रियांना सांगा की तुम्ही नजर नेहमी खाली ठेवा आणि स्वतःचे खाजगी अवयव सदैव झाकून ठेवा आणि दागदागिने यांचे प्रदर्शन करू नका... तुमच्या डोक्यावरचा हिजाब छातीपर्यंत येऊ दे आणि त्यातून तुमचे दागिने कुणालाही दिसू नको देत.'

चर्च ऑफ जीजस ऑफ लेटर डे सेंट्स (एलडीएस चर्च) यांनी तर आपल्या सदस्यांनी सोज्ज्वळ कपडे घालावेत यासाठी एक अधिकृत फतवाच काढला आहे त्याद्वारे 'आखूड चड्ड्या, आखूड स्कर्ट, पोटावर येणारे शर्ट तसेच खांदे न झाकणारे, तसेच पुढे आणि पाठी खूपच खोल गळ्याचे असे कपडे घालू नयेत', असे सांगितले आहे.

---

जेव्हा आपण चुकून आपल्या स्वीकारार्ह गोष्टींच्या यादीत एखादी मोह निर्माण करणारी गोष्ट सामील करतो तेव्हा श्रेणीबद्ध आत्मसंयमन अपयशी ठरू शकते. अनुभवावर आधारित मानसिक चाळणी लावून आपण या चुका दुरुस्त करू शकतो. परंतु जेव्हा स्वतः ती यादीच बदलते तेव्हा काय करायचे?

अमेरिकन डाएटिंगचे सर्वमान्य प्रकार आहेत ते म्हणजे शाकाहारी, वेगन, कच्चे वेगन, ग्लुटेनफ्री, अटकिन्स (कमी कार्बयुक्त आहार), झोन, केटोजेनिक, पलिओलिथिक, ग्रेपफ्रूट इत्यादी. श्रेणीबद्ध आत्मसंयमाचे हे एक उदाहरण आहे. आपण वैद्यकीय, नैतिक, धार्मिक अशा नानाविध कारणांनी हा आहार घेतो. परंतु त्यामागचे कारण काहीही असले तरी मोठमोठे अन्नप्रकार घेणे आपण त्याद्वारे टाळतो, ज्यायोगे आपल्या उपभोगावर मर्यादा येते.

परंतु बाजारातील शक्तिप्रभाव टाकून काही काळाने या यादीतील वस्तूच बदलून टाकतात तेव्हा आत्मसंयमाचा प्रकार म्हणून आहार या श्रेणीला धोका निर्माण होतो.

उदाहरणार्थ, उत्तर अमेरिकेतील १५ टक्क्यांहून अधिक कुटुंबे ग्लुटेनमुक्त आहार घेतात. काही लोकांना ग्लुटेनची ॲलर्जी असते कारण त्यांना सेलीआक हा विकार असतो. या आजारात ग्लुटेन खाल्ले तर त्यातून लहान आतड्यात बिघाड होतो. परंतु सध्या ॲलर्जी नसलेले लोकही अधिक संख्येने ग्लुटेनमुक्त पदार्थ खात आहेत कारण त्यामुळे उच्च कॅलरी आणि कमी पोषक असे कार्बोहायड्रेट्स टाळता येतात. पण यातून समस्या काय निर्माण झाली आहे?

तर अमेरिकेत २००८ ते २०१० या काळात जवळजवळ ३००० ग्लुटेनमुक्त स्नॅक्सचे पदार्थ बाजारात आले. त्यामुळे आजच्या घडीला बेकरी उत्पादने ही एकमेव उच्च अशी पॅकेजयुक्त श्रेणी ग्लुटेनमुक्त बाजारात उपलब्ध आहेत. २०२० साली एकट्या अमेरिकेतच १०.३ बिलिअन डॉलर्सची ग्लुटेनमुक्त उत्पादने निर्माण झाली होती.

ग्लुटेनमुक्त आहारामुळे एके काळी केक, कुकीज, क्रॅकर्स, सिरीयल, पास्ता, पिझ्झा अशा उच्च कॅलरीच्या प्रक्रियायुक्त अन्नाचे सेवन मर्यादित होत होते; परंतु आता तसं होत नाही. जे लोक ग्लुटेन टाळण्यासाठी ग्लुटेनमुक्त आहार घेत होते त्यांच्याकरता ही चांगली बातमी आहे; परंतु जे लोक ग्लुटेनमुक्त या श्रेणीतील आहार घेऊन पाव, केक, कुकी यांचा उपभोग मर्यादित करत होते, त्यांना मात्र त्याचा काही फायदा होत नाही.

उपभोगावर ताबा मिळवण्याचा प्रयत्न बाजारातील शक्ती कशा परतावून लावतात हे आपल्याला ग्लुटेनमुक्त आहारात झालेल्या उत्क्रांतीमुळे कळते. आणि हे आपल्या डोपामाइन अर्थव्यवस्थेतील आव्हानांचे केवळ एक उदाहरण आहे.

पूर्वी निर्बंधित असलेल्या काही ड्रगचे परिवर्तन औषधांच्या बुरख्याआडून सामाजिकदृष्ट्या स्वीकारार्ह वस्तूत करणे याची आधुनिक उदाहरणे बरीच सापडतील. सिगरेटचं रूपांतर 'व्हेप पेन' आणि 'झेडवायएन पाउच'मध्ये झालं, हेरोईनचं रूपांतर ऑक्झिकाँटिनमध्ये झालं, कॅनबीसचं रूपांतर मेडिकल मारीज्युआनामध्ये झालं. म्हणजे आपण आपल्या जुन्या व्यसनापासून दूर राहू अशी प्रार्थना केली रे केली की लगेच ते जुनेच ड्रग उत्तम वेष्टन घालून परवडणाऱ्या नव्या उत्पादनाच्या रूपात येतं, आणि म्हणतं, ''अरे, आता ठीक आहे, मी आता चांगला आहे तुझ्यासाठी.''

---

सैतानी म्हणून शिक्का मारलेल्या गोष्टी लोकांनी वापरू नयेत म्हणून धर्माचा आधार घेणे हा श्रेणीबद्ध आत्मसंयमाचा आणखी एक प्रकार आहे.

लिखित इतिहासपूर्व काळापासून मानवाने मनावर परिणाम घडवून आणणाऱ्या अमली पदार्थांना 'पवित्र श्रेणीत' घातले आहे आणि त्यांचा वापर धार्मिक समारंभ, बारसे-लग्न- मृत्यू इत्यादींच्या वेळचे विधी किंवा औषधे म्हणून सीमित केला आहे. तसे केल्याने केवळ प्रीस्ट (उपाध्ये), शमान (भगत/मांत्रिक) किंवा असे लोक ज्यांना खास प्रशिक्षण मिळाले आहे किंवा हे ड्रग देण्याचे अधिकार मिळाले आहे तेच त्याचा वापर करू शकतात.

७००० वर्षांहून अधिक काळ या अशा हेलूसिनोजेन (म्हणजे भ्रमित करणाऱ्या औषधांना) सायकेडेलिक्स या नावानेही लोक ओळखतात. (यात मॅजिक मशरूम, आयाहुस्का, पियोट अशा वेगवेगळ्या वनस्पती - यांच्या सेवनामुळे व्यक्तीचे स्थळकाळाचे भान नाहीसे होते, त्याला वेगवेगळे भास होऊ लागतात.) या सगळ्या वस्तूंचा वापर धार्मिक पवित्र विधीसाठी केला जातो. जेव्हा १९६०च्या दशकातल्या 'काउंटर कल्चर' चळवळीत ( म्हणजे प्रस्थापित संस्कृतीच्या विरोधी चळवळीत) हेलूसिनोजेन हे मन रिझवणारे ड्रग म्हणून ओळखले जाऊ लागले तेव्हा त्याचे दुष्परिणाम गुणाकाराच्या पटीत वाढले. परिणामतः, जगाच्या बऱ्याच भागांत एलएसडी हे बेकायदेशीर ठरवण्यात आले.

आजच्या घडीला हेलूसिनोजेन आणि अन्य सायकेडेलिक्स यांना पुन्हा वापरात आणण्याची टूम निघाली आहे; परंतु केवळ सायकेडेलिक्सचे सहाय्य घेऊन छद्म-पवित्र (स्युडो सेक्रेड) रूपातल्या मानसोपचारांत त्याचा वापर व्हावा अशी संकल्पना आहे. खास प्रशिक्षण दिलेले मानसोपचार

तज्ज्ञ आता हेलूसिनोजेन आणि अन्य शक्तिशाली सायकोट्रोपिक एजंट (सीलोकायबिन, केटामाईन, एस्क्ट्सी इत्यादी) हे मानसिक आरोग्याचे उपाय म्हणून वापरू लागले आहेत. सायकेडेलिक्सचे मर्यादित डोस (१ ते ३) आणि त्यासोबत कित्येक आठवडे प्रत्यक्ष पेशंटशी बोलण्याची सेशन्स घेऊन त्याच्यावर उपचार करणारे लोक हे आता जुन्या काळाच्या मांत्रिकांचे आधुनिक अवतारच झाले आहेत असं म्हणावं लागेल.

या ड्रग्जची सहज उपलब्धता पूर्ण कमी करून, त्यांना मानसोपचारतज्ज्ञांचे पहारेकरी बनवून त्यांच्या गूढ गुणधर्मांचा वापर आता केला जाऊ लागला आहे. एकीची भावना मनात बिंबवणे, जीवनमृत्यूचा विचार न करता जीवनाबद्दल स्थितप्रज्ञ सखोल विचार करणे, सकारात्मकता ठेवणे आणि मनात आदरभावना निर्माण करणे, असे बरेच त्यांचे गुणधर्म आहेत. त्यामुळे त्यांचा गैरवापर, अतिवापर आणि व्यसन लागणे असे तोटे न होता फायदा घेणे हे शक्य होऊ शकते.

---

काही लोकांना आवडत्या व्यसनास प्रतिबंध करण्याकरता धार्मिक पावित्र्याचा आडोसा घ्यावा लागत नाही. त्यासाठी ना भगत मांत्रिकाची गरज लागते, ना मानसोपचार तज्ज्ञाची गरज लागते. स्टॅन्फर्ड येथे मार्शमेलो नामक लहान मुलांच्या गोड गोळ्यांचा एक सुप्रसिद्ध प्रयोग १९६०च्या दशकाच्या शेवटी करण्यात आला होता. त्यात एका मुलाला तरी स्वत:हून मोहावर मात करणे शक्य झाले होते.

स्टॅन्फर्ड मार्शमेलो ही प्रयोगांची एक मालिका होती. १९६०च्या दशकाच्या अखेरीस मानसोपशास्त्रज्ञ वॉल्टर मिशेल यांनी 'उशिराने एखादी वस्तू जास्त मिळत असेल तर थांबण्याची तयारी' या मुद्द्याचा अभ्यास केला.

त्यात तीन ते सहा या वयांतील मुलांना एक पर्याय देण्यात आला. तो असा होता की, एक छोटेसे बक्षीस (मार्शमेलोची गोळी) ताबडतोब खायला मिळेल किंवा पहिली गोळी ताबडतोब न खाता पंधरा मिनिटे थांबले तर तशाच दोन गोळ्या खायला मिळतील.

या पंधरा मिनिटांच्या काळात संशोधक खोलीतून निघून गेले आणि वेळ संपल्यानंतर परत आले. खोलीतल्या टेबलावर बशीत मार्शमेलोच्या

गोळ्या ठेवल्या होत्या आणि लक्ष विचलित करण्यासाठी अन्य कुठलीही गोष्ट नव्हती- म्हणजे खेळणी नव्हती की अन्य मुलंही नव्हती. मुलांमध्ये उशिराने, पण अधिक वस्तू मिळणार आहे म्हणून थांबण्याची तयारी विकसित होते का, हा या अभ्यासाचा हेतू होता. प्रत्यक्ष जीवनात या क्षमतेविषयी कुठल्या प्रकारचे निष्कर्ष निघतात- म्हणजे मुले विलंबाने समाधान घेण्यास तयार होतात की, त्यांना ती वस्तू लगेच हवी असते हे त्यानंतरच्या अभ्यासातून पाहण्यात आले.

संशोधकांना शोध लागला की, १०० मुलांपैकी एक तृतीयांश मुलांनी एकाऐवजी दोन गोळ्या मिळणार म्हणून थांबण्याची तयारी दाखवली. हे ठरवण्यात वय हा महत्त्वाचा घटक होता; जेवढं वय जास्त तेवढी थांबण्याची तयारी अधिक होती. नंतर केलेल्या अभ्यासात असे दिसून आलं की, जी मुलं मार्शमेलोच्या दोन गोळ्यांसाठी थांबण्यास तयार होती त्यांना पुढे जाऊन 'एसएटी' या कॉलेजच्या प्रवेश परीक्षेतही चांगले गुण मिळाले, शैक्षणिक क्षेत्रात त्यांनी अधिक प्रगती केली. एकूणच जाणीवपूर्वक, तर्कशुद्ध विचार करणे आणि किशोरवयात समाजाशी उत्तम प्रकारे जुळवून घेणे यात ती मुलं अधिक पुढे होती.

या प्रयोगाचा एक तपशील फारसा कुणाला माहिती नाही. तो म्हणजे पुढ्यातली मार्शमेलोची गोळी खाण्याचा मोह होऊ नये यासाठी त्या पंधरा मिनिटांत या मुलांनी स्वतःच्या मनाशी काय संघर्ष केला?

संशोधकांच्या निरीक्षणातून आत्मसंयमनाचे रूपच शब्दशः साकार झालेले दिसून आले. काही मुलांनी आपले डोळे झाकून घेतले किंवा बशीतली गोळी दिसू नये म्हणून त्यांनी मान बाजूला केली.... तर काहींनी बाकावर लाथ मारायला सुरुवात केली, मुलींनी केसांच्या वेण्या ओढायला सुरुवात केली किंवा मग मार्शमेलोची गोळी म्हणजे एखादे चिमुकले खेळणे असावे त्याप्रमाणे त्याला कुरवाळायला सुरुवात केली.

डोळे झाकून घेणे किंवा मान वळवणे हे शारीरिक आत्मसंयमाचे स्मरण करून देणारे होते. केसांच्या वेण्या ओढण्यातून शारीरिक वेदनेच्या मार्गे लक्ष दुसरीकडे वळवणे होते. या विषयावर मी नंतर विस्ताराने बोलणार आहे. पण मग मार्शमेलोची गोळी कुरवाळणे याबद्दल काय म्हणाल? तसं करणाऱ्या मुलाने आपल्या इच्छित वस्तूपासून दूर जाण्याऐवजी त्या वस्तूलाच आपली लाडकी वस्तू बनवलं. म्हणजे ती खाता येणार नाही एवढं मोल तिला दिलं.

म्हणजे निदान अगदी मनात उबळ आली आणि खाल्लं, असं तरी होणार नाही असं पाहिलं.

दररोज दहा बिअरच्या बाटल्या पिण्याच्या अति-मद्यपानाच्या व्यसनापासून मुक्ती मिळवण्यासाठी जस्मिन नावाची पेशंट माझ्याकडे आली. उपचाराचा भाग म्हणून मी तिला सल्ला दिला की, आत्मसंयम म्हणून तू घरातल्या सगळ्या बिअरच्या बाटल्या बाहेर काढून टाक. तिने माझा सल्ला मानला, फक्त एकच बदल केला. तो म्हणजे बिअरची एक बाटली सोडून तिने बाकी सगळ्या बाटल्या घरातून काढून टाकल्या. ही बाटली तिने फ्रिजमध्ये ठेवली आणि त्यास तिने 'माझी टोटेमिक बिअर' (धार्मिक प्रतीकात्मक बिअर) असं नाव ठेवलं. आपण दारूपान न करण्याचा निर्णय घेतला आहे त्याचे ते प्रतीक आहे, आपली इच्छा आणि स्वातंत्र्य यांची ती प्रतिनिधी आहे असं तिचं म्हणणं होतं. तिनं स्वतःला सांगितलं की, जगामध्ये अनंत प्रमाणात उपलब्ध असलेल्या बिअरमधली कुठलीही बिअर आपण प्यायची नाही या प्रचंड मोठ्या कार्याऐवजी आपल्याला फक्त फ्रिजमधली बिअर प्यायची नाहीये यावर आता आपण लक्ष केंद्रित करायचं.

या आगळ्या विचारकौशल्यामुळे तिने मोहाच्या एका वस्तूचे रूपांतर निर्बंधाच्या प्रतीकात केलं, त्याचा जस्मिनला व्यसनापासून दूर राहण्यास उपयोग झाला.

---

व्यसनमुक्त होण्याच्या दुसऱ्या प्रयत्नास सहा महिने झाल्यावर जेकब मला भेटायला आला. त्याला भेटून मला बरेच महिने झाले होते.

मी त्याच्यावर नजर टाकली मात्र, आणि मला कळलं की, याचं खूप चांगलं चाललं आहे. त्याचे कपडे नीटनेटके होते, ज्या पद्धतीने त्याच्या अंगावर ते व्यवस्थित बसले होते त्यावरून ते कळत होतं. परंतु केवळ कपडेच नव्हे, तर त्याची त्वचाही त्याला अगदी 'फिट' बसली होती असं जाणवत होतं. जेव्हा एखाद्या माणसाला जाणवतं की आपण आणि जग एकमेकांशी उत्तम प्रकारे जोडलेले आहोत तेव्हा त्याचं वागणं-बोलणं, रंगरूप जसं असतं ते त्या त्वचेतून प्रतीत होत होतं.

आता ही गोष्ट तुम्हाला कुठल्या मानसशास्त्राच्या अभ्यासाच्या पुस्तकात सापडणार नाही. पेशंटना कित्येक दशके तपासून मला ही गोष्ट

समजलेली आहे : जेव्हा लोक मनाने बरे होतात तेव्हा सगळ्या चांगल्या गोष्टी एकत्र येतात आणि त्यातून योग्यतेचा भाव प्रतीत होतो. जेकबच्या आविर्भावात त्या दिवशी तोच योग्यतेचा भाव मला दिसत होता.

माझ्या ऑफिसात आल्यावर तो म्हणाला, ''माझी बायको माझ्या जीवनात पुन्हा आली आहे. आम्ही अजूनही वेगळे राहतो, परंतु मी तिला भेटायला सिएटल येथे जातो आणि आम्ही ते दोन दिवस अतिशय आनंदात घालवतो. आम्ही ख्रिसमसही एकत्र साजरा करणार आहोत.''

''मला फार बरं वाटलं ऐकून हे जेकब,'' मी म्हणाले.

''माझी माझ्या विकृतीतून सुटका झाली आहे. माझ्यावर आता विशिष्ट पद्धतीने वागण्याची जबरदस्ती होत नाही. मी काय करीन, यासंबंधीचे निर्णय घेण्यास मी मोकळा असतो. मला पुन्हा व्यसन लागले होते त्या गोष्टीला सहा महिने उलटून गेले आहेत. मी सध्या करतो तेच करत राहिलो तर मला वाटतं की माझं ठीक चालेल. म्हणजे ठीकपेक्षाही अधिक चांगलं चालेल.''

माझ्याकडे बघून तो हसला आणि मीही प्रत्युत्तरादाखल हसले.

---

आपल्या मनातील लैंगिक इच्छा उत्तेजित होऊच नये यासाठी जेकबने प्रयत्नांची विलक्षण शर्थ केली, हे आपल्या आधुनिक संवेदनांच्या दृष्टीने अगदीच मध्ययुगीन वाटते त्यासाठी स्वतःला शिक्षा करून घेण्याचे मार्ग त्याने निवडले असंही वाटतं. तरीही आपल्या या नव्या जीवनशैलीमुळे आपण फार बंधनात अडकलोय असं न वाटता त्याला मुक्त झाल्यासारखंच वाटत होतं. व्यसनाच्या (अनिवार अतिभोगाच्या) पकडीतून मुक्त झाल्यामुळे आता पुन्हा तो अन्य लोकांशी आणि जगाशी आनंद, कुतूहल आणि उत्स्फूर्तता यांच्यासह संवाद साधू शकत होता. त्याच्या मनात एक प्रकारची आत्मप्रतिष्ठाही निर्माण झाली होती.

'द मेटाफिजिक्स ऑफ मोराल्स' यामध्ये इमॅन्युएल कँट यांनी म्हटले आहे, 'जेव्हा आपण हे आंतरिक नियम पाळण्यास सक्षम आहोत असे आपल्याला जाणवते तेव्हा 'नैसर्गिक' मानवाला वाटते की आपल्यातील 'नैतिक' मानवाप्रति आपण आदर ठेवला पाहिजे आणि तो तसे करतोही.'

आत्मसंयम हा मुक्त होण्याचा मार्ग आहे.

## प्रकरण सहा

# तुटलेला तराजू?

माझ्या ऑफिसात बसून पाठीवरील बॅकपॅक सावरत, डोळ्यात जाणारे केस मागे सारत, गुडघा हलवत ख्रिस बोलू लागला. (पुढील काही वर्षांत मला कळणार होतं की या मुलाची सारखी चुळबुळ चालू असते.) तो म्हणाला, ''तुम्ही माझं बुप्रेनोरफिन चालूच ठेवाल अशी आशा आहे. मला त्याचा उपयोग होत आहे. खरं तर उपयोग होत आहे असं म्हणणं अयोग्य ठरेल. कारण त्याशिवाय मी जगू शकेन की नाही याची मला खात्री नाही. तुम्ही त्याची चिठ्ठी लिहून दिली नाहीत तर ती लिहून देणारं दुसरं कुणीतरी मला शोधावंच लागेल.''

बुप्रेनोरफिन हे एक प्रकारचं अर्धकृत्रिम ओपीयॉईड असून अफू (खसखस) या रोपाच्या ऊर्ध्वपतित रसापासून बनलेल्या थिबेनपासून ते तयार करतात. अन्य ओपीयॉईडप्रमाणे बुप्रेनोरफिन हे ओपीयॉईड रिसेप्टरला बांधून ठेवते त्यामुळे वेदना आणि ओपीयॉईड न मिळाल्याच्या त्रासातून ताबडतोब आराम मिळतो. सोप्या शब्दांत सांगायचं तर त्यातून आनंद आणि दुःख यांचा तराजू पुन्हा एकदा समतोल पातळीत येतो त्यामुळे ख्रिससारख्या लोकांची ओपीयॉईडची तल्लफ संपते आणि ते पुन्हा त्यांचे जीवन जगू लागतात. बुप्रेनोरफिनमुळे ओपीयॉईडचा बेकायदेशीर वापर कमी होतो, अति जास्त डोसचा धोका कमी होतो आणि जीवनाची गुणवत्ता सुधारते, याचा पुरावा तर सबळ आहे.

परंतु बुप्रेनोरफिन हे एक ओपीयॉईड असून त्याचा गैरवापर होऊ शकतो, अन्य कामांसाठी म्हणजे व्यसनासाठी वापर होऊ शकतो आणि ते

रस्त्यावरील विकले जाऊ शकते, हे सत्य तर त्यामुळे लपत नाही ना. जे लोक अधिक तीव्र अशा ओपीयॉईडवर अवलंबून नसतात त्यांना बुप्रेनोरफिनचीच नशा चढू शकते. बुप्रेनोरफिन या औषधावर असणाऱ्या लोकांना ओपीयॉईड नकोसे वाटू लागते, पण जेव्हा ते हा डोस थांबवतात किंवा कमी करतात तेव्हा त्यांची खूप तळमळ होऊ लागते. खरं सांगायचं तर माझे काही पेशंट सांगतात की, बुप्रेनोरफिन जर बंद केलं तर हेरोईन अथवा ऑक्झिकाँटीन थांबवल्यावर जेवढा त्रास होतो त्याहून अधिक त्रास होतो.

मी ख्रिसला म्हणाले, ''तुझी कहाणी मला सांग, मग मला काय वाटतं ते मी तुला सांगते.''

---

ख्रिस स्टॅन्फर्ड येथे २००३ साली आला. त्याला स्टॅन्फर्ड विद्यापीठात पोहोचवायला त्याचे सावत्र वडील जुनी शेवरलेट सबर्बन गाडी भाड्याने घेऊन आले होते. त्यांची गाडी ख्रिसच्या वस्तूंनी पूर्ण भरलेली होती आणि विद्यार्थ्यांच्या वसतिगृहाच्या प्रवेशद्वाराशी उभे असलेल्या चमकदार नव्या बीएमडब्ल्यू आणि लेक्सस अशा महागड्या गाड्यांमध्ये वेगळी उठून दिसत होती.

ख्रिसने वेळ वाया घालवला नाही. त्याने अत्यंत नीटनेटकेपणाने आपली डॉर्म रूम लावली. सुरुवात त्याने सीडींच्या संग्रहाची अकारविल्हे रचना करून केली. मग त्याने अभ्यासक्रमातील विषयांची यादी निरखून पाहिली आणि आपण 'क्रिएटिव्ह रायटिंग' (सर्जनशील लेखन), ग्रीक तत्त्वज्ञान, जर्मन संस्कृतीतील मिथके आणि आधुनिकता हे विषय घ्यायचे असं ठरवलं. संगीतकार, चित्रपट दिग्दर्शक, लेखक असं काहीतरी व्हावं असं त्याचं स्वप्न होतं. त्याच्या सहकारी विद्यार्थ्यांप्रमाणेच त्याच्या योजनाही भव्य होत्या. स्टॅन्फर्ड विद्यापीठात त्याची ही तेजस्वी सुरुवात होणार होती.

वर्ग सुरू झाल्यावर ख्रिसने अपेक्षित प्रकारे सर्व गोष्टी केल्या . त्याने भरपूर अभ्यास केला , त्याला उत्तम गुण मिळाले . परंतु एका वेगळ्या पातळीवर त्याची प्रगती होत नव्हती. : तो वर्गात एकटाच जायचा , खोलीत किंवा लायब्ररीत एकटाच अभ्यास करायचा. डॉर्मच्या कॉमन रूममधला पियानो पण एकटाच वाजवायचा. परंतु कॅम्पसमधील गजबज आणि तेथील मित्रमंडळ त्याला हुलकावण्याच देत होतं.

आपल्यातील बहुतेक लोक कॉलेजच्या सुरुवातीच्या दिवसांतल्या आठवणी काढतात तेव्हा 'आपल्यासारखे' लोक सापडण्यासाठी आपल्याला किती शर्थ करावी लागली होती ते आठवतं. ख्रिसला थोडे जास्त प्रयत्न करावे लागले. म्हणजे आत्ताही तसं नक्की का घडत होतं त्याचं नक्की कारण सांगणं कठीण आहे. तो दिसायला देखणा होता. विचारी आणि मनमिळाऊ होता. दुसऱ्यांना खूश करण्यास उत्सुक होता. पण बहुधा 'अर्कान्सान्ससारख्या गावातला गरीब मुलगा' या लेबलशी त्या गोष्टीचा संबंध असावा.

त्याचं कॅम्पसवरील एकाकी जीवन दुसऱ्या वर्षीही तसंच चालू राहिलं; परंतु तेवढ्यात त्याला कॅम्पसवरल्या पार्ट टाइम नोकरीत एक मुलगी भेटली. त्याची रेखीव चेहरेपट्टी, मऊ तपकिरी केस, पिळदार-दणकट बांधा यांच्यामुळे त्याच्याकडे पटकन नेहमीच सर्वांचे लक्ष जायचं. त्याने आणि त्याच्याबरोबर शिकणाऱ्या त्या मुलीने एकमेकांना 'किस' केलं तेव्हा तो तिच्या प्रेमातच पडला. पण तिने त्याला 'माझा बॉयफ्रेंड आहे', अशी तंबी दिली तेव्हा त्याने ठरवलं तरी काही बिघडत नाही. त्याला तिच्या सहवासात राहायचं होतं म्हणून तो तिला सतत भेटू लागला. त्यानं पिच्छा सोडला नाही तेव्हा वैतागून 'तू माझ्यामागे लागला आहेस', असा तिने त्याच्यावर आरोप केला आणि त्या दोघांच्या नोकरीतल्या बॉसला त्याची तक्रार केली. परिणामतः, त्याची नोकरी गेली आणि कॉलेजच्या प्रशासनानेही खरडपट्टी काढली. आता नोकरी नाही आणि गर्लफ्रेंड नाही म्हणून त्याने आपल्यासमोर एकच पर्याय आहे असं ठरवलं. तो म्हणजे आत्महत्या.

ख्रिसने आईला शेवटच्या निरोपाची ईमेल पाठवली, 'आई, मी स्वच्छ अंडरवेअर घातली आहे.' (आत्महत्या केल्याबद्दल पोस्टमार्टम होईल तेव्हा माझे कपडे वाईट दिसता कामा नयेत - असा त्याचा अर्थ.) मग त्याने चाकू उसना घेतला, आपला सीडीप्लेअर सोबत घेतला, त्यावर लावायची सीडी काळजीपूर्वक निवडली. ती घेऊन तो रॉबल फील्ड या ठिकाणी आला. संध्याकाळची वेळ होती. बाटलीभर गोळ्या घ्यायच्या, मनगटाच्या शिरा कापायच्या आणि सूर्य मावळताना आपली जीवनज्योतही मालवून टाकायची, असं त्यानं ठरवलं होतं .

ख्रिससाठी संगीत खूप महत्त्वाचं होतं, म्हणून त्यानं आपलं शेवटचं गाणं काळजीपूर्वक निवडलं होतं. : इंटरपोल या न्यू यॉर्कस्थित इंडी पोस्ट पंक्रेव्हायवल बॅन्डचं ते पीडीए नावाचं गाणं अतिशय रिदमयुक्त आणि भरपूर

धडधडाट करणार होतं. त्यातले शब्द पटकन कळत नव्हते. शेवटल्या कडव्याचे शब्द असे होते : 'स्लीप टुनाइट, स्लीप टुनाइट, स्लीप टुनाइट, स्लीप टुनाइट. समथिंग टु से, समथिंग टु डू, नथिंग टु से, देअर्स नथिंग टु डू.' त्या गाण्याचा अगदी शेवट येईपर्यंत ख्रिस थांबला आणि त्याने त्यानंतर चाकूची तीक्ष्ण धार आपल्या दोन्ही मनगटांवर ओढून घेतली.

उघड्या शेतामध्ये आत्महत्या करण्यासाठी मनगटाच्या शिरा कापून घेणे हे काही प्रभावी धोरण ठरत नाही. त्यानंतर अर्ध्या तासाने त्याच्या मनगटांवरील रक्त थिजलं आणि अंधारात तसाच बसून त्याच्या अंगावरून निघून जाणाऱ्या लोकांकडे तो पाहत राहिला. मग एकटाच आपल्या डॉर्मरूममध्ये परत गेला, गिळलेल्या गोळ्या उलटून टाकल्या आणि ९११ क्रमांकावर फोन केला. पेरामेडिक्सचे लोक आले आणि त्याला स्टॅन्फर्ड हॉस्पिटलमध्ये घेऊन गेले. तिकडे त्याला मानसोपचार विभागात भरती करण्यात आलं.

सर्वांत आधी सावत्र वडील त्याला भेटायला आले. आईनेही यायचं योजलं होतं, पण तिला काही विमानात बसता आलं नाही. बऱ्याच काळापासून तिला विमानात बसण्याची प्रचंड भीती बसली होती. त्याचा खरा बापही भेटायला आला. या खऱ्या बापाला तो दरवर्षी बरेच वेळा भेटत असे. ख्रिस्तोफरच्या हातावरील लाल, फुगलेल्या जखमा पाहून बापाचा जीव कळवळला.

मानसोपचाराच्या वार्डमध्ये ख्रिस एकूण दोन आठवडे राहिला. या काळात त्या स्वयंपूर्ण, नियंत्रित आणि अपेक्षित वातावरणात त्याच्या मनाला खूपच दिलासा लाभत होता.

स्टॅन्फर्ड विद्यापीठाचा प्रतिनिधी तिथे भेटायला आला. त्याने सांगितलं की सध्याच्या परिस्थितीत तुला आमच्या विद्यापीठातून आजारीपणाची रजा घ्यावी लागेल. परत येण्यायोग्य तब्येत सुधारली की मगच परत यायचंस. त्या वेळेस तुला प्रवेश द्यायचा की नाही हे पूर्णपणे विद्यापीठाच्या निर्णयावर अवलंबून राहील.

मग ख्रिस आई आणि सावत्र वडील यांच्या घरी अर्कान्सास्स येथे परत गेला. तिथे त्याला हॉटेलमध्ये वेटरचा जॉब मिळाला, तेव्हाच ड्रग्जचीही सवय लागली.

२००७च्या पानगळीच्या मोसमात ख्रिस पुन्हा एकदा स्टॅन्फर्ड विद्यापीठात परतला. त्या तिमाहीत प्रवेश मिळण्यासाठी त्याला स्टुडन्ट मेंटल हेल्थ (विद्यार्थ्यांचे मानसिक आरोग्य) विभागाच्या प्रमुखांना आणि वसतिगृहाच्या डीनना भेटावं लागणार होतं आणि आपल्या प्रगतीची माहिती देऊन आपल्याला प्रवेश पुन्हा का द्यावा, याबद्दल त्यांना पटेलसा युक्तिवाद सादर करायचा होता. या भेटीआधी एक दिवस स्टॅन्फर्ड येथील एका ओळखीच्या मुलीकडे तो राहिला. त्याची आणि तिची खूप ओळख नव्हती; परंतु तीदेखील तशाच मानसिक स्थितीत होती. त्यामुळे विद्यापीठासाठी मनाची तयारी करण्यापूर्वी 'तुझ्या घरी मी एकदोन रात्री राहू का?' असं तिला विचारायला त्याला संकोच वाटला नाही.

मुलाखतीच्या आदल्या रात्री ख्रिस कोकेनचे सेवन करत आणि फ्रॉईडचे 'सिव्हिलायझेशन अँड इट्स डिसकंटेंट' हे पुस्तक वाचत जागा राहिला. सकाळ झाली तेव्हा त्याने निष्कर्ष काढला होता की, कॉलेजच्या लोकांना भेटण्याच्या दृष्टीने आपली मन:स्थिती चांगली नाही. म्हणून तो त्याच दिवशी विमानाने घरी परतला. त्यानंतर पुढलं वर्ष त्याने अतिशय उकाड्याच्या वातावरणात घालवलं. तेव्हा तो अर्कान्सास विद्यापीठात कचरा गोळा करणे, पालापाचोळा योग्य ठिकाणी पसरवणे आणि हिरवळ राखणे यात मग्न झाला होता. त्याला त्या कामातील शारीरिक कष्ट आवडले. शरीराची भरपूर हालचाल त्यात असल्यामुळे मनातील विचार दुसरीकडे जात होते. मग त्याला वृक्षसंगोपनतज्ज्ञ (अबोरिस्ट) म्हणून बढती मिळाली. या नव्या कामात त्याला झाडांची खोडं आणि फांद्या ओढत आणून लाकडाचे बारीक तुकडे करणाऱ्या यंत्रात घालायच्या होत्या.

काम करीत नसे तेव्हा तो कॅनबीस फुंकत एकामागे एक अशा भरपूर गाण्यांना चाली लावत बसायचा. कॅनबीस फुंकणं आता त्याच्या व्यक्तिमत्त्वाचा अविभाज्य भाग बनलं होतं .

पुढल्या वर्षी पानगळीच्या मोसमात ख्रिस पुन्हा एकदा स्टॅन्फर्ड येथे परतला. या वेळेस प्रवेशासाठी आतल्या कुठल्याही माणसाची भेट गरजेची नव्हती. ख्रिस आपल्या डॉर्ममध्ये 'जॅक रिचर'च्या स्टाइलमध्ये पाहोचला तेव्हा त्याच्या खिशात केवळ टूथब्रश आणि हातात लॅपटॉप होता. अंगावरल्या कपड्यांनीच तो गादीवर झोपला. त्याने वर चादरही घातली नाही. (जॅक रिचर हे कादंबरीतील पात्र असून स्वभावाने

एकलकोंडा आणि दीर्घ काळच्या नात्यावर विश्वास नसलेला असा त्याचा स्वभाव आहे.)

आपण अतिशय नियोजनबद्ध राहायचं अशी त्याने तीव्र इच्छा मनात धरली होती. यशस्वी होण्यासाठी ते आवश्यक आहे हे त्याला समजलं होतं. नव्या मानसिकतेचा भाग म्हणून त्यानं मुख्य विषयही बदलून घेतला. आता तो रसायनशास्त्राचा अभ्यास करणार होता.

कॅनबीस फुंकणं बंद करायचं अशीही त्याने प्रतिज्ञा केली होती; परंतु हा निर्धार तीनच दिवस टिकला. मग तो रोजच्या रोज कॅनबीस फुंकू लागला. खोलीत लपूनलपून तो रूममेट खोलीत नसे तेव्हाच तो ते फुंकायचा. हा रूममेटदेखील कोणीतरी 'नेटिव्ह रेड इंडियन' मुलगा आहे एवढंच त्यानं लक्षात ठेवलं होतं.

सहामाहीच्या वेळेस ख्रिसने विचार केला की, आपण बहुतेक अभ्यास कॅनबीसच्या नशेतच तर केला आहे त्यामुळे परीक्षेच्या वेळेसही नशा करायला हवी. त्यानं 'सरकारवर अवलंबित शिक्षणाबद्दल' मानसशास्त्राच्या वर्गात वाचलं होतं. पण झालं काय की पहिला प्रश्न सोडवून दुसऱ्या प्रश्नाकडे गेला तेव्हा त्याच्या लक्षात आलं की आपल्याला याचे उत्तर माहीत नाही, त्यामुळे त्याला पेपर पूर्ण लिहिता आला नाही. तो मग जागेवरून उठला आणि बाहेर पडला. जाता जाता त्याने प्रश्नपत्रिका कचऱ्याच्या डब्यात फेकून दिली.

दुसऱ्या दिवशी सकाळी तो विमानाने घरी पोहोचला होता.

तिसऱ्यांदा स्टॅन्फर्ड सोडणे हे ख्रिससाठी फारच वेगळं होतं. त्यात हताशेची भावना होती. तो घरी पाहोचला तेव्हा त्याच्या मनात कसलीही महत्त्वाकांक्षा शिल्लक उरलेली नव्हती, म्हणजे गाण्यांना चाली लावाव्या असंही त्याला या वेळेस वाटत नव्हतं. मग तो कॅनबीससोबत दारू पिऊ लागला. त्याने प्रथमच ओपीयॉईड वापरून पाहिलं. २००९ साली अर्कान्सान्समध्ये ते मिळवणं सोपं होतं. तेव्हाचे ओपीयॉईड निर्माते आणि वितरक लाखोंनी ओपीयॉईडच्या वेदनाशामक गोळ्या त्या राज्यात ओतत होते. त्याच वर्षी अर्कान्सान्स येथील डॉक्टरांनी दर १०० रहिवाशांमागे ११६ ओपीयॉईडची प्रीस्क्रिप्शने लिहून दिली होती.

ओपीयॉईड घेतलं की ख्रिसला सगळ्या गोष्टी आपल्या अगदी हाताशी आहेत असं अचानक वाटू लागायचं. म्हणजे त्याला धुंद झाल्यासारखं वाटत

होतं, पण तरी ते तेवढेच नव्हतं तर त्याला आपण कशाशीतरी जोडले गेलो आहोत असं वाटत होतं आणि हे महत्त्वाचं होतं.

मग तो नातेवाइकांना आणि ओळखीच्या लोकांना फोन करू लागला. त्यांच्याशी बोलू लागला, विचार मांडू लागला, आपल्या मनातलं सांगू लागला. जोवर ओपीयॉईडचा प्रभाव असे तोवर ते सगळं खरं वाटायचं, पण ज्या क्षणी प्रभाव नाहीसा होई त्या क्षणी हे सगळं नष्ट व्हायचं. ड्रगमुळे निर्माण झालेली जवळीक टिकत नाही हे त्याला कळलं.

ओपीयॉईडच्या अधूनमधून वापरामुळे ख्रिसच्या मनात येऊ लागलं की, आपण पुन्हा एकदा स्टॅन्फर्डला मॅट्रिकची परीक्षा देण्याचा प्रयत्न करावा. तो २००९ च्या पानगळीच्या मोसमात परतला तेव्हा त्याचा तो चौथा प्रयत्न होता. आता तो त्याच्या अन्य वर्गबंधूंपेक्षा वयाने आणि भौगोलिकदृष्ट्याही अधिकच वेगळा पडू लागणार होता. सर्वसामान्य विद्यार्थ्यांपेक्षा आता तो पाच वर्षांनी मोठा होता.

त्याला पदवीधर विद्यार्थ्यांच्या वसतिगृहात जागा देण्यात आली. 'पार्टिकल फिजिक्स'चा अभ्यास करणाऱ्या एका पदवीधर मुलासोबत तो दोन बेडरूमच्या घरात राहू लागला. त्या दोघांत समान गोष्टी खूपच कमी होत्या आणि एकमेकांच्या वाटेत न येण्यासाठी ते खास प्रयत्न करतही होते.

अभ्यास आणि ड्रगचा वापर यांच्या भोवती त्याने आपलं दैनंदिन जीवन आखलं होतं आणि व्यसन सोडून देण्याची कल्पनाच सोडून दिली होती. आपण आता कायमचे व्यसनी झालो आहोत, हे त्याने मान्यच केलं होतं.

तो स्वतःच्या बेडरूममध्ये रोज एकटाच कॅनबीस फुंकायचा. दर शुक्रवारी रात्री एकटाच सॅन फ्रान्सिस्कोला जायचा आणि हेरोईन आणायचा. रस्त्यावर घेतलेल्या ५ ते १५ सेकंदांच्या एका शॉटसाठी १५ डॉलर्स मोजायचा आणि त्यानंतर कित्येक तास नशेत राहायचा. त्यानंतर निर्माण झालेली पोकळी नाहीशी करण्यासाठी तो आणखीन कॅनबीस फुंकायचा. पहिल्या तिमाहीच्या मध्यावर त्याने आणखी हेरोईन विकत घेण्यासाठी लॅपटॉप विकला. मग कोट विकला. शहराच्या रस्त्यावरून भटकताना आपल्याला थंडी वाजते आहे हे आठवायचं.

त्यानं भाषेच्या वर्गातील दोन ब्रिटिश विद्यार्थ्यांशी एकदा मैत्री करण्याचा प्रयत्न केला. त्यानं त्यांना सांगितलं की मला एक सिनेमा बनवायचा आहे, त्यात मी तुम्हाला घेणार. मग तो फोटोग्राफीत रस घेऊ

लागला आणि कधीकधी कॅम्पसवर फोटो काढत फिरू लागला. सुरुवातीला ते विद्यार्थी त्याच्या कल्पनेला भुलल्यासारखे वाटले परंतु; जेव्हा त्याने त्यांना चित्रपटाबद्दलची आपली कल्पना सांगितली की तुम्ही दोघे खाताना अमेरिकन पद्धतीने बोलत आहात, असं मी चित्रीकरण करणार आहे तेव्हा ते ऐकून तसं करण्यात त्यांनी अनिच्छा दर्शवली आणि ते त्याला टाळू लागले.

''मला वाटतं की, मी नेहमीच असा विचित्र होतो. काहीतरी विचित्र कल्पना माझ्या डोक्यात यायच्या. त्यामुळेच माझ्या मनात काय विचार चालले आहेत हे मला लोकांना सांगायला आवडत नाही.''

या सगळ्यातूनच ख्रिस वर्गात जात होता आणि त्याला 'ए' ग्रेड मिळत होती. फक्त 'इंटरपर्सनल बेसिस ऑफ ॲबनॉर्मल बिहेविअर' (परस्पर संवादात विचित्र वर्तन) या विषयात त्यास 'बी' ग्रेड मिळत होती. मग तो ख्रिसमसला घरी गेला आणि परतलाच नाही.

२०१० सालच्या पानगळीच्या मोसमात ख्रिसने स्टॅन्फर्ड येथून मॅट्रिक परीक्षा पास होण्याचा शेवटचा अर्धामुर्धा प्रयत्न केला. त्यानं कॅम्पसजवळ मेनलो पार्कमध्ये एक खोली भाड्याने घेतली आणि वेगळ्या एका मुख्य विषयाचा आपण अभ्यास करणार, असे जाहीर केलं- तो विषय होता मानवी जीवशास्त्र. (ह्यूमन बायोलॉजी). त्यानंतर थोड्याच दिवसांत त्यानं आपल्या घरमालकिणीकडच्या पेनकिलरच्या गोळ्या पळवल्या आणि त्यानंतर अंबीयन या ड्रगसाठी डॉक्टरची चिठ्ठी मिळवली. ती कॅप्सूल क्रश करून त्यानं शरीरात टोचली. अशा प्रकारे त्याचे पाच अतिशय दुःखी महिने व्यतित झाले. त्यानंतर परत येण्याची आशा सोडून देऊन तो स्टॅन्फर्ड विद्यापीठातून बाहेर पडला.

अर्कान्सास येथे घरी परतल्यावर ख्रिसने बरेच दिवस नशा करण्यात घालवले. तो सकाळी उठल्याउठल्या नशा सुरू करायचा आणि काही तासांनी नशा उतरली की आईवडिलांच्या घरात पलंगावर आडवा पडून राहायचा. वेळ लवकर निघून जावा असं त्याला वाटे. परंतु समोरची पोकळी अथांग होती आणि तिच्यातून काही सुटकाच नव्हती असं भासत होतं.

२०११ सालच्या वसंत ऋतूत अमली पदार्थांच्या नशेत आइसक्रीम चोरणाऱ्या ख्रिसला पोलिसांनी पकडलं. 'तुरुंगात जा किंवा पुनर्वसन केंद्रात जा' असे दोन पर्याय त्याच्यासमोर ठेवण्यात आले. १ एप्रिल २०११ रोजी पुनर्वसन केंद्रात त्याला बुप्रेनोरफिन नावाचे औषध सुरू करण्यात आले.

त्याचं बाजारातलं नाव सुबोक्झोन असं आहे. बुप्रेनोरफिनने आपलं आयुष्य वाचवलं असं ख्रिस म्हणतो.

बुप्रेनोरफिनमुळे दोन वर्षं जीवनात स्थैर्य आल्यावर स्टॅन्फर्ड विद्यापीठात पुन्हा एकदा शेवटचा प्रयत्न करायचा असं त्यानं ठरवलं. मग २०१३ सालच्या एका चिनी माणसाच्या ट्रेलर होममध्ये त्याने बेड भाड्याने घेतला कारण त्याला अन्य काहीही परवडण्यासारखं नव्हतं. तिथं आल्याच्या पहिल्या आठवड्यात तो माझ्याकडे मदतीला आला.

अर्थात, ख्रिससाठी बुप्रेनोरफिन लिहून द्यायला मी तयार झाले.

तीन वर्षांनी तो चांगल्या गुणांनी उत्तीर्ण झाला, पीएचडी करू लागला. त्याच्या काही चमत्कारिक संकल्पना प्रयोगशाळेसाठी सोयीच्या ठरत होत्या असे निष्कर्ष निघाले.

२०१७ साली त्याने आपल्या गर्लफ्रेंडशी लग्न केलं. त्याच्या भूतकाळाची तिला माहिती होती. तो बुप्रेनोरफिन का घेतो तेही तिला समजलं होतं. कधीकधी हा एखाद्या यंत्रमानवासारखी भावनाहीनता दाखवतो अशी ती तक्रार करायची. खासकरून जिथे राग यायला पाहिजे तिथेही त्याला राग येत नाही असं तिला वाटायचं.

पण एकूण पाहता आयुष्य चांगलं होतं. ख्रिस आता तडफड, संताप आणि अन्य असह्य भावनांनी तळमळून उठत नव्हता. तो आपले दिवस प्रयोगशाळेत घालवायचा आणि संध्याकाळ झाली की बायकोला भेटायला घरी धावायचा. लवकरच त्यांना पहिल्या बाळाची चाहूल लागली.

२०१९ साली एके दिवशी मी ख्रिसला आमच्या मासिक भेटीत म्हटलं, ''तुझं चांगलं चाललं आहे आणि बऱ्याच काळापासून चांगलं चालू आहे तर आता बुप्रेनोरफिनच्या सवयीतून बाहेर पडण्याचा विचार करायचा का?''

त्याचं उत्तर ठाम होतं, ''मला बुप्रेनोरफिन सोडून द्यावं असं कधीच वाटणार नाही. माझ्यासाठी ते दिव्याच्या बटणासारखं आहे. ते केवळ हेरोईन घेण्यापासून माझं रक्षण करत नाही, तर माझ्या शरीराला जे गरजेचे आहे तेही त्यामुळे मिळतं, जे मला अन्य कुठेही सापडलेलं नाही.''

## मेंदूतील आनंद, दुःखाचा तराजू समतोल करण्याचा औषधोपचार?

त्या दिवशी ख्रिस मला बोलला होता की, बुप्रेनोरफिन त्याला असं काहीतरी देतं जे त्याला अन्य कुठेही मिळालं नाही, हे वाक्य माझ्या मनात बराच काळ घोळत राहिलं. ड्रगच्या दीर्घ काळ वापरामुळे त्याचा आनंद, दुःखाचा तराजू मोडूनच गेला होता का? म्हणून त्याला केवळ नेहमीसारखं 'नॉर्मल' वाटण्यासाठीच ओपीयॉईड घेण्याची गरज निर्माण झाली होती? कदाचित होमिओस्टेटिसची समतल अवस्था निर्माण होण्यासाठी लागणारी मेंदूची लवचिकता बराच काळ व्यसनापासून दूर राहिल्यावरही काही लोकांची कायमची नष्ट होत असेल का? कदाचित दुःखाची भुते परड्यातून खाली उतरल्यावरही त्यांचा तराजू दुःखाच्या बाजूलाच झुकलेला राहत असेल?

की ज्या सदोष केमिकल बॅलन्ससह ख्रिस जन्माला आला होता तो बॅलन्स ओपीयॉईडमुळे समतोल राहत असेल असं त्याला म्हणायचं होतं?

मी १९९०च्या दशकात मेडिकल स्कूल आणि रेसिडेंट डॉक्टरशिप केली तेव्हा मला शिकवलं होतं की, 'आपले मेंदू ज्या प्रकारे काम करायला हवे त्या प्रकारे काम करत नसल्यामुळे डिप्रेशन, तीव्र चिंतन, एकाग्रचित्त न होणे, परिस्थितीचे भान नसणे, निद्रानाश या सगळ्या समस्या उद्भवतात. म्हणजे मधुमेही लोकांची प्लीहा पुरेसे इन्शुलिन तयार करत नाही त्याप्रमाणे ते असते.' पुस्तकाप्रमाणे पाहता माझं काम होतं त्या हरवलेल्या केमिकलच्या जागी दुसरे काहीतरी ठेवणे ज्यायोगे लोक सर्वसामान्यपणे जीवन जगू शकतील. औषध उद्योगाने या संदेशाचा सर्वदूर प्रसार केला,

त्यास आक्रमक उत्तेजन दिले, तेव्हा त्यांचे श्रोते डॉक्टर्स आणि वापरकर्ते पेशंट हे दोन्ही समान प्रमाणातच होते.

किंवा मग ख्रिस याहून काहीतरी वेगळं बोलत असेल. कदाचित तो असं म्हणत असेल की, बुप्रेनोरफिनमुळे त्याच्या मेंदूतील नव्हे तर आसपासच्या जगातली तूट भरून निघत असेल. कदाचित जगानेच ख्रिसची निराशा केली असेल आणि अशा त्या जगाशी जुळवून घेण्यासाठी केवळ बुप्रेनोरफिन त्याला मदत करत असेल.

आता समस्या ख्रिसच्या मेंदूत होती, जगात होती, दीर्घ काळ ड्रगच्या वापरामुळे निर्माण झाली होती की, तीच समस्या घेऊनच तो जन्माला आला होता? काहीही असलं तरी मेंदूतील तराजूच्या आनंदाच्या बाजूवर जोर देण्यासाठी औषधांचा वापर करणे, याविषयी मला काही चिंता वाटतात त्या पुढील प्रकारे आहेत.

एक म्हणजे जे ड्रग तुमच्या मेंदूतील तराजूच्या आनंदी बाजूवर जोर देते त्याचे व्यसन लागू शकते.

डेव्हिड हा कॉलेजविद्यार्थी असंच प्रिस्क्रिप्शनवर मिळणाऱ्या उत्तेजकांच्या व्यसनाला बळी पडला होता. त्याचं जितंजागतं उदाहरण आपल्या डोळ्यांसमोर आहे. म्हणजे डॉक्टरने निदान करून दिलेल्या औषधावर अवलंबून राहावं लागलं तर त्यामुळे त्या औषधावर अवलंबून राहण्याची वृत्ती आणि व्यसन यांच्या समस्या कमी होत नाहीत. प्रिस्क्रिप्शनवरच्या उत्तेजकांचे रेणू आणि रस्त्यावर मिळणाऱ्या मेथंफेटामीन (आइस, स्पीड, क्रांक, ख्रिस्टिना, नो डोज, स्कूबी नॅक्स इत्यादी) यांचे रेणू समान असतात. ते मेंदूच्या बक्षीसमार्गात डोपामाइनची मोठी लाट आणतात, गैरवापर होण्याची त्यांची शक्यता खूप असते. ॲडरलच्या वापराविषयी अन्न आणि औषध प्रशासनाने सावधगिरीचा थेट इशाराच दिला आहे.

दुसरे म्हणजे ज्या प्रकारे या ड्रगनी काम करावे अशी कल्पना असेल तसे ते प्रत्यक्षात काम करत नसतील किंवा त्याहूनही वाईट म्हणजे दीर्घ काळात मानसशास्त्रीय लक्षणे अधिकच वाईट करत असतील तर काय करायचे? म्हणजे बुप्रेनोरफिन ख्रिससाठी काम करत असलं तरी सायकोट्रॉपिक औषधे दीर्घ काळ घेतल्यावर उपयोगी पडतात याबद्दलचा सबळ पुरावा नाही.

चार साधनसमृद्ध (ऑस्ट्रेलिया, कॅनडा, इंग्लंड, अमेरिका) देशांत डिप्रेशनविरोधी (प्रोजॅक), ॲनझिओलायटिक्स (झनाक्स) आणि हिप्नोटिक्स

(अंबीयन) अशा मानसोपचारांसाठीच्या औषधांसाठी मिळणाऱ्या निधीत वाढ झालेली असली तरी या देशांतील मानसिक बेचैनी, अतिरिक्त चिंता यांची लक्षणे कमी झालेली नाहीयेत (१९९०-२०१५). गरिबी, मानसिक धक्का यांच्यामुळे निर्माण होणाऱ्या मानसिक विकारांच्या वाढत्या धोक्यांचे नियंत्रण करण्यासाठी भरपूर प्रयत्न केले तरीही ही लक्षणे कमी झालेली नाहीत हेच दिसून येते. म्हणजे अगदी स्किझोफ्रेनियासारख्या तीव्र मानसिक आजारांचा अभ्यास करतानाही तसे दिसून आले आहे.

अतिचिंता आणि निद्रानाश यांचे जे पेशंट बेंझोडियाझेपिन (झनाक्स आणि क्लोनोपिन) तसेच अन्य सिडेटिव्ह-हिप्नोटिक्स रोज महिनाभराहून जास्त काळ घेतात त्यांना चिंता आणि निद्रानाश या समस्या अधिकच बिकट झालेल्या जाणवतात.

मानसिक त्रास होतो म्हणून जे पेशंट महिन्याभरात अधिक काळ रोज ओपीयॉईड घेतात त्यांना त्याचे व्यसन तर लागतेच, पण त्रासही वाढतो. आधी उल्लेख केल्यानुसार या प्रक्रियेला ओपीयॉईड-उद्युक्त हायपर अल्गेशिया म्हणतात. म्हणजे ओपीयॉईडचे डोस वारंवार घेतल्याने त्रास अधिकच वाढतो.

ॲडरल आणि रीटालिन यांच्यासारखी औषधे एकाग्रचित्त न होण्याच्या विकारावर लिहून दिली जातात; परंतु त्यामुळे स्मरणशक्ती अल्पकाळासाठी टिकून राहते आणि लक्षही अल्पकाळच लागते. त्यामुळे गुंतागुंतीच्या विषयांचे दीर्घकालीन आकलन होते, विद्वत्ता वाढते किंवा अभ्यासात वरची श्रेणी मिळते, असा काही पुरावा नाही.

सार्वजनिक आरोग्य मानसशास्त्रज्ञ ग्रेशेन लेफिव्हर वॉटसन आणि त्यांचे सहलेखक यांनी 'एडीएचडी ड्रग गैरवापराची अमेरिकन कॉलेजातील कॅम्पसमधील समस्या' या प्रबंधात लिहिले आहे की, 'एडीएचडी ड्रगचे कोर्स दिल्यामुळे शैक्षणिक आणि सामाजिक-भावनिक कार्ये घसरणीला लागतात याबद्दलचे नवनवीन लक्षवेधी पुरावे सापडत आहेत.'

हल्लीच्या आकडेवारीने दाखवले आहे की, ज्या डिप्रेशनविरोधी औषधांची सवय लागत नाही असे पूर्वी म्हटले जात होते, त्यांचीही सवय लागते आणि त्यांच्यावरील अवलंबित्व वाढते. उलट, दीर्घ काळाचा विचार करता डिप्रेशनची स्थिती अधिकच बिकट होते. या परिस्थितीला 'टार्डाइव्ह डिस्फोरिया' असे म्हणतात.

व्यसनाची समस्या आणि या ड्रग्जचा उपयोग होतो की नाही यांच्या पलीकडे जाऊन माझ्या मनात आणखी एक मोठा प्रश्न येत आहे : तो म्हणजे सायकोट्रॉपिक ड्रग घेतल्यामुळे आमच्यातील 'मानव'पणाचा काहीतरी आवश्यक पैलू नष्ट होत आहे का?

१९९३ साली मानसोपचारतज्ज्ञ डॉ. पीटर क्रमर यांनी 'लिसनिंग टू प्रोझॅक' हे अतिशय महत्त्वाचे पुस्तक प्रकाशित केले. त्यात त्यांनी असा युक्तिवाद केला की, 'अँटीडिप्रेसंट औषधे लोकांना पूर्ण चांगलं करत नाही पण, आधीपेक्षा बरे करतात.' परंतु क्रमर यांचेच गृहीतक चुकलं असेल तर? म्हणजे आपल्याला आधीपेक्षा बरं करण्याऐवजी ते अधिक आजारीच पाडत असतील तर? मागील कित्येक वर्षे मला बऱ्याच पेशंटनी सांगितले आहे की, त्यांच्या मानसोपचाराच्या औषधांनी त्यांना दुःखद भावनांपासून अल्पकाळ दिलासा दिला आहे, पण भावनांचा संपूर्ण कल्लोळ अनुभवण्याची क्षमताही मर्यादित केली आहे. खासकरून अतिशय दुःख आणि भीती या भावना त्यांना आधीपेक्षा कमी जाणवतात.

अँटीडिप्रेसंट गोळ्या खाऊन मन:स्थिती चांगली राहणाऱ्या एका पेशंट स्त्रीने मला सांगितलं की, आता ऑलिंपिक कमर्शिअलच्या वेळेस मला उत्कटतेने रडूसुद्धा येत नाही. मला सांगताना ती हसत होती. म्हणजे डिप्रेशन आणि अतिचिंता यांच्यापासून आराम मिळण्यासाठी स्वतःच्या व्यक्तिमत्त्वाची भावनिक बाजू गमावण्याचं तिला वाईट वाटत नव्हतं. परंतु जेव्हा स्वतःच्या आईच्या दफनप्रसंगीही रडू आलं नाही तेव्हा तिच्यातील समतोलपणाचा तराजू सैरभैर झाला. तिनं अँटीडिप्रेसंट गोळ्या घेणं बंद केलं. त्यानंतर थोड्याच काळात एक अधिक व्यापक असा भावनिक कल्लोळ तिच्या अनुभवास आला. त्यात अधिक डिप्रेशन आणि अतीव चिंता यादेखील होत्या. तेव्हा तिने ठरवलं की माणसासारख्या भावना जाणवायला हव्या असतील तर मानसिकदृष्ट्या दुर्बळ वाटलं तरी चालेल.

माझ्या आणखी एका पेशंटने उच्च ऑक्सिकाँटिन डोस बंद करून टाकला होता. ती दहा वर्षांपासून ते औषध सततच्या वेदनेसाठी वापरत होती. काही महिन्यांनी ती नवऱ्यासोबत मला भेटायला आली. मी त्याला प्रथमच भेटत होते. कित्येक वर्षे वेगवेगळे डॉक्टर करून तो अगदी कंटाळला होता. तो मला म्हणाला, ''ऑक्सिकाँटिनचा डोस चालू असताना माझ्या बायकोने संगीत ऐकणं बंद करून टाकलं होतं. ते ती आता ऐकू लागली

आहे त्यामुळे कित्येक वर्षांनी आता मला वाटतंय की ज्या स्त्रीशी मी लग्न केलं होतं ती स्त्री हीच आहे.''

सायकोट्रॉपिक औषधांचा माझा स्वतःचाही अनुभव आहेच की. मी लहानपणापासूनच अतिशय अस्वस्थ आणि चिडचिडी मुलगी होते. त्यामुळे मला वाढवणे आईला फार कठीण गेलं. माझे मूड चांगले व्हावेत म्हणून तिला फार झगडावं लागायचं आणि त्या प्रक्रियेत पालक म्हणून तिला फार हताश वाटायचं. भूतकाळाबद्दलचा मी लावलेला हा अर्थ आहे. माझ्यापेक्षा माझा भाऊ तिला बरा वाटायचा कारण तो स्वभावाने गरीब होता, ऐकणारा होता. मलाही तो बरा वाटायचा कारण जेव्हा आईने वैतागून माझ्या बाबतीत हात वर केले तेव्हा त्यानेच तिला आधार देऊन मला वाढवण्यात पुढाकार घेतला.

'कमी प्रमाणातली, पण सदैव चिडचिड आणि चिंता' या कारणामुळे मला 'अ टिपिकल डिप्रेशन' मनोविकार असल्याचं वयाच्या विशीत निदान झालं. त्यामुळे मला प्रोझॅक हे औषध सुरू केलं. ते घेतल्यामुळे मला लगेचच बरं वाटलं. मुख्यत्वेकरून मी मोठमोठे प्रश्न विचारणं सोडून दिलं. : म्हणजे आपण असण्याचा हेतू काय? आपण इच्छेप्रमाणे वागू शकतो का? आपल्याला त्रास का भोगावा लागतो? देव आहे का? त्याऐवजी मी त्या प्रश्नांना बगल देऊन विचार करू लागले.

त्याशिवाय आयुष्यात प्रथमच माझं आईशी पटू लागलं. मग मी तिच्या आवतीभोवती असणं तिला सुखावह झालं आणि मलाही तिच्याशी प्रेमाने वागणं अधिक आवडू लागलं. तिचं-माझं अधिक चांगल्या प्रकारे जमू लागलं.

त्यानंतर जेव्हा मी स्वतःला मूल हवं म्हणून काही वर्षांनी प्रोझॅक सोडून दिलं तेव्हा परत पहिल्यासारखी झाले; चिडचिडी, सारखे प्रश्न विचारणारी अशी झाले. त्यानंतर लगेचच माझं आईशी पटेनासं झालं. आम्ही दोघी एखाद्या खोलीत एकत्र असलो तरी तिथली हवा धगधगल्यासारखी भासू लागली.

त्यानंतर बऱ्याच दशकांनी आमचं नातं किंचितसं सुधारलं. जेव्हा आम्ही एकमेकींशी कमीतकमी संबंध ठेवतो तेव्हा चांगल्या असतो. याचं खरं तर मला फार दुःख होतं. कारण माझं आईवर प्रेम आहे आणि तिचं माझ्यावर प्रेम आहे हे मला माहीत आहे.

परंतु तरीही प्रोझॅक गोळी थांबवण्याची खंत मला वाटत नाही. प्रोझॅक न घेतानाचं माझं व्यक्तिमत्त्व आईशी जुळत नसलं तरी त्यामुळे मला अशा गोष्टी करायला मिळाल्या आहेत ज्या मी एरवी केल्या नसत्या.

आज मी थोडीशी काळजीखोर, किंचितशी निराश, जराशी संशयी अशी असले तरी ते मला चालतं आहे. मी अशी व्यक्ती आहे जिला सतत काहीतरी घडामोड आणि आव्हान लागतं. मला कशासाठी तरी काम करायचं असतं किंवा कशाविरुद्ध तरी लढायचं असतं. जगाशी जुळवून घेण्यासाठी मी स्वतःमध्ये निश्चितच बदल घडवून आणणार नाही.

जगाशी जुळवून घेण्यासाठी स्वतः औषध घेणे हा प्रकार करताना कुठलं जग आपल्याला चालेल, असं आपण म्हणत आहोत? वेदना आणि मनोविकार यांच्यावर उपचार करण्याच्या बुरख्याकडून जैविक रसायनांच्या मदतीने आपण लोकसंख्येच्या मोठ्या घटकांना असह्य परिस्थितीविषयी बधिर करून टाकत आहोत का? त्याहूनही वाईट म्हणजे सायकोट्रॉपिक औषधे ही खास करून गरीब, बेरोजगार आणि कसलेही हक्क न दिलेल्या लोकांवरील सामाजिक नियंत्रणाची साधने बनत आहेत का?

मानसोपचारिक औषधे ही बरेचदा आणि मोठ्या संख्येने गरीबांना – खासकरून गरीब मुलांना लिहून दिली जातात.

अमेरिकेतील सीडीसीच्या 'नॅशनल सेंटर फॉर हेल्थ स्टॅटिस्टिक्स'ने 'नॅशनल हेल्थ इंटरव्ह्यू' नावाचे सर्वेक्षण केले. त्या सर्वेक्षणाच्या २०११ सालच्या आकडेवारीनुसार ६ ते १७ वर्षांच्या आतली ७.५ टक्के अमेरिकन मुले ही भावनिक आणि वर्तनिक समस्यांसाठी डॉक्टरांनी सांगितलेली औषधे घेत होती. गरिबीत न राहणाऱ्या मुलांपेक्षा गरिबीत राहणारी मुले ही मानसोपचारिक औषधे घेण्याची शक्यता अधिक होती. (६.६ टक्क्यांविरुद्ध ९.२ टक्के). मुलींपेक्षा मुलांना ही औषधं अधिक प्रमाणात दिली जात होती. गौरवर्णीयांना अन्य लोकांपेक्षा ही औषधे अधिक दिली जात होती.

जॉर्जिया राज्यातील वैद्यकीय मदतीच्या माहितीचा निकष उर्वरित देशासाठी लावल्यावर असे दिसून येते की, नुकतीच चालू लागलेली दहा हजार बालके रिटालिनसारखी मानसिक उत्तेजक द्रव्य घेत असावीत.

मानसोपचारतज्ज्ञ एड लेविन यांनी वाजवीहून अधिक तीव्र आजाराचे निदान आणि अधिक तीव्र औषधे अमेरिकन तरुणांना, खासकरून गरीब

अमेरिकन तरुणांना देण्याच्या समस्येविषयी लिहिले आहे. : 'अन्य सर्व वर्तनाप्रमाणे भडकून उठण्याची प्रवृत्ती यातही जीवशास्त्राचा संबंध असतो, त्यामुळे अतिशय वाईट आणि अमानुष वागणूक मिळाली तरीही औषधावर असलेल्या पेशंटची प्रतिक्रिया अधिक 'शामळू' दिसून येते.'

हे दृश्य केवळ अमेरिकेपुरते मर्यादित नाही.

स्वीडनमध्ये देशभरातले सर्वेक्षण करण्यात आले. त्यात वेगवेगळ्या मानसोपचारांचे ड्रग्ज लिहून देण्याच्या दराचे विश्लेषण करण्यात आले. तेव्हा त्यासाठी आधारभूत वेगवेगळे इंडेक्स धरण्यात आले. या इंडेक्सच्या गटाला एकत्रितपणे 'नेबरहुड डिप्रायव्हेशन' म्हटले जाते आणि त्यात शिक्षण, उत्पन्न, बेरोजगारी आणि समाजकल्याण खात्याची मदत, असे अनेक इंडेक्स धरले जातात. मानसोपचारिक औषधांच्या प्रत्येक वर्गात त्यांना दिसून आलं की, त्या त्या भागातील सामाजिक–आर्थिक दर्जा जसजसा ढासळला तसतसा ही औषधे लिहून देण्याचा दर वाढला. त्यांचा निष्कर्ष : 'यावरून दिसून येते की, नेबरहुड डिप्रायव्हेशनचा संबंध मानसोपचारिक औषधांच्या प्रिस्क्रिप्शनशी असतो.'

ओपीयॉईड हीदेखील गरीब लोकांना प्रमाणाबाहेर जास्त लिहून दिली जातात.

'यूएस डिपार्टमेंट ऑफ हेल्थ अँड ह्यूमन सर्व्हिसेस' यांच्यानुसार, 'गरिबी, बेरोजगारीचा दर आणि रोजगार यांचे लोकसंख्येशी असलेले गुणोत्तर यांचा संबंध ओपीयॉईड औषधे प्रिस्क्रिप्शनमध्ये लिहून देण्याशी आणि ते जास्त प्रमाणात लिहून देण्याशी असतो.' सरासरी पाहता अतिशय वाईट अर्थव्यवस्थेच्या देशांत ओपीयॉईड प्रिस्क्रिप्शन्स जास्त लिहून दिली जातात, ओपीयॉईडसंबंधित हॉस्पिटल भरतीही तिथे जास्त होते. आणि ड्रगचा वाजवीहून जास्त ओव्हर डोस घेतल्याने मृत्यूही तिथेच अधिक होतात.

'मेडिकेड' या अमेरिकन केंद्र सरकारने निधी पुरवलेल्या आरोग्यविम्याखाली अत्यंत गरीब, असाहाय्य अशा अमेरिकी लोकांना ओपीयॉईडयुक्त वेदनाशामक गोळ्या त्या विम्याखाली नसलेल्या लोकांच्या दुपटीने दिल्या जातात. ओपीयॉईडमुळे मरणाऱ्या मेडिकेड विम्याखालच्या पेशंटची संख्या अन्य पेशंटपेक्षा तीन ते सहा पटींनी जास्त आहे.

बुप्रेनोरफिनसारखी 'जैसे थे' तब्येत ठेवणाऱ्या उपचारांची औषधे मी ख्रिसला ओपीयॉईड व्यसनापासून दूर ठेवायला देत होते. त्यातून 'क्लिनिकल अबंडनमेंट'चा प्रकार होत होता. म्हणजे त्यात आरोग्याच्या प्रत्यक्ष मानसिक घटकांवर उपचार केले जात नव्हते. अलेक्झांड्रा हॅचर आणि त्यांच्या सहकाऱ्यांनी 'सबस्टन्स युज अँड मिसयुज' या नियतकालिकात लिहिले की : 'वंश आणि वर्ग यांच्या सुविधा नसलेल्या पेशंटच्या मूलभूत गरजांकडे लक्ष न देता आणि बीएमटी (बिहेव्युरल मॉडिफिकेशन ट्रीटमेंट – वर्तन सुधारण्याचे उपचार) न करता केवळ औषधे देण्यातून पेशंट आजारातून मुक्त होत नाही, तर संस्थात्मक हेळसांड हा प्रकार त्याच्या बाबतीत घडतो. तसंच संरचनात्मक हिंसा (समाजाकडून होणारे दुर्लक्ष)) हेही त्यांच्या बाबतीत घडते.'

सिरीनिटी नामक विज्ञानपट (२००५) हा जॉस व्हेडन यांनी दिग्दर्शित केला होता. त्यात अशा एका भावी जगाची कल्पना केली आहे, जिथे सर्व राष्ट्रीय नेते एक खूप मोठा प्रयोग करतात : ते संपूर्ण पृथ्वीवरील लोकसंख्येला हाव, दुःख, चिंता, संताप आणि निराशा कधी निर्माणच होणार नाही अशी लस देतात आणि त्यायोगे जगभरात शांतता आणि सलोखा यांची संस्कृती निर्माण होईल अशी आशा करतात.

या चित्रपटाचा नायक माल हा एक बदमाश पायलट असतो, तो सिरीनिटी अवकाशयानाचा कप्तान असतो. तो एका ग्रहावरची परिस्थिती पाहायला आपल्या सहकाऱ्यांसोबत जातो. परंतु त्याला त्या ग्रहावर शांग्रिला (खूप दूरवरची अतिशय सुंदर अशी जागा– जणू काही नंदनवन) दिसण्याएवजी प्रेतेच दिसतात. त्यांच्या मृत्यूमागचे गूढही कळत नाही. एक संपूर्ण ग्रहच मृतावस्थेत आपल्या बिछान्यावर निश्चलपणे पडलेला असतो किंवा कोचावर आडवा पडलेला असतो किंवा पुढ्यातल्या टेबलावर मान टाकून पडलेला असतो. माल आणि त्याचे सहकारी ते कोडे सोडवतात. : त्यांच्यात जनुकीय परिवर्तन झाल्यामुळे कसली भूक किंवा इच्छाच राहत नाही म्हणून ते तसे झालेले असतात.

म्हणजे प्रत्यक्ष आयुष्यातही डोपामाइनचे अतिरिक्त सेवन केलेल्या उंदरांनाही उपासमार झाली तरी चालते, पण ते अन्नासाठी काही सेंटीमीटरही चालून जात नाहीत, तशीच या ठिकाणी कसलीच इच्छा न उरल्यामुळे ही माणसे मरून गेली होती.

कृपा करून माझ्याविषयी गैरसमज करून घेऊ नका. ही औषधे जीवन वाचवणारी साधने बनू शकतात आणि आमच्या उपचारपद्धतीत ती आहेत म्हणून मी कृतज्ञ आहे. परंतु प्रत्येक प्रकारच्या मानवी वेदनांना औषध देऊन बरे करण्याची किंमतही आपल्याला मोजावी लागते आणि आपण बघूच की, त्यासाठी एक पर्यायी मार्गही उपलब्ध आहे तो आपल्याला अधिक मदत करेल : तो मार्ग म्हणजे वेदना सहन करणे हाच.

भाग तिसरा

# वेदनेचा पिच्छा

प्रकरण सात

# वेदनेच्या पारड्यावर जास्त जोर देताना

मायकेल माझ्यासमोर बसला होता. जीन्स आणि टी-शर्ट घातलेला अगदी निवांत माणूस दिसत होता तो! चेहऱ्यावरचं बालिश देखणेपण आणि कसलेही कष्ट न घेता आपोआपच आलेला लाघवीपणा यांमुळे तो कोणालाही पटकन आवडायचा- हीच त्याला मिळालेली देणगी होती आणि हेच त्याला मिळालेलं ओझंही होतं.

''एखाद्या उठवळ तरुणीकडे लक्ष जावं तसं माझ्याकडे लोकांचं लक्ष जातं, माझा कोणीही मित्र सांगेल तुम्हाला.''

एके काळी मायकेलचं आयुष्य जणू 'सिलिकॉन व्हॅलीतील परीकथा' होतं. कॉलेजमधून पदवी मिळाल्यावर त्यानं रिअल इस्टेट व्यवसायात लाखो रुपये कमावले. वयाच्या पस्तिशीपर्यंत तो प्रचंड श्रीमंत झाला होता. हेवा वाटेल एवढा देखणा होता आणि जिच्यावर प्रेम केलं तीच स्त्री त्याची पत्नी झाली होती.

परंतु त्याचं आणखी एक वेगळं आयुष्य होतं आणि त्याने आतापर्यंत ज्या आयुष्यासाठी मेहनत केली होती ते आयुष्य त्या वेगळ्या आयुष्यामुळे पार विस्कटून जाणार होतं.

''मी कायम एक उत्साहाने सळसळणारा माणूस होतो. मला जे काही एकदम तरतरी देईल त्याच्या शोधात असायचो. कोकेन ही तर उघडच दिसणारी वस्तू होती. परंतु मद्य पिऊनही तसं होत होतं. ...त्यामुळे मला प्रचंड धुंदी चढायची आणि अंगात रक्त सळसळू लागायचं. म्हणजे मी

अगदी पहिल्यांदा व्यसन केलं तेव्हापासून मला हाच अनुभव आला आहे. मी स्वतःला तेव्हा बजावलं होतं की आपण केवळ गमतीखातर कोकेन घ्यायचं, पण त्यामुळे कसल्या लफड्यात सापडायचं नाही. तसं मला करता येईल असं त्या वेळेला मला खरोखर तसं वाटत होतं.'' तो क्षणभर थांबून हसला, ''छे! असं काही होत नसतं हे मला कळायला हवं होतं.''

''जेव्हा बायकोने मला सांगितलं की आपलं लग्न वाचवायचं असेल तर तुझं व्यसन रोखणं हा एकमेव उपाय आहे. तेव्हा मी जराही मागचा पुढचा विचार केला नाही. कारण मला बायको हवी होती. आमचं लग्न टिकायला हवं होतं. त्यामुळे व्यसनापासून सुटका हा एकमेव पर्याय होता.'' व्यसन सोडून देणे हा मायकेलसाठी अवघड भाग नव्हता. पण त्यानंतर काय करायचं, त्यास तोंड देणं अवघड होतं. व्यसन सोडल्यावर त्याच्या मनात नकारात्मक भावनांचा मोठा लोंढा आला. या सगळ्या भावना तो एरवी ड्रगच्या आवरणाखाली दडवत होता. जेव्हा त्याला दुःख, संताप, लाज इत्यादी भावना जाणवत नसायच्या तेव्हा त्याला काहीच जाणवायचं नाही. बहुधा तेच फार वाईट होतं. पण त्यानंतर मग त्याच्या आयुष्यात असं काहीतरी घडलं त्यामुळे त्याला आशा वाटू लागली.

''पहिल्यांदा जेव्हा ते घडलं किंवा तो योगायोग होता.'' तो मला म्हणाला, ''मी टेनिस शिकायला रोज सकाळी उठून जात होतो. सुरुवातीच्या काळात कोकेन घेण्यापासून लक्ष विचलित करण्यासाठी मी तसं करत होतो. परंतु तासभर टेनिस खेळून अंघोळ झाली तरीदेखील माझा घाम काही केल्या जात नसे. माझ्या टेनिसच्या प्रशिक्षकाला ते मी सांगितलं. त्याने मला थंड पाण्याचा शॉवर घ्यायला सुचवलं. थंड पाणी सुरुवातीला जरा त्रासदायक होतं; परंतु काही सेकंदांतच माझ्या शरीराला त्याची सवय झाली. अंघोळ करून बाहेर पडलो, आणि मला आश्चर्य वाटेल एवढं ताजंतवानं वाटू लागलं. म्हणजे जणू काही मी मस्तपैकी कॉफी प्यायली असावी.

''त्यानंतर पुढले दोन आठवडे तसं केल्यावर माझ्या लक्षात येऊ लागलं की, थंड पाण्याने अंघोळ केली की माझी मन:स्थिती खूपच चांगली असते. मग मी ऑनलाईन'कोल्ड वॉटर थेरपी' हा विषय शोधला तेव्हा बर्फाच्या पाण्याने अंघोळ करणाऱ्या लोकांची कम्युनिटी मला सापडली. हा एक प्रकारचा वेडाचारच होता, परंतु मी निकराला आलो होतो. म्हणून त्या कम्युनिटीतल्या लोकांच्या सूचनेनुसार मी साध्या थंड पाण्याने अंघोळ

करण्याऐवजी माझा टब अधिक थंड पाण्याने भरू लागलो आणि त्यात बुडून राहू लागलो. त्यामुळे तर आणखीनच मजा आली म्हणून मी टबमधल्या पाण्यात बर्फ घातला त्यायोगे टेंपरेचर आणखी खाली जावं. तसं करून पाण्याचे तापमान मी ५० डिग्री फॅरनहाइटपर्यंत आणत होतो.

''मग ते माझं रुटीनच झालं. मी थंड पाण्यात पाच ते दहा मिनिटे रोज सकाळी आणि रात्री झोपायला जाण्यापूर्वी बुडवून घेत असे. असं मी जवळजवळ दररोज पुढील तीन वर्षे करत होतो. माझ्या व्यसनातून बाहेर पडण्याची ती गुरूकिल्ली होती.''

''पण मग कसं वाटायचं थंड पाण्यात?'' मी विचारलं. मला स्वतःला थंड पाणी सहन होत नाही. आणि हे असलं टेंपरेचर तर काही सेकंदही मला सहन होणार नाही.

''पहिले पाच ते दहा सेकंद माझं शरीर नुसतं किंचाळत असतं, 'थांब थांब, तू स्वतःला ठार मारतो आहेस.' एवढे ते वेदनादायी असतं.''

''मी कल्पना करू शकते.''

''पण मग मी स्वतःला सांगतो की, या पाण्यात बसण्याचा काळ अगदी मर्यादित आहे आणि हा त्रास घेणं हिताचं आहे. सुरुवातीचा धक्का बसला की त्यानंतर माझी त्वचा बधिर होऊन जाते आणि अंघोळ करून बाहेर पडल्यावर मला एकदम नशेत असल्यासारखं वाटतं. म्हणजे अगदी ड्रग घ्यावं तसं वाटतं. मी जेव्हा एस्कटसी अथवा मजा करण्यासाठी व्हिकोडिन घ्यायचो अगदी तेव्हासारखं वाटतं मला. खरोखरच हे अगदी अविश्वसनीय होतं. त्यानंतर कित्येक तास मला खूप छान वाटायचं.''

---

मानवी इतिहासातील बहुतेक काळ लोक थंड पाण्याने अंघोळ करत आले आहेत. जे केवळ नैसर्गिक उष्ण पाण्याच्या झऱ्याजवळ राहत होते त्यांनाच नियमितपणे गरम पाण्याने स्नान करण्याचा आनंद मिळायचा. त्यामुळे तेव्हाचे लोक सध्यापेक्षा अधिक अस्वच्छ राहायचे यात नवल नाही.

पुरातन ग्रीक लोकांनी गरम पाण्याची व्यवस्था सार्वजनिक स्नानगृहांसाठी विकसित केली; परंतु बऱ्याच आजारांवर उपचार म्हणून थंड पाण्याचा वापर करावा असाही प्रचार केला. सर्व प्रकारच्या शारीरिक

आणि मानसिक विकारावर बर्फाचे थंड पाणी हा उपाय आहे, असा दावा १८२०च्या दशकात व्हिंसेंझ प्रिसिंझ या जर्मन शेतकऱ्याने केला. एवढा की, त्याने आपल्या घराचे रूपांतर बर्फाच्या पाण्याच्या उपचारासाठी 'आरोग्यधाम' म्हणून केलं.

आधुनिक प्लंबिंग आणि हीटिंगच्या आगमनामुळे गरम पाण्याने अंघोळ आणि शॉवर घेणे हीच प्रथा बनली; परंतु थंड पाण्यात स्वतःला बुडवून बसणे हे हल्लीहल्ली पुन्हा एकदा लोकप्रिय बनू लागले आहे.

धावण्यासारखे व्यायाम करणारे क्रीडापटू दावा करतात की, त्यामुळे स्नायू लवकर ताजेतवाने होतात. या स्नानाला स्कॉटिश शॉवर किंवा जेम्स बॉण्ड शॉवर असेही म्हटले जाते. या जेम्स बॉण्ड शॉवरचा उल्लेख आयन फ्लेमिंग लिखित जेम्स बॉण्ड ००७च्या कादंबऱ्यांत वारंवार येत असतो. सध्या या प्रकारचा शॉवर पुन्हा एकदा लोकप्रिय झाला आहे आणि त्यात गरम पाणी स्नानासाठी घेऊन झाल्यावर एक मिनिटभर थंड पाणी अंगावर घ्यायचे अशी पद्धत आहे.

विल्म हॉफ यांच्यासारखे डच 'आइस वॉटर इमर्शन' गुरू (बर्फाच्या पाण्यात बुडून राहाणारे गुरू) या नव्या कर्तृत्वामुळे सेलिब्रिटी बनले. कारण जवळजवळ गोठेलच की काय इतक्या थंड पाण्यात ते तासन्‌तास सलग बुडून राहायचे. प्राग येथील चार्ल्स विद्यापीठातील वैज्ञानिकांनी 'युरोपिअन जर्नल ऑफ अप्लाइड फिजिओलॉजी' या नियतकालिकात लिहिले की, आम्ही एक प्रयोग केला. त्यात सर्व शरीर (डोके सोडून) १४ डिग्री सेल्सिअस एवढ्या थंड पाण्यात एक तासभर बसायचे दहा माणसांनी कबूल केले होते. फॅरनहीटमध्ये पाहता हे तापमान ५७ डिग्री होते.

त्यानंतर त्यांच्या रक्ताचे नमुने तपासून वैज्ञानिकांनी दाखवले की थंड पाण्यात बसून राहिल्यामुळे प्लाझ्मा (रक्त) डोपामाइनचे प्रमाण २५० टक्क्यांनी वाढले आणि प्लाझ्मा नोरेपीनेफ्रिनचे प्रमाण हे ५३० टक्क्यांनी वाढले.

थंड पाण्यात बसण्याच्या कालावधीत प्रारंभी डोपामाइन हळूहळू संथ गतीने वाढले, त्यानंतर एक तास वरच्या पातळीवरच राहिले. तर नोरेपीनेफ्रिन पहिल्या तीस मिनिटांत अतिशय वेगाने वाढले, आणि नंतरच्या तीस मिनिटांत ते एकाच पातळीवर राहिले. नंतरच्या तासात एक तृतीयांश एवढे कमी झाले. परंतु तरीही ते अंघोळीनंतरच्या दुसऱ्या तासातही बेसलाइनपेक्षा वरच राहिले. डोपामाइन आणि नोरेपीनेफ्रिनच्या सुखदायी पातळ्या थंड पाण्याच्या

वेदनेपेक्षाही अधिक वर होत्या. म्हणजे मायकेल मला म्हणाला होता की, ‘अंघोळीतून बाहेर पडल्यावरदेखील मला कित्येक तास छान वाटायचं,’ या त्याच्या म्हणण्याचा अर्थ कळतो.

थंड पाण्यात बुडून बसल्याचा मानवांवर आणि प्राण्यांवर काय परिणाम होतो यांच्या अभ्यासातून दिसून आले आहे की, तसे केल्याने मोनोअमाइन न्यूरोट्रान्समीटर्स (डोपामाइन, नोरेपीनेफ्रिन, सिरोटोनिन ) यांच्यात वाढ होते. आणि हेच न्युरोट्रान्स्मीटर आनंद, प्रेरणा, मन:स्थिती, भूक, झोप आणि सजगता यांचे नियंत्रण करीत असतात.

न्यूरोट्रान्स्मीटरच्या पलीकडे जाऊन अतिशय थंड पाणी प्राण्यांना बसण्यासाठी वापरले तर त्यामुळे त्यांच्या न्यूरॉन्सची वाढ होते आणि ही वाढ अधिकच लक्षणीय मानली जाते कारण न्यूरॉन्स हे फक्त काही मूठभर परिस्थितीतच त्यांचे ‘मायक्रोस्ट्रक्चर’ बदलतात.

ख्रिस्तीना जी. वॉन डेर ओह आणि त्यांचे सहकारी यांनी शीतसमाधी घेतलेल्या भूचर खारींचे मेंदू तपासले. या शीतसमाधीच्या काळात त्यांच्या शरीराचे अंतर्गत तापमान आणि मेंदूचे तापमान यांच्यात ०.५ ते ३ अंश सेल्सिअसचा फरक होता. गोठणबिंदूच्या तापमानाला या खारींचे न्यूरॉन्स हे कमी फांद्या असणाऱ्या काटेरी झाडांसारखे (डेनड्राइट्ससारखे) आणि कमी पानांच्या झाडांसारखेही (मायक्रो डेनड्राइट्ससारखे) दिसत होते. परंतु जसजशी त्यांना ऊब दिली तसतसे त्यांचे न्यूरॉन्स ऐन वसंत ऋतूतील पानगळीच्या जंगलासारखे वाढताना दिसू लागले. ही पुनर्वाढ अगदी वेगाने होते आणि तिची स्पर्धा केवळ पोटातील गर्भाच्या विकासाच्या वेळच्या लवचीक न्यूरॉन्सशीच होऊ शकते.

या अभ्यासाच्या लेखकांनी त्यांचे निष्कर्ष पुढीलप्रमाणे लिहिले : ‘शीतसमाधिस्थ मेंदूमधील संरचनात्मक बदल हे निसर्गात पाहिलेले सर्वाधिक नाट्यपूर्ण बदल आहेत. ‘ऱ्हीसस माकडा’च्या जातीचा गर्भ विकसित होत असताना त्याच्या मेंदूतील हिपोकॅम्पस या भागाची काटेरी झाडासारखी लांबी दिवसाला ११४ मायक्रोमीटर एवढी वाढते, तर शीतसमाधिस्थ प्रौढांमधील तसेच बदल केवळ दोन तासांत घडून येतात.’

---

बर्फासारख्या थंडगार पाण्यात बुडून बसल्यामुळे होणाऱ्या फायद्याचा शोध मायकेल यास योगायोगाने लागला. तराजूच्या दुःखाच्या बाजूला जोर दिल्यावर त्याच्या विरुद्ध बाजूचा आनंद आपल्याला प्राप्त होतो याचे हे उदाहरण आहे. यामध्ये आनंदाच्या बाजूला जोर न देता दुःखापासून मिळणारे डोपामाइन हे अप्रत्यक्ष असते आणि अधिक टिकणारे असते. पण मग ते काम करते कसे?

शरीराची स्वतःची नियंत्रणकारी होमिओस्टिक यंत्रणा कार्यान्वित होते तेव्हा दुःखामुळे आनंद मिळतो. या ठिकाणी प्रारंभीच्या वेदनेच्या उत्तेजकानंतर दुःखाची भुते तराजूच्या आनंदाच्या बाजूला जाऊन उड्या मारू लागतात आणि आनंदाचे पारडे खाली झुकते.

आपल्याला जो आनंद जाणवतो तो दुःखाला आपल्या शरीराने दिलेला नैसर्गिक आणि प्रतिक्षिप्त असा प्रतिसाद असतो.

मार्टिन ल्युथर यांनी उपवास केल्यामुळे आणि स्वतःच्या शरीरावर फटके मारून वेदना निर्माण केल्यामुळे त्यांना एक प्रकारची धुंदी चढली. मग ती भलेही धार्मिक कारणाने का असेना.

वेदनेला अधूनमधून सामोरे गेल्यामुळे आपला सुखाचा नैसर्गिक बिंदू आनंदाच्या बाजूला झुकतो, त्यामुळे आपल्याला चटकन दुःख होत नाही आणि काही काळपर्यंत सुखाचा अनुभव घेता येतो.

१९६०च्या दशकाच्या अखेरीस वैज्ञानिकांनी कुत्र्यांवर काही प्रयोग केले. उघडउघड क्रौर्याचे प्रयोग करण्यास आजच्या काळात मनाई असली

तरीही त्या प्रयोगातून मेंदूच्या होमिओस्टेटिस (समतल तराजू)विषयी महत्त्वाची माहिती आपल्याला मिळते.

कुत्र्याचे मागचे पंजे एका विजेच्या प्रवाहाला जोडल्यावर संशोधकांनी निरीक्षण केले की, पहिल्या शॉकच्या काळात कुत्रा घाबरल्यासारखा दिसला. तो ओरडला, त्याने हातपाय आपटले. त्याच्या डोळ्यांच्या बाहुल्या विस्तारल्या, डोळे खोबणीतून बाहेर आल्यासारखे झाले. त्याचे केस ताठ उभे राहिले आणि शेपूट दोन पायांत गेलं.

अचानक त्याला विष्ठा आणि मूत्रविसर्जन करावसं वाटू लागलं आणि अतिशय तीव्र अशी त्याच्या मज्जायंत्रणेची हालचाल आपोआपच दिसून येऊ लागली.

पहिल्या शॉकनंतर कुत्र्याला पट्टा सोडून मोकळे केले तेव्हा तो खोलीत हळूहळू फिरला, अगदी चोरपावलांनी, बिचकत आणि सगळीकडे चिडखोर नजरेने पाहत फिरला. पहिल्या शॉकच्या वेळेस कुत्र्याच्या हृदयाचे ठोके विश्रांतीच्या पातळीहून मिनिटाला १५० ठोक्यांवर वाढले. शॉक थांबला तेव्हा त्याच्या हृदयाचे ठोके जवळजवळ मिनिटभर विश्रांतीच्या पातळीपेक्षा ३० ठोक्यांनी कमी झाले होते.

पुढल्या पुढल्या शॉकच्या वेळांना, त्याची वागणूक हळूहळू बदलली. शॉक चालू असताना भीतीची भावना नाहीशी झाली, त्याऐवजी कुत्र्याला वेदना होऊ लागल्या, तो वैतागला किंवा चिंताग्रस्त झाला, पण घाबरला नाही. उदाहरणार्थ, किंचाळण्याऐवजी तो कण्हला, पण या वेळेस त्याला मूत्रविसर्जन किंवा विष्ठाविसर्जन करावसं वाटलं नाही. किंवा त्याने कसली धडपडही केली नाही. उलट, ते सत्र संपल्यावरती त्याला मोकळे सोडण्यात

आलं तेव्हा तो एकदम नाचू लागला, उड्या मारू लागला, शेपूट हलवू लागला, जणू काही त्याला आनंदाची मोठी उबळच आली असावी.

नंतरच्या शॉकच्या वेळेला त्याचे हृदयाचे ठोके विश्रांतीच्या पातळीपेक्षा थोडेच वाढले आणि तेही काही सेकंदांपुरते वाढले. शॉक थांबल्यावर हृदयाचे ठोके खूपच मंद झाले आणि ते विश्रांतीच्या पातळीपेक्षा ६० ठोके खाली गेले. म्हणजे आधीच्या दुपटीने खाली गेले. त्यानंतर पुन्हा विश्रांतीच्या पातळीवर येण्यास त्यास पूर्ण पाच मिनिटे लागली.

दुःखद उत्तेजकाला वारंवार सामोरे जावे लागल्यामुळे कुत्र्याची मन:स्थिती आणि हृदयाचे ठोके बदलले. सुरुवातीचा वेदनेचा प्रतिसाद अधिकाधिक कमी कालावधीचा झाला आणि मंदावला. नंतरचा प्रतिसाद (आनंदाचा) तो अधिक दीर्घ आणि अधिक मजबूत बनला. दुःखाचे रूपांतर अतिदक्षतेत झालं आणि अतिदक्षतेचं रूपांतर आनंदाच्या उबळीत झालं. त्या उबळीचं रूपांतर हृदयाचे ठोके वाढण्यात झालं. त्यानंतर दीर्घ काळ तेच ठोके मंदावले (ब्राडीकार्डिया). अशा प्रकारे दीर्घ विश्रांतीच्या काळात तसे घडून आले.

या छळाला सामोर जावं लागणाऱ्या प्राण्याविषयी मनात भूतदया भरून आल्याशिवाय या प्रयोगाची माहिती वाचणे शक्य नाही. तरीही तथाकथित 'आनंदाची उबळ' यातून एक गुदगुल्या करणारी शक्यता दिसून येते : तराजूच्या दुःखाच्या पारड्यावर जोर दिल्यामुळे आपल्याला अधिक काळ टिकणारा असा आनंदाचा स्रोत मिळत असेल का?

> ही कल्पना नवी नाही. प्राचीन तत्त्वज्ञांना अशाच प्रकारचे दृश्य दिसून आले आहे. सॉक्रेटीसने वेदना आणि आनंद यांविषयी २००० वर्षांच्याही आधी विचार करून ठेवला होता. (असे प्लेटोने 'सॉक्रेटीस'ला मृत्यूची भीती का वाटत नव्हती, याची कारणे सांगताना नोंदवून ठेवले आहे.) तो म्हणतो : 'ज्याला लोक आनंद म्हणत आहेत ती गोष्ट प्रत्यक्षात तर त्याच्या अगदी विरुद्ध बाजूशी म्हणजे दुःखाशी संबंधित आहे हे किती विचित्र आहे कारण या दोन गोष्टी माणसाच्या मनात एकत्र असू शकत नाहीत आणि तरीदेखील माणूस त्यातल्या एकाचा शोध घेतो, ते मिळवतो आणि ते मिळवता मिळवता त्याला दुसरी गोष्टही आपोआप मिळतेच. जणू काही या दोन्ही गोष्टी एकमेकांशी जुळल्या गेल्या आहेत.

> त्यामुळे जिथे जिथे त्यातले एक म्हणजे सुख किंवा दुःख दिसतं त्याच्या पाठोपाठ दुसरंही अगदी हजर होतंच. त्यामुळे माझ्याही बाबतीत जेव्हा बेड्या घातल्यामुळे पाय दुखू लागला तेव्हा यापाठोपाठ आनंदाची भावनाही येणार, असा विचार मी करतो.'

अमेरिकन हृदयविकार तज्ज्ञ हेलन टॉसिग यांनी 'अमेरिकन सायंटिस्ट' या जर्नलमध्ये १९६९ साली एक लेख लिहिला. आकाशातून वीज पडल्याच्या अपघातात सापडलेले, परंतु त्यातून जीव बचावलेले लोक त्याबद्दल काय सांगतात, याचे त्यांनी त्यात वर्णन केलं होतं. 'माझ्या शेजाऱ्यांचा मुलगा गोल्फ कोर्सवरून परत येत असताना त्याच्या अंगावर आकाशातून वीज पडली. तेव्हा तो जमिनीवरच आपटला, त्याच्या अंगातल्या अर्ध्या पॅन्टच्या चिंध्या चिंध्या झाल्या आणि संपूर्ण मांड्या भाजल्या. जेव्हा त्याच्या सोबतच्या माणसाने त्याला उठून बसवलं तेव्हा तो किंचाळला, 'मी मेलो, मी मेलो.' त्याचे पाय बधिर, काळेनिळे झाले होते. त्याला हलता येत नव्हतं. बाजूच्या हॉस्पिटलमध्ये पोहोचेपर्यंत तो बेशुद्ध झाला होता. त्याची नाडी खूपच मंदावली होती.' ही गोष्ट आणि कुत्र्याला जी आनंदाची उबळ आणि सोबत नाडी मंदावणे या गोष्टी झाल्या यांच्याशी साम्य वाटतं.

जिथं प्रारंभीचं दुःख बाजूला होऊन सुखाला वाट करून देतं अशा प्रकारची कुठल्यातरी दुःखाची आवृत्ती आपण सर्वांनी अनुभवलेली असते. कदाचित सॉक्रेटीसप्रमाणे तुम्हीही आजारीपणाचा काही काळ गेल्यावर आपली मनःस्थिती सुधारण्याचे अनुभवले असेल. किंवा भरपूर व्यायाम झाल्यावर एक प्रकारची धुंदी (रनर्स हाय) आल्याचे अनुभवले असेल. किंवा एखाद्या भीतिदायक चित्रपटातून एक प्रकारचा गूढ आनंद मिळवला असेल. ज्या प्रकारे, आनंद मिळावा म्हणून आपण दुःखाची किंमत मोजतो, त्याच प्रकारे दुःखाचे बक्षीस म्हणून आपल्याला आनंद मिळतो.

## होर्मेसिसचे विज्ञान.

होर्मेसिस ही विज्ञानाची एक शाखा आहे आणि त्यात हानिकारक अथवा दुःखकारक (म्हणजे खूप थंड, खूप उष्ण, गुरुत्वाकर्षणीय बदल, किरणोत्सर्ग, अन्न खाण्यावर नियंत्रण आणि व्यायाम इत्यादी) उत्तेजकांचे अतिशय

छोटे ते सौम्य असे डोस देऊन त्याचे लाभकारक परिणाम काय होतात, त्याचा अभ्यास केला जातो. होर्मेसिस हा शब्द पुरातन ग्रीक 'होर्माइन' या शब्दापासून आला आहे आणि त्याचा अर्थ एखादी गोष्ट सुरू करणे, करण्यास भाग पाडणे किंवा ती करण्याचा आग्रह धरणे असा होतो.

एडवर्ड जे. कालब्रेस हे अमेरिकन टॉक्सिकोलॉजिस्ट (नानाविध विषारी पदार्थांचा अभ्यास करणारे शास्त्रज्ञ) आणि होर्मेसिस या क्षेत्रातले आघाडीचे तज्ज्ञ आहेत. ते या गोष्टीचं वर्णन पुढील प्रकारे करतात, 'आसपासच्या परिसरातील किंवा स्वतःहून निर्माण केलेल्या सौम्य आव्हानांना त्या त्या सजीवाच्या जीवशास्त्रीय यंत्रणांनी स्वतःला जुळवून दिलेला हा प्रतिसाद असतो. त्यातून या यंत्रणा आपली कामकाजाची पद्धत सुधारतात आणि/किंवा अधिक तीव्र आव्हानास तोंड देण्याची तयारी करतात.'

जेव्हा काही कीटकांना त्यांच्या सवयीच्या २० अंश सेल्सिअस तापमानाहून अधिक तापमानात (म्हणजे ३५ अंश सेल्सिअस तापमानात) दोन तास ठेवले तेव्हा तशा प्रकारे न ठेवलेल्या कीटकांपेक्षा ते २५ टक्के अधिक काळ जगले, तसेच पुढील काळात उच्च तापमानात राहण्याची त्यांची क्षमता २५ टक्क्यांनी अधिक वाढली. परंतु अति जास्त उष्णता चांगली नाही. कारण दोन तासांऐवजी जेव्हा चार तास आधी उष्णतेत ठेवलं गेलं तेव्हा त्यांची उष्णता शोषणाची क्षमता कमी झाली आणि त्यांचा जीवन कालावधी एक चतुर्थांश घटला.

फळांवरील माश्यांना प्रयोगशाळेत सेंट्रीफ्यूज नावाच्या उपकरणात दोन ते चार आठवडे अधूनमधून गरगर फिरवण्यात आलं तेव्हा तसं न ठेवलेल्या माश्यांपेक्षा त्या अधिक काळ जगल्या, आणि वृद्धपणातही त्या अधिक चपळ होत्या, त्यांना उंचावर दीर्घ काळ चढता येत होतं. परंतु अति जास्त वेळ फिरवलेल्या माश्या जास्त काळ जगल्या नाहीत.

१९४५ सालच्या अणुबॉम्बच्या हल्ल्याच्या केंद्रबिंदूबाहेर राहणाऱ्या जपानी नागरिकांपैकी ज्यांना अल्प प्रमाणात किरणोत्साराला सामोरे जावं लागलं होतं, त्यांचा जीवनकाळ ज्यांना अजिबात किरणोत्सर्गास सामोरे जावे लागले नाही, अशा लोकांपेक्षा थोडासा अधिक होता आणि कर्करोग होण्याचं प्रमाण कमी होतं. तर किरणोत्साराला थेट सामोरे जाणाऱ्या नागरिकांचं असं झालं नाही. जे अणुस्फोटाच्या नजीक होते, असे अंदाजे दोन लाख लोक ताबडतोब मरण पावले.

लेखकांनी त्याबद्दल सिद्धान्त तयार केला की, 'अल्प डोसाचे उत्तेजक डीएनएला दिले तर त्यामुळे बिघाडाची दुरुस्ती होते, अपोप्टोसिस (काही पेशींचा मृत्यू) झाल्यामुळे नेहमीपेक्षा वेगळे वागणाऱ्या पेशी काढून टाकल्या जातात आणि कर्करोगविरोधी प्रतिकारक शक्ती वाढल्यामुळे कर्करोगाच्या पेशी नाहीशा केल्या जातात.' हे सगळे किरणोत्सारी होर्मेसिसचे मर्म आहे.

हे सगळे निष्कर्ष विवादास्पद आहेत. 'लँसेट' या प्रतिष्ठित विज्ञान नियतकालिकाने प्रकाशित केलेल्या प्रबंधात त्यावर प्रश्नचिन्ह उमटवले आहे याची आपण नोंद घेतली पाहिजे.

उंदीर आणि माकडे यांच्यावर केलेल्या प्रयोगांत दिसून आले की, इंटरमिटंट फास्टिंग (दोन जेवणांत १२ ते १६ तासांचे अंतर) आणि कॅलरीवरील निर्बंध यांच्यामुळे जीवनमान वाढते, त्याच प्रकारे वयाशी संबंधित आजार त्यांना कमी होतात. रक्तदाब कमी होऊन हृदयाच्या ठोक्याची परिवर्तनशीलता वाढते.

इंटरमिटंट फास्टिंग हा प्रकार वजन कमी करणे आणि एकूणच प्रकृती सुधारणे याचा मार्ग म्हणून लोकप्रिय झालेला आहे. उपवासाच्या या प्रकारात एक दिवसाआड उपवास, आठवड्याला एक दिवस उपवास, अमुक एवढे तास काहीही न खाणे, दिवसाला फक्त एकदाच जेवणे, १६ : ८ असा उपवास करणे. (म्हणजे दररोज १६ तास उपास करणे आणि तुमचे सगळे खाणे असेल ते आठ तासांच्या काळातच करणे.)

अमेरिकन सेलिब्रिटी टॉक शोचे होस्ट जिमी कीमेल हे इंटरमिटंट फास्टिंग करतात. त्यांनी सांगितले की 'हा प्रकार मी दोन वर्षे करतो आहे. आठवड्यातले दोन दिवस मी सोमवार आणि गुरुवार पूर्ण उपास करतो, एके दिवशी पाचशेहून कमी कॅलरी खातो आणि उरलेले तीन दिवस भरपूर चरतो. तुम्ही तुमच्या शरीराला आश्चर्याचे धक्के द्या, त्याला सारखे अंदाज बांधत राहायला लावा.'

खूपच कमी काळापूर्वी अशा प्रकारची उपास करण्याची पद्धत असती तर त्यास या माणसाच्या खाण्यापिण्याची काहीतरी समस्या आहे, असा शिक्का मारला गेला असता. खूपच कमी कॅलरी या अर्थातच हानिकारक असतात हे उघड आहे. परंतु काही वर्तुळात उपवास करणे हेच नैसर्गिक आणि अगदी निरोगी मानले जाते.

## व्यायामाबद्दल काय?

व्यायाम सुरू केला की, हा पेशींसाठी त्वरित जोखमीचा ठरतो. त्यामुळे शरीरातील तापमान वाढते, हानिकारक ऑक्सिडंट वाढतात, प्राणवायू आणि ग्लुकोज कमी पडतात. तरीही, व्यायामामुळे प्रकृती सुधारते याचा पुरावा प्रचंड मोठा आहे. आणि व्यायामाचा अभाव, कायमच बैठे राहून खात राहणे, दिवसभर काही ना काही खात राहणे हे अतिशय धोक्याचे आहे असेही म्हटले जाते.

व्यायामामुळे सकारात्मक मन:स्थिती निर्माण करणारे डोपामाइन, सेरोटोनिन, नोरेपिनेफ्रिन, एपिनफ्राइन, एंडोकानाबिनोईड्स आणि इंडोजीनस ओपीयॉईड पेप्टाइड्स (एंडोर्फिन) न्यूरोट्रान्स्मीटरना उत्तेजना मिळते. व्यायामामुळे नवीन न्यूरॉन्स आणि त्यांना साहाय्य करणाऱ्या ग्लायल पेशी तयार होतात. व्यायामामुळे ड्रग वापरण्याची आणि त्यांचे व्यसन लागण्याची शक्यताही कमी होते. कोकेन विपुल प्रमाणात उपलब्ध करून देण्यापूर्वी सहा आठवडे अगोदर उंदरांना चाकावर धावायला दिले त्यानंतर जेव्हा कोकेन मिळाले तेव्हा ते त्यांनी कमी प्रमाणात आणि कमी वेळ घेतले. ज्यांना चाकावर धावण्याचा व्यायाम मिळाला नव्हता त्यांनी तसे केले नाही. हेरोईन, मेथंफेटामिन आणि अल्कोहोल यांच्याही बाबतीत हाच निष्कर्ष निघाला. जेव्हा प्राण्यांना व्यायाम ऐच्छिक किंवा जबरदस्तीने करावा लागतो तेव्हाही त्यांच्याकडून ड्रगचे सेवन कमी केले जाते.

मानवांत प्राथमिक शाळा, माध्यमिक शाळा आणि सुरुवातीच्या प्रौढ वयातील उच्च शारीरिक कष्टांमुळे ड्रगचा वापर कमी होतो असा अंदाज आहे. व्यायामामुळे आधीपासूनच्या व्यसनी लोकांना व्यसन थांबवण्यास किंवा कमी करण्यास मदत होते.

अभ्यास केलेल्या प्रत्येक सजीव प्रजातीच्या मेंदूतील सर्किटला चालना देण्यात डोपामाइनचं महत्त्व सिद्ध झालं आहे. नेमेटोड सी. एलेगन्स (हा एक राउंडवर्मचा प्रकार असून प्रयोगशाळेत त्याच्यावर भरपूर प्रयोग केले जातात.) यास स्थानिक स्तरावर भरपूर अन्न उपलब्ध असेल तर असा संदेश देणाऱ्या पर्यावरणीय उत्तेजकांना प्रतिसाद म्हणून या कीटकात डोपामाइन मुक्त होते आणि (मग ते अन्न मिळवण्यासाठी तो हालचाल करू लागतो.) शारीरिक हालचालीतली डोपामाइनची ही मागील काळापासूनची

भूमिका त्याच्या प्रेरणादायक भूमिकेशी निगडित आहे : म्हणजे आपल्याला हवी असलेली वस्तू मिळवण्यासाठी आपल्याला तिच्यामागे जावे लागते.

अर्थात, आज आपल्याला डोपामाइन इतक्या सहज मिळतं की, त्यासाठी बसल्या जागेवरून उठण्याची कधीकधी तसदी घ्यावी लागत नाही. सर्वेक्षणाच्या अहवालावरून दिसून आले की, आजकालचा सर्वसाधारण अमेरिकन माणूस जागेपणीचा अर्धा काळ बसण्यात घालवतो. म्हणजे पन्नास वर्षांपूर्वीपेक्षा आज तो पन्नास टक्के अधिक बसून राहतो. जगभरातून श्रीमंत देशांतून मिळालेली आकडेवारी या आकडेवारीशी तुलना करता येण्यासारखी आहे. याचा अर्थ, एके काळी दररोज जेव्हा १०-२० किलोमीटर प्रवास करून आपल्याला मर्यादित अन्नपुरवठ्यासाठी फिरावे लागत होतं, तेव्हापासून उत्क्रांत होऊन आज आपण आधुनिक बैठ्या जीवनशैलीपर्यंत पोहोचलो आहोत. परंतु या बैठ्या शैलीचे दुष्परिणाम भयंकर आहेत.

मी कधीकधी विचार करते की, व्यसन लागण्याची आपल्याला आधुनिक खोड लागली आहे तिच्यामागे अंशतः असे कारण असावे की, या ड्रग्जमुळे आपल्या लक्षात येते की आपल्याला अजूनही शरीर आहे. अतिलोकप्रिय व्हिडिओ गेम्समध्ये अनेक पात्रे दाखवलेली असतात जी धावतात, उड्या मारतात, चढतात, हत्यार फेकतात आणि उडतात. स्मार्टफोनवरही आपल्याला अनेक पेजेस स्क्रोल करावी लागतात, स्क्रीनवर टॅप करावे लागते तेव्हा एखादी गोष्ट पुन्हा पुन्हा करण्याच्या प्राचीन काळातील सवयीचा हुशारीने उपयोग केला जातो. ही सवय बहुधा आपण शतकानुशतके गहू दळणे, फळे गोळा करणे यांतून मिळवली असणार. आपण सध्या जे सेक्स करतो तीच बहुधा एकमेव शारीरिक कृती असेल जी त्या काळापासून आताच्या काळापर्यंत होती तशीच चालू राहिली आहे.

प्रकृती सुधारण्याची गुरूकिल्ली म्हणजे आपण बसल्या जागेवरून उठलं पाहिजे आणि आपली खरीखुरी शरीरं हलवली पाहिजेत, आभासी नव्हेत. मी पेशंटना सांगते की आसपासच्या परिसरात दिवसभरात केवळ ३० मिनिटे चालल्यामुळे फरक पडतो. कारण त्याचा पुरावा निर्विवाद आहे : मी लिहून दिलेल्या गोळीपेक्षा आपली मनःस्थिती, काळजी, आकलनक्षमता, ऊर्जा आणि झोप यांच्यावर व्यायामाचा अतिशय सखोल आणि टिकाऊ असा सकारात्मक परिणाम होतो.

परंतु आनंदाचा पाठपुरावा करण्यापेक्षा दुःखाच्या मागे लागणे अधिक कठीण असते. मुळात आपल्या मनातली प्रतिक्षिप्त प्रेरणा असते ती म्हणजे वेदना किंवा त्रास टाळणे आणि आनंदाच्या मागे जाणे. त्या प्रेरणेविरुद्ध हे असते. त्यामुळे आपल्या आकलनक्षमतेवर भार येतो. : आपल्याला लक्षात ठेवले पाहिजे की, आपल्याला वेदनेनंतर आनंद जाणवणार आहे; पण आपण ही गोष्ट बरेचदा विसरून जातो. मला माहीत आहे की रोज सकाळी मी पलंगावरून उठून व्यायाम करायला जाते तेव्हा मला त्रासाचे धडे रोज नव्याने गिरवावे लागतात. पण त्या त्रासानंतर मला आनंद मिळणार असतो.

आनंदाऐवजी वेदनेमागे जाणे हे संस्कृतीच्या विरुद्धही आहे. आधुनिक जीवनाच्या नानाविध पैलूंत जे 'फील गुड' मेसेजेस आपल्याला येत असतात त्यांच्याही ते विरुद्ध आहे. गौतम बुद्धांनी वेदना आणि आनंद यांच्या मधला मार्ग कसा शोधायचा हे शिकवलं; परंतु या मध्यम मार्गातही 'सोयीस्करपणाच्या जुलमाची' भेसळ झालेली आहे. त्यामुळे आपण वेदनेस शोधून तिला आपल्या आयुष्यात निमंत्रण दिले पाहिजे.

## वेदनेवर उपचार वेदनाच (काट्याने काटा काढणे)

वेदनेवर उपचार म्हणून मुद्दामहून अधिक वेदना देणे हे ख्रिस्तपूर्व ४०० साली हिपोक्रेटसने 'अफोरिझम' या ग्रंथात दिले आहे, याचा अर्थ ते त्याच्या आधीपासूनच लोकांना माहीत होते असा होतो. तो लिहितो : 'जेव्हा दोन वेदना एकत्र येतात, परंतु त्या शरीराच्या एकाच भागात नसतात तेव्हा दोन्हींतील अधिक तीव्र वेदनेमुळे कमी तीव्र वेदना जाणवेनाशी होते.'

दुःखदायक अथवा हानिकारक उत्तेजके वापरून दुःखद आजारांवर उपचार करण्याची उदाहरणे औषधशास्त्राच्या इतिहासात भरपूर संख्येने आहेत. कधीकधी त्यास 'हिरॉईक उपचार' असेही म्हटले जाते. उदाहरणार्थ, फोड आल्यास आतला पू जाण्यासाठी त्यावर ओढ बसणारे आवरण (कपासारखे) घातले जाते. किंवा जखमेवरील त्वचा कुठल्यातरी गरम सुईने जाळून टाकली जाते; मॉक्सिबस्टन या उपचारात मगवॉर्ट नामक पानांचा वापर केला जातो. हे सगळे उपचार १९०० सालाच्या आधी मोठ्या प्रमाणावर केले जात होते. या हिरॉईक उपचारांची लोकप्रियता विसाव्या शतकात ढासळू लागली कारण वैद्यकीय व्यवसायाने ड्रग थेरपी शोधून काढली.

फार्माकोथेरपीच्या उदयानंतर वेदनेवर उपचार करण्यासाठी वेदनेचा वापर हा विचार भोंदू डॉक्टरांचा आहे, असे समजले जाऊ लागले. परंतु फार्माकोथेरपीच्या मर्यादा आणि त्यामुळे होणारी हानी लक्षात आल्यामुळे हल्लीच्या काळात या सगळ्या गोष्टी पुन्हा प्रचारात आल्या आहेत आणि दुःखदायी उपचारांसोबत अन्य नॉनफार्माकोलॉजिक उपचारांनाही पुनश्च चालना मिळाली आहे.

२०११ साली एका मोठ्या वैद्यकीय नियतकालिकात जर्मनीतील क्रिश्चन स्प्रेंगर आणि त्यांच्या सहकाऱ्यांनी हिपोक्रेटसच्या वेदनेविषयींच्या पुरातन कल्पनांना प्रायोगिक तत्त्वावर आधार दाखवला. त्यांनी वीस तरुण निरोगी माणसांच्या हातापायांवर उष्णता तसेच अन्य दुःखद उत्तेजकांचा काय परिणाम होतो त्याचा अभ्यास केला, त्यासाठी न्यूरो इमेजिंग म्हणजे प्रत्यक्ष मेंदूचे फोटो घेतले. तेव्हा त्यांना शोध लागला की, सुरुवातीच्या वेदनादायक उत्तेजकामुळे वेदनेचा अनुभव आला; परंतु जेव्हा दुसऱ्यांदा वेदनेचे उत्तेजक दिले तेव्हा पुढल्या वेदनेपुढे आधीची वेदना कमी जाणवू लागली. आणखीही एक प्रयोग म्हणजे नलोक्झोन नामक एक ओपीयॉईड रिसेप्टरचा प्रतिसाद रोखणारे आहे. ते घेतले तर त्यामुळे वर सांगितलेली वेदना अनुभवास येत नाही. याचा अर्थ वेदना झाल्यामुळे शरीराच्या स्वतःच्या (स्वतः तयार केलेल्या) इंडोजेनस ओपीयॉईडचे काम सुरू होते.

लिऊ जियांग हे बीजिंगमधील 'चायना अकादमी ऑफ ट्रॅडिशनल चायनीज मेडिसिन' येथील एक प्राध्यापक आहेत. त्यांनी २००१ साली एक प्रबंध चायनीज सायन्स बुलेटीनमध्ये प्रकाशित केला. त्यात त्यांनी कित्येक शतके जुन्या ॲक्युपंक्चरच्या उपचारावर अभ्यास केला आणि हा उपचार कसा काम करतो ते आधुनिक विज्ञानाद्वारे दाखवून दिले. त्यांनी युक्तिवाद केला की, ॲक्युपंक्चरची ताकद ही वेदनेच्या मार्गातून जाते आणि यात शरीरात सुई खुपसणे हीच प्राथमिक यंत्रणा वापरली जाते. : 'सुई खुपसल्यामुळे उतीला इजा होऊ शकते, त्यामुळे हे वेदनेचे हानिकारक उत्तेजन आहे आणि त्यात थोडीशी वेदना देऊन अधिक जास्त वेदनेचा प्रतिकार केला जातो.'

नलट्रेक्झोन हे ओपीयॉईड रिसेप्टरचे मार्ग बंद करते त्यामुळे सततच्या वेदनेवर वैद्यकीय उपचार म्हणून त्याचा वापर करावा का, असा विचार सध्या चालू आहे. यामागची कल्पना अशी की, ओपीयॉईडचे परिणाम

रोखताना जी एंडोर्फिनसारखी ओपीयॉईड आपले शरीर बनवते ती रोखली जातात. त्यामुळे आपण शरीराला हुलकावणी देतो आणि त्यास अधिक ओपीयॉईड तयार करण्यासाठी जुळवून घेण्यास भाग पाडतो.

'फायब्रोमायल्गिया' नामक मनोविकार झालेल्या २८ स्त्रियांना सौम्य प्रमाणातील नलट्रेक्झोनची गोळी (४.५ मिलीग्रॅम) दिवसाला एक अशी बारा आठवडे दिली. त्यानंतर नुसतीच साखरेची दिवसाला एक गोळी (प्लॅसिबो) चार आठवडे दिली. फायब्रोमायल्गिया ही एक क्रॉनिक पेन कंडिशन (सतत वेदना होणारी अवस्था असून) तिच्यामागचे कारण कळलेले नाही; परंतु बहुधा पेशंटची वेदना सहन करण्याची क्षमता खूप कमी असावी अशी शक्यता वाटते.

हा अभ्यास 'डबल ब्लाइंड' होता. म्हणजे अभ्यासात भाग घेणाऱ्या स्त्रियांना किंवा त्यांना गोळ्या देणाऱ्या आरोग्यसेवक पथकालाही या बायका कुठल्या गोळ्या घेत आहेत ते माहिती नव्हते. प्रत्येक स्त्रीला हातात धरायचा संगणक दिला होता आणि त्यावर तुम्हाला होणाऱ्या वेदना, थकणे आणि अन्य लक्षणे रोजच्या रोज लिहावयास सांगितले होते. तसेच कॅप्सूल घेतल्यावर पुढले चार आठवडे त्यांना हेच नोंद करायला सांगितले होते.

या अभ्यासाच्या लेखकांनी अहवाल दिला की, 'एलडीएनची (लो डोस नलट्रेक्झोनची) गोळी चालू असताना सहभागी स्त्रियांनी त्यांच्या वेदनांमध्ये लक्षणीय घट झाली असे नोंदवले, तसे प्लॅसिबोच्या बाबतीत झाले नाही. एलडीएन घेताना आम्हाला जीवनाविषयी एकूणच समाधान वाटलं आणि आमची मन:स्थितीही सुधारली असं त्या म्हणाल्या.'

मनोविकारांवर उपचार करण्यासाठी विजेचे शॉक देणे ही पद्धत २०व्या शतकाच्या सुरुवातीपासून वापरली जात आहे. एप्रिल, १९३८मध्ये युगो सेरलेटी आणि ल्युसिनो बिनी यांनी सर्वांत पहिला इलेक्ट्रो कन्व्हल्जिव्ह शॉक थेरपी (ईसीटी) हा उपचार एका ४० वर्षीय पेशंटवर केला. त्याचं वर्णन त्यांनी पुढील प्रकारे केलं. :

'तो पेशंट मिलानहून आगगाडीने विदाउट तिकीट आला आणि कुठलेतरी अगम्य शब्द वापरून जे काही बोलत होता ते काही कळण्याच्या पलीकडे होतं. तो नक्की कोण आहे, त्याचं नाव काय आहे याबद्दल एक गोष्टही निश्चित करता येण्यासाठी नव्हती. जेव्हा सेरलेटी आणि बिनी यांनी त्याच्या मेंदूला पहिल्यांदा विजेचा शॉक दिला तेव्हा, पेशंट बिछान्यावर

उसळून उठला, त्याचे सर्व स्नायू काही काळ आखडले आणि मग बेशुद्ध न होता तो बिछान्यावर धाडकन पडला. त्यानंतर मोठमोठ्याने गाऊ लागला. त्यानंतर एकदम शांत बसला.' कुत्र्यांवरील प्रयोगांच्या अनुभवावरून त्याला दिलेला धक्का खूपच कमी होता हे स्पष्ट होतं.

सेरलेटी आणि बिनी यांनी एकमेकांशी चर्चा केली की, ह्याला आपण अधिक व्होल्टचा धक्का पुन्हा द्यावा का? ते बोलत असताना तो पेशंट एकदम ओरडला, "नॉन उना सेकोंडा, मॉर्टिफेरा." (नको पुन्हा. मरेन मी.) त्याने भरपूर निषेध व्यक्त करूनही त्यांनी त्याला दुसरा शॉक दिला- म्हणजे १९३८ साली मिलानमध्ये आगगाडीच्या तिकिटाशिवाय येणे किंवा आपली ओळख पटवून देता न येणे असे करू नये म्हणून सावध करणारी ही गोष्ट म्हणावी लागेल.

पेशंट या दुसऱ्या धक्क्यातून जेव्हा बाहेर पडला तेव्हा सेरलेटी आणि बिनी यांना दिसलं की, तो स्वतःच्या इच्छेने उठून बसला, संभ्रमित हसऱ्या चेहऱ्याने त्याने शांतपणे इकडे तिकडे पाहिले. जणू काही आपण आता काय करावे असे तो विचारत असावा. त्याला विचारलं, "काय झालं होतं तुला?" तेव्हा त्याने काहीही गोंधळ न करता व्यवस्थित उत्तर दिलं, "मला माहीत नाही. कदाचित मी झोपलो होतो." या पहिल्या पेशंटला पुढील दोन महिन्यांत आणखीन १३ ईसीटीचे धक्के खावे लागले. त्यानंतर तो पूर्ण बरा झाला म्हणून त्यास सोडून दिले गेले.

ईसीटीचा वापर आजही केला जातो आणि त्याचे परिणाम चांगले होतात, परंतु आज हे उपचार अधिक माणुसकी दाखवून केले जातात. स्नायू तणावमुक्त करणाऱ्या औषधामुळे आणि शॉक दिल्यामुळे आलेल्या लकव्यासदृश स्थितीमुळे खूपच वेदनामय आकुंचन होत नाही. हा उपचार चालू असताना भूलतज्ज्ञ पेशंटला झोपलेल्या स्थितीत आणि बहुधा बेशुद्धावस्थेतच ठेवत असतात त्यामुळे आज आपण वेदना हा मध्यस्थी करणारा घटक आहे असे म्हणू शकत नाही.

तरीही ईसीटी मेंदूला होर्मेटिक शॉक देतो त्यामुळे होमिओस्टेटिस पुनश्च योग्य ठिकाणी येण्याचा एक व्यापक भरपाईयुक्त प्रतिसाद तयार होतो. : मेंदूच्या मॅक्रो आणि मायक्रो (म्हणजेच स्थूल आणि सूक्ष्म) अशा अंतर्गत पर्यावरणात ईसीटी रासायनिक बदल घडवून आणतो. त्यामुळे जनुकांची अभिव्यक्ती, कार्यात्मक जुळणी, न्यूरोकेमिकल्स, रक्त-मेंदू यांच्यातील

अडथळे ओलांडून जाण्याची क्षमता, रोगप्रतिकारक शक्तीत बदल घडून येणे, हे सगळे ईसीटी उपचाराचे परिणाम आहेत.

तुम्हाला डेव्हिड आठवत असेल. तो कम्प्यूटर क्षेत्रातील एक लाजाळू माणूस होता. चिठ्ठीत लिहून दिलेल्या उत्तेजकांचं व्यसन लागल्यामुळे त्याला हॉस्पिटलमध्ये भरती व्हावं लागलं होतं.

हॉस्पिटलमधून बाहेर आल्यावर त्यानं आमच्या टीममधील एका हुशार तरुण मानसोपचारतज्ज्ञाकडे साप्ताहिक 'एक्स्पोजर थेरपी' सुरू केली. या थेरपीचं मूलभूत तत्व हे आहे की, पेशंटला ज्या गैरसोयीच्या भावना वाटतात त्यामुळे ते त्यांच्यापासून पळून जाऊ पाहतात त्याच भावनांना त्यांना सामोरं जायला लावायचं. उदाहरणार्थ, काही लोकांना गर्दीत जायची भीती वाटते, पुलावरून गाडी चालवायची भीती वाटते, विमानात बसायची भीती वाटते. तर त्यांना तेच करायला लावायचं आणि ते करता करता त्यांची सहनशीलता वाढवायची. जसजसा काळ जाईल तसतसं त्यांना ते आवडूही लागतं.

तत्त्वज्ञ फ्रेडरिक नीत्शेचे पुढील उद्गार लोकप्रिय आहेत आणि त्याच्या आधी आणि त्याच्या नंतर कित्येक लोकांच्या मनात त्याचे प्रतिध्वनि उमटले असतील. ते म्हणजे 'कठीण अनुभवांना तोंड दिल्यामुळे माणूस अधिक कणखर बनतो.'

अनोळखी लोकांशी बोलायला डेव्हिडला प्रचंड भीती वाटत होती. त्यामुळे त्याला दिलेलं पहिलं काम होतं ते म्हणजे सोबत काम करणाऱ्यांशी रोज काहीतरी हवापाण्याचं बोलायचं.

त्यानंतर काही महिन्यांनी त्यानं मला सांगितलं, "माझ्या उपचारातील गृहपाठ म्हणजे ऑफिसच्या किचनमध्ये जायचं, रेस्ट रूममध्ये जायचं किंवा कॅफेटेरियात जायचं. तिथे जाऊन समोर दिसतोय त्याच्याशी चार शब्द बोलायचे. त्यासाठी मी एक संवादही तयार केला होता. 'हॅलो, मी डेव्हिड, मी सॉफ्टवेअर डेव्हलपमेंट भागात काम करतो. तुम्ही कुठल्या विभागात काम करता?' मग मी वेळापत्रकही आखलं : जेवायला जाण्यापूर्वी, जेवताना आणि जेवण झाल्यावर असं ते वेळापत्रक होतं. त्यानंतर मग मी मला होणारा त्रास जेवणाआधी, जेवण चालू असताना आणि जेवण झाल्यावर १ ते १०० या पटीत मोजू लागलो. १०० याचा अर्थ मला जेवढा म्हणून प्रचंड त्रास कल्पना करता येईल तेवढा होता."

या जगात आपण स्वतःला कुठल्या ना कुठल्या मोजमापात बसवू लागलो आहोत – मग ती पावले असोत, घेतलेले श्वास असोत की हृदयाचे ठोके असोत. एखाद्या अनुभवावर प्रभुत्व मिळवायचं आणि त्याचं वर्णन करायचं तर त्यासाठी आपल्याला कशावर तरी नंबर टाकावा लागतो. वस्तूंचे सदैव मोजमाप करणे हा काही माझा स्वभाव नाही, परंतु मी स्वतःला जुळवून घेतलं कारण स्वतःबद्दल जागृत असण्याची ही पद्धत वैज्ञानिक वृत्तीच्या संगणकीय आणि इंजिनिअरिंगच्या लोकांशी जुळणारी असते आणि असे लोक येथे सिलिकॉन व्हॅलीत भरपूर आहेत.

''लोकांशी बोलण्यापूर्वी तुला कसं वाटायचं? म्हणजे कुठल्या नंबरवर तेव्हा तू असायचास?'' मी विचारलं.

''पूर्वी मी शंभरवर असायचो. मला एवढी भीती वाटायची म्हणून सांगू? चेहरा लालेलाल व्हायचा आणि घामाघूम व्हायचो.''

''काय होईल अशी भीती वाटायची तुला?''

''मला भीती वाटायची की बाकीचे लोक माझ्याकडे बघत आहेत, मला हसत आहेत. किंवा मग मी वेड्यासारखा वागतोय असं वाटतंय म्हणून ते एचआरच्या लोकांना किंवा सेक्युरिटीला बोलावत आहेत.''

''मग कसं व्हायचं पुढे?''

''मला ज्यांची भीती वाटायची त्या काहीच गोष्टी घडायच्या नाहीत, आणि कधी घडल्याही नाहीत. कोणीही एचआरला किंवा सेक्युरिटीला बोलावलं नाही. मी शक्य तेवढं त्या क्षणात एकाग्र राहायचो, तेव्हा माझ्या मनातली चिंता नुसती ओसंडून वाहायची, तरीदेखील ते मला त्यांचा वेळ देत आहेत म्हणून माझ्या मनात आदरही असायचा. हा आमचा संवाद चार मिनिटे चालत असेल.''

''नंतर तुला कसं वाटायचं?''

''त्यानंतर माझं चिंतेचं प्रमाण ४०वर असायचं त्यामुळे चिंता कमी वाटायची. मग मी कित्येक आठवडे त्या वेळापत्रकानुसार रोज तीनदा असं करू लागलो. जसजसा काळ गेला तसतशी ती गोष्ट सोपी होऊ लागली . त्यानंतर मी कामाबाहेरील लोकांची संवाद साधण्याचं आव्हान स्वतःलाच दिलं.''

''मग काय झालं?''

''स्टारबक्समध्ये कॉफी देणाऱ्याशी मी मुद्दामहून काहीतरी बोलायचो–तसं मी भूतकाळात कधी केलं नसतं. मी यापूर्वी नेहमीच ॲपद्वारा ऑर्डर द्यायचो. कारण का तर कुठल्याही माणसाशी बोलायला लागायला नको. परंतु या वेळेस मी थेट काउंटरशी गेलो आणि कॉफीची ऑर्डर दिली. आपण काहीतरी मूर्खासारखे बोलू किंवा वागू अशी मला सगळ्यात जास्त भीती होती. मी अगदी बरोबर वागत होतो, पण तेवढ्यात माझी थोडीशी कॉफी काउंटरवर सांडली तेव्हा मला खूपच अवघडल्यासारखं झालं. मग जेव्हा मी ते मानसोपचारतज्ज्ञ मॅडमना सांगितलं तेव्हा त्या मला म्हणाल्या की पुढच्या वेळेस मुद्दामहून थोडीशी कॉफी सांड. पुढच्या वेळी मी तसं केलं तेव्हा मला खूप चिंता वाटली खरी, पण नंतर अशा छोट्या मोठ्या गोष्टींची सवय झाली.''

''तू आता का हसतो आहेस?''

''आता माझं आयुष्य आधीपेक्षा किती वेगळं आहे यावर माझा विश्वासच बसत नाही. मी आता अधिक मोकळेपणाने वावरतो. लोकांशी बोलणे मी आता टाळत नाही आणि काय बोलायचं याची आधी तयारीही करत नाही. मी आता ट्रेनच्या गर्दीत चढतो आणि कमी गर्दीच्या ट्रेनची वाट पाहत उभे राहिल्यामुळे पूर्वी कामाला उशीर व्हायचा तसा आता होत नाही. ज्या लोकांना मी नंतर कधीच भेटणार नाहीये, अशा लोकांना भेटायला मला तर आता आवडूच लागलं आहे.''

कॅलिफोर्नियातील योसेमाइट पार्क येथील अल कपितान हे शिखर कमरेला दोर न बांधता यशस्वीपणे चढण्यासाठी जगप्रसिद्ध अशा अलेक्स होनॉल्डच्या मेंदूचे 'इमेजिंग' केले तेव्हा त्याच्या मेंदूतील 'अमिग्डाला' नामक भागाची सक्रियता सर्वसामान्य पातळीपेक्षा कमी होती. जेव्हा बहुतेक जण खूप भयंकर दृश्यांकडे पाहतात तेव्हा एफएमआरआय मशीनमध्ये अमिग्डाला हा मेंदूतला भाग उजळलेला दिसतो.

ज्या अभ्यासकांनी होनॉल्डच्या मेंदूचा अभ्यास केला त्यांनी अंदाज बांधला की, तो भीतीची भावना कमी प्रमाणात घेऊनच जन्माला आला असावा त्यामुळेच त्याला असे 'सुपरमॅन'सारखे चढण्याचे पराक्रम करता आले असावेत.

परंतु स्वतः होनॉल्डला तो अर्थ मान्य झाला नाही. : ''मी एकटाच बरेचदा चढलो आहे आणि चढण्याच्या कौशल्याचा इतक्या वेळा सराव केला

आहे की माझा 'कम्फर्ट झोन' खूपच मोठा आहे. त्यामुळे मी ज्या गोष्टी करतो त्या इतरांना जरी भयंकर वाटल्या तरी माझ्यासाठी नेहमीच्या असतात.''

होनॉल्डच्या मेंदूतल्या फरकाचे सहजगत्या स्पष्टीकरण द्यायचे झाले तर असे देता येईल की, 'त्याच्या मेंदूत न्यूरोएडप्टेशन झाले आहे. म्हणजे मज्जारज्जूंची भीती सहन करण्याची क्षमता विकसित झाली आहे. माझा अंदाज असा की सुरुवातीला होनॉल्डचा मेंदू आणि सर्वसामान्य माणसाचा मेंदू भीती या भावनेबद्दल सारखाच संवेदनशील होता. आता त्यात फरक पडला आहे त्यामागचं कारण म्हणजे बरीच वर्षे चढण्याचा सराव केल्यामुळे भीतिदायक उत्तेजनास बळी न पडण्याचे प्रशिक्षण त्याने स्वतःच्या मेंदूला दिले आहे. होनॉल्डच्या मेंदूला घाबरवायचे असेल तर सर्वसामान्य माणसाला ज्यामुळे भीती वाटेल त्यापेक्षा अधिक काहीतरी करावे लागेल; कारण मृत्यूचाही पराभव करणाऱ्या अशा उंचीपर्यंत वारंवार जाण्याचा सराव त्याने केला आहे.

गमतीची गोष्ट अशी की, हाच होनॉल्ड त्याच्या 'निर्भय मेंदूचे' फोटो काढण्यासाठी एफएमआरआय मशीनच्या आत गेला तेव्हा तो प्रचंड घाबरला होता. यातून दिसून येते की भीतीची सहनशीलता एका अनुभवाच्या बाबतीत असली तरी ती सर्वच अनुभवांच्या बाबतीत येते असं नाही.

अलेक्स होनॉल्ड आणि माझा पेशंट डेव्हिड हे दोघेही एकाच भीतीच्या डोंगराचे दोन वेगवेगळे भाग चढत होते. ज्याप्रमाणे होनॉल्डच्या मेंदूने दोरखंड न घेता पर्वताचा कडा चढण्यास स्वतःला जुळवून घेतलं होतं, त्याप्रमाणेच डेव्हिडनेही काही बाबतींत मन निबर केले होते, त्यामुळेच त्याला चिंता सहन करणे शक्य झाले होते. म्हणूनच त्याने या जगात जगण्याबद्दल एक प्रकारचा आत्मविश्वास आणि क्षमता कमावली होती.

वेदनेवर उपचार करायला वेदनेचा आश्रय घेणे, चिंतेपासून मुक्ती मिळवायला चिंताच वापरणे हा दृष्टिकोन सर्वसामान्य ज्ञानापेक्षा वेगळा आहे आणि आजार, दुःख, त्रास यांचे व्यवस्थापन कसं करायचं हे मागील १५० वर्षे आपल्याला शिकवले गेले आहे त्याच्या अगदी हे विरुद्धच आहे.

## *वेदनेचे व्यसन*

''काळ गेला तसतसं माझ्या लक्षात आलं की थंड पाण्याचा सुरुवातीचा धक्का बसला की मला आणखी आणखी त्रास होऊ लागतो,'' मायकेल

म्हणाला, ''आणि तेवढीच आनंदाची नशा नंतर वाटू लागते. त्यामुळे मी हे अधिकाधिक प्रमाणात कसे होईल हे पाहू लागलो.'' मग मी मटण ठेवण्याचा छोटा फ्रीजर आणला. ती एक चौकोनी पेटी होती, वर झाकण होतं आणि आतल्या बाजूला थंड होण्याच्या तारांचे वेटोळे होते. मी रोज रात्री थंड पाण्याने फ्रीजर भरायचो. सकाळ होईपर्यंत पृष्ठभागाशी बर्फाचा एक पातळ थर जमलेला दिसायचा आणि तापमान २१-२२च्या आसपास असायचं. आत जाण्यापूर्वी मला तो बर्फ तोडायला लागायचा. नंतर माझ्या वाचनात आलं की पाण्यात गेल्यावर पाणी स्तब्ध असेल तर शरीर काही मिनिटांनी उबदार होऊ लागतं. पण पाणी भोवऱ्यासारखं गोल फिरत असेल तर तसं होत नाही. म्हणून मी गरगर फिरणारी मोटर आणली आणि ती बर्फाच्या पाण्यात घेऊन जाऊ लागलो. तसे केल्याने पाण्यात असताना मला जवळजवळ गोठणबिंदूइतकं कमी तापमान सहन करता येऊ लागले. त्याशिवाय मी माझ्या पलंगासाठी हायड्रोपॉवरची गादी वापरू लागलो. तिचं तापमान मी खूपच खाली म्हणजे ५५ फॅरनहिट (१३ सेल्सियस) एवढं ठेवू लागलो.''

मायकेल बोलता बोलता अचानक थांबला आणि त्यानं माझ्याकडे बघून मिस्किलपणे हसला, ''आता याबद्दल बोलताना माझ्या लक्षात येते की हेच एखाद्या व्यसनासारखं वाटतं आहे की!''

---

एप्रिल, २०१९मध्ये मेन विद्यापीठाचे प्रा. ॲलन रोसेनवॉसर यांनी मला ईमेल केला. व्यसनावर उपचार करताना व्यायामाची भूमिका त्यात काय असते, याबद्दल मी एका सहकाऱ्यासोबत केलेलं लेखन प्रकाशित केलं होतं. त्यातील एक प्रकरण त्यांना हवं होतं. त्यापूर्वी त्यांची आणि माझी कधी भेट झाली नव्हती. मग प्रकाशकाकडून परवानगी घेऊन मी त्यांना हे प्रकरण पाठवलं.

त्यानंतर साधारण आठवड्याभराने त्यांनी पुन्हा मला ईमेल केली. त्यात पुढील मजकूर होता.

> 'प्रकरण पाठवल्याबद्दल धन्यवाद. या ठिकाणी एक मुद्दा माझ्या लक्षात आला आहे, तो म्हणजे उंदीर आणि घुशी चाकावरून

धावतात त्या स्वेच्छेने व्यायाम म्हणून धावतात की धावण्याचे व्यसन लागलं (पॅथॉलॉजिकल एक्झरसाइज) म्हणून धावतात, यावर तुम्ही चर्चा केलेली नाही. धावती चाके असलेल्या पिंजऱ्यात प्राण्यांना ठेवले असल्यास त्यातील काही प्राणी प्रचंड धावतात; परंतु एका अभ्यासात दिसून आले आहे की, जंगली घुशी त्यांच्या परिसरात चाक ठेवलं असेल तरीही त्यावरून धावायला त्यांना आवडतं.'

त्यांच्या मुद्दा ऐकून माझी उत्सुकता चाळवली आणि मी लगेच त्यांना संपर्क केला. त्यानंतर मग आमच्या संभाषणाची मालिकाच सुरू झाली. डॉ. रोसेनवॉसर यांनी मागची ४० वर्षे सिर्केडीयन ऱ्हिदमचा अभ्यास करण्यात व्यतित केली होती. सिर्केडीयन ऱ्हिदमलाच 'क्लॉक्स फील्ड' असे म्हटले जाते. (सिर्केडीयन ऱ्हिदम म्हणजे २४ तासांच्या कालखंडात एखाद्या सजीवात शारीरिक, मानसिक आणि वार्तनिक बदल काय होतात त्यांचा अभ्यास करणे.) त्यांनी चाकावर धावण्याविषयी माझी शाळाच घेतली.

ते मला म्हणाले, ''लोकांनी हे प्रयोग करणे सर्वप्रथम सुरू केले तेव्हा चुकून समजलं गेलं की, चाकावरून धावणे यातून प्राण्यांच्या उत्स्फूर्त हालचालींचा आपल्याला मागोवा घेता येतो. म्हणजेच विश्रांतीविरुद्ध हालचाल असा तो अभ्यास आहे. परंतु मग अभ्यास करता करता लक्षात आलं की, चाकावरून धावणे म्हणजे हालचाल करण्याची इच्छा नसूनही ती करावी लागते असे नसते, तर त्यांना स्वतःला चाकावरून धावायला आवडते आहे. या शोधाचा उगम झाला तो प्रौढातील हिपोकॅम्पल न्यूरोजेनेसिस या शोधातून झाला.''

काही दशकांपूर्वी असा शोध लागला की, प्रौढ वयाच्या मध्यावर आणि शेवटीदेखील मानव आपल्या मेंदूत नवीन न्यूरॉन्स निर्माण करू शकतो. त्यापूर्वी अभ्यासक्रमात त्याउलट शिकवले जात होते.

''एकदा का लोकांनी मान्य केलं की नवीन न्यूरॉन्स जन्मतात आणि मज्जारज्जूंच्या सर्किटमध्ये सामील होतात त्यानंतर मग न्यूरोजेनेसिसला उत्तेजन देण्यासाठी केवळ धावत्या चाकाचा वापर करण्याऐवजी अधिक समृद्ध वातावरण निर्माण करता येईल का? (उदाहरणार्थ, गुंतागुंतीचा चक्रव्यूह) याबद्दल संशोधनाचे सुरू झाले.'' डॉ. रोसेनवासर यांनी मला सांगितलं.

ते पुढे म्हणाले, ''त्यातून दिसून आले की धावती चाके ही कुठल्यातरी एडोओपीयॉईडचे अथवा डोपामाइन, एंडो-कॅनबीनॉईडचे मार्ग तयार करतात आणि त्यातून त्या ड्रग वापराचे व्यसन लागते. या ठिकाणी हे समजून घेणे महत्त्वाचे आहे की चाकावरून धावणे हे निरोगी जीवनशैलीचे उदाहरण असतेच असे नाही.''

थोडक्यात सांगायचं तर, चाकावरून धावणे हेच एक व्यसन असते.

२३० मीटर लांबीच्या गुंतागुंतीच्या बोगद्यात उंदरांना ठेवले गेले - त्याच बोगद्यात जागोजागी पाणी, अन्न, खोदकामाचे साहित्य, बिळे असं भरपूर काही होतं, थोडक्यात सांगायचं तर एका मोठ्या भागात खूप मजेदार गोष्टी करण्यासाठी ठेवलेल्या होत्या. त्याचसोबत एक धावते चाकही होते. परंतु हे उंदीर त्यांचा बराचसा वेळ धावत्या चाकावरच घालवत होते. आणि त्या चक्रव्यूहाचा बराचसा भाग त्यांनी न बघता तसाच ठेवला होता.

एकदा का या उंदरांना धावत्या चाकांची सवय लागली की, त्यांना थांबवणे फार कठीण जाते. हे प्राणी सपाट ट्रेडमील अथवा चक्रव्यूहात जेवढे धावतात त्याहून अधिक धावत्या चाकांवर धावतात. त्याचप्रमाणे नैसर्गिक वातावरणात जेवढे धावतात त्यावर अधिक ते धावत्या चाकांवर धावतात.

पिंजऱ्यातील उंदरांना धावत्या चाके कधीही वापरता येतील अशी उपलब्ध करून दिली तर ते त्यावर शरीराची थकून पार गुंडाळी होईपर्यंत धावत राहतात. : हे चाक जेवढे लहान असते तेवढा त्यांच्या शेपटीचा बाकही तीव्र असतो. कधीकधी तर मरेपर्यंत हे उंदीर धावत राहतात.

धावत्या चाकाचे स्थान, नावीन्य आणि गुंतागुंत यांचा परिणाम त्याच्या वापरावर होतो.

जंगली उंदरांना गोल चाकांपेक्षा चौकोनी चाके अधिक पसंत असतात. आणि अडथळेवाली चाकं साध्या चाकांपेक्षा अधिक पसंत असतात. ते हालचालीतील समन्वय आणि कसरतीचे कौशल्य लक्षणीयपणे दाखवतात. स्केटबोर्ड पार्कमधील किशोरवयीन मुलांप्रमाणे तेही वारंवार त्या चाकाच्या शिखरावर पुढल्या आणि मागच्या अशा दोन्ही दिशांना जात असतात. कधी ते चाकाच्या आतून धावतात, कधी चाकाच्या बाहेरून धावतात, तर कधी चाकाच्या वरच्या बाजूलाच शेपटीवर तोल राखत धावतात.''

सी. एम. शेर्विन यांनी १९९७ साली या धावत्या चाकांच्या प्रयोगाचा आढावा घेतला तेव्हा धावत्या चाकांच्या अंगभूत प्रभावी वैशिष्ट्यांविषयी त्यांनी पुढील अंदाज बांधला :

चाकाला त्रिमितीय वैशिष्ट्य (थ्री डायमेन्शनल क्वालिटी) देण्यामुळे प्राण्यावर प्रभाव पडू शकतो. चाकावरून धावताना एखादा प्राणी वेग आणि दिशा यांच्या सतत बदल झालेला अनुभवू शकतो. गती, वेग आणि चाकाचे जडत्व अशा बाह्य बळामुळे तसे होऊ शकते. : हा अनुभव खूपच भरीव असू शकतो, तसेच काही माणसांना जत्रेतील उभ्या पाळण्यात बसल्यावर जसा भयंकर आनंद होतो तसाही अनुभव येथेही येतो. परंतु नैसर्गिक परिस्थितीत प्राण्यांना असे गतीतील बदल अनुभवणे अशक्य असते.

नेदरलँड्समधील लाईडन युनिव्हर्सिटी मेडिकल सेंटरमधील योहाना माईजर आणि युरी रॉबर्स यांनी एका शहरी भागात एक धावते चाक उभारले, त्या ठिकाणी जंगली उंदरांचं वास्तव्य होतं. आणि आणखी एक चाक वाळूच्या घळीत (सँड ड्युनमध्ये) उभारले, जिथे सर्वसामान्य लोकांना प्रवेश नव्हता. मग त्यांनी त्या प्रत्येक स्थळावर व्हिडिओ कॅमेरा लावून ठेवला, ज्यायोगे दोन वर्षांच्या काळात तिकडे आलेल्या सर्व प्राण्यांचे रेकॉर्ड आपल्याला मिळेल.

या काळात प्राणी या चाकावर धावण्याच्या शेकडो नोंदी मिळाल्या. निरीक्षणातून दिसले की, 'जंगली उंदीर वर्षभर त्या चाकावरून धावत होते. तुलनेने हिरव्या शहरी भागात वसंत ऋतूच्या अखेरीस उंदरांनी आपला वेग वाढवला. उन्हाळ्यात तो वेग सर्वाधिक होता तर वाळूच्या घळीत उन्हाळ्याच्या मध्यावर आणि शेवटी वेग वाढवला, तर पानगळीच्या मोसमात हा वेग सर्वाधिक होता.'

हा चाकांचा वापर केवळ जंगली उंदरांपुरता मर्यादित नव्हता. चिचुंद्र्या, घुशी, गोगलगायी, स्लग (गोगलगायीसारखा प्राणी), बेडूक हेही त्यात होते आणि त्यांनी चाकावर धावताना मुद्दामहून हेतुपूर्वक हालचाल केली.

लेखकांनी निष्कर्ष काढला की, 'चाकावर धावण्याचा अनुभव हाच बक्षीस मिळाल्यासारखा असू शकतो. मग त्याच्याशी अन्न मिळण्याच्या बक्षिसाची जोड देण्याची गरज नाही. यातूनच अन्नशोधनाशी संबंधित नसलेल्या प्रेरणात्मक यंत्रणाही प्राण्यांत असतात ते दिसून येते.'

अतिशय तीव्र असे खेळ – म्हणजेच स्काय डायव्हिंग, काईट सर्फिंग, हँग ग्लायडिंग, बॉब – स्लेडिंग, डाउनहील स्काइंग/स्नो बोर्डिंग, वॉटर कयाकिंग, आइस क्लाइंबिंग, माउंटन बायकिंग, कॅनयन स्विंगिंग, बंगी जम्पिंग, बेस जम्पिंग, विंग सूट फ्लाईंग अशा सगळ्या जोखमीच्या क्रीडाप्रकारातला तणाव हा तराजूच्या दुःखाच्या बाजूवर जोरात उडी मारतो. त्या वेळी जाणवलेली अतिशय तीव्र वेदना/ भीती आणि अधिक ॲड्रिनलिनचा वाढलेला स्राव यांच्यामुळे एक जोरदार ड्रगच तयार होते.

शास्त्रज्ञांनी दाखवून दिले आहे की, केवळ तणावामुळेच मेंदूच्या बक्षीसमार्गात डोपामाइन अधिक प्रमाणात शिरते. म्हणजेच कोकेन आणि मेथंफेटामाइन यांसारख्या व्यसनशील ड्रग्समुळे जे मेंदूत बदल दिसतात तसेच तणावामुळेही दिसून येतात.

आनंद देणाऱ्या उत्तेजकाचा सतत वापर केल्यामुळे त्याचा जोर कमी होतो त्याचप्रमाणे दुःख देणाऱ्या उत्तेजकाच्या सतत वापरामुळे त्याचाही जोर कमी होतो आणि त्यामुळे आपला मेंदू दुःखाच्या बाजूला अधिक झुकतो.

स्काय डायव्हर्सची तुलना रोव्हर्सच्या नियंत्रित गटाशी (एकत्र मिळून दोन्ही बाजूंनी बोट वल्हवणाऱ्या लोकांच्या गटाशी) करण्यात आली तेव्हा दिसून आलं की, वारंवार स्काय डायव्हिंग करणाऱ्या लोकांना एन्हेडोनिया (कुठल्याच गोष्टीचा आनंद न होणे) हा विकार आयुष्यभर भोगावा लागतो.

या प्रयोगाच्या लेखकांनी लिहिले आहे की, 'व्यसनशील वर्तनाशी स्काय डायव्हिंगचे साम्य आहे. आणि हा नैसर्गिक उंचीवरून खाली येण्याच्या नशेचा अनुभव वारंवार घेण्याचा संबंध अन्हेडोनियाशी असतो.' परंतु १३००० फूट उंचीवरून विमानातून खाली उडी मारणे या गोष्टीस मी नैसर्गिक उंचीवरून खाली येणे असे मुळीच म्हणणार नाही; परंतु लेखकाच्या एकूण निष्कर्षाशी मी सहमत आहे तो म्हणजे स्काय डायव्हिंगचे व्यसन लागू शकते आणि त्यामुळे ते वारंवार केले तर कायमच दुःखी, निराश अशी मनस्थिती निर्माण होऊ शकते. तंत्रज्ञानाने आपल्याला मानवी वेदनांच्या मर्यादा लांबवर खेचण्यात मदत केली आहे.

१२ जुलै २०१५ रोजी अल्ट्रामॅरेथॉनपटू स्कॉट जुरेक याने 'आपलांचियन ट्रेल' धावण्याचे वेगाचे रेकॉर्ड तोडले. तो जॉर्जियापासून मेनपर्यंत (२१८९ मैल) अंतर ४६ दिवस, ८ तास आणि ७ मिनिटांत धावला. ही मोहीम साध्य करण्यासाठी तो पुढील तंत्रज्ञान आणि उपकरणे यांच्यावर अवलंबून होता. :

कमी वजनाचे, जलरोधक आणि उष्णतारोधक कपडे, धावण्याचे एअर मेश बूट, जीपीएस घड्याळ, आयफोन, हायड्रेशन सिस्टिम, इलेक्ट्रोलाइट गोळ्या, अल्युमिनिअम फोल्डेबल ट्रेकिंग कोर्स, अंगावर आइस कुलरचा फवारा करण्यासाठी इंडस्ट्रिअल वॉटर स्प्रेअर्स अशा त्या वस्तू होत्या. त्याने म्हटले की तो दिवसाला ६००० ते ७००० कॅलरी अन्न घ्यायचा. त्याच्या सपोर्ट व्हॅनवर पायांना मसाज करण्याचे न्यूमॅटिक कॉम्प्रेशन सोलर मशीन लावलेले होते. ही व्हॅन त्याची बायको आणि अन्य कर्मचारी चालवत सोबत येत होते.

उणे ३ सेल्सियस (२६ फॅरेनहाईट) तापमानाच्या पाण्यात अंटार्क्टिकाजवळ नोव्हेंबर, २०१७मध्ये लेविस प्यू हा केवळ पोहण्याच्या पोशाखावर पोहला होता. तिकडे जाण्यासाठी विमानप्रवास गरजेचा होता, तसेच प्यूचा स्थानिक देश दक्षिण आफ्रिका इथून त्याला दक्षिण जॉर्जिया या दुर्गम ब्रिटिश बेटावर बोटीने प्रवास करून यायचं होतं. प्यूचे पोहणे झाल्यावर त्याच्या ताफ्याने ताबडतोब त्याला जवळच्या जहाजावर ओढून घेतले. तिथे तो गरम पाण्यात शिरला आणि जवळजवळ पुढली पन्नास मिनिटे तिथेच होता. त्यानंतर त्याचं मूळ शारीरिक तापमान सर्वसाधारण स्थितीला आलं. हा हस्तक्षेप नसता तर तो नक्कीच मरण पावला असता.

अलेक्स हॅनॉल्ड याने अल कपितान या शिखरावर चढाई केली ती म्हणजे तंत्रज्ञानाला दूर सारून केलेली टोकाची मानवी कामगिरी आहे असे दिसते. त्याने कमरेला दोरखंड बांधले नव्हते, गिअर सोबत घेतले नव्हते. केवळ एकच माणूस गुरुत्वाकर्षणाच्या विरुद्ध जात मृत्यूशी झुंजत अतिशय धाडस आणि कौशल्य यांच्या आधारे तो कळस चढला होता. परंतु बारकाईने पाहता हॅनॉल्डने त्याआधी शेकडो तास फ्री रायडरवरून (घेतलेल्या मार्गावरून) कमरेला दोर बांधून विशिष्ट पावलांची तालीम केली होती. हातापायांचे गुंतागुंतीचे सिक्वेन्स कसे असावेत याचा नेमकेपणाने सराव केला होता. अन्यथा, त्याला ही मोहीम शक्यच झाली नसती.

हॅनॉल्डच्या चढाईचे चित्रीकरण एका व्यावसायिक फिल्मी चमूने केलं होतं आणि त्याचं नंतर सिनेमात रूपांतर झालं. तो सिनेमा लाखो लोकांनी पाहिला. त्यातून त्याला समाजमाध्यमात प्रचंड फॉलोअर्स मिळाले आणि जागतिक कीर्ती मिळाली. आपल्या या डोपामाइन अर्थव्यवस्थेचे संपत्ती आणि कीर्ती (सेलिब्रिटी) हे आणखीन काही पैलू आहेत. ते या अतिरेकी

क्रीडाप्रकारांना व्यसनासारखे प्रेरित करतात. 'ओव्हर ट्रेनिंग सिंड्रोम' (अति जास्त तयारी) या प्रवृत्तीचे वर्णन कितीही व्यवस्थित केले गेले तरी चिकाटीयुक्त क्रीडाप्रकारात सहभागी क्रीडापटूंना याचे आकलन नीट झालेले दिसत नाही. म्हणजे ते इतका सराव करतात, इतका सराव करतात की शेवटी अशा टप्प्याशी जाऊन पोहोचतात की, तिथे गेल्यावर व्यायामाने शरीरात एंडोर्फिन निर्माण व्हायला हवे ते होत नाही. एके काळी तेच त्यांना विपुल प्रमाणात उपलब्ध होत असते. परंतु अतिसरावामुळे व्यायामानंतर त्यांना खूपच थकल्यासारखे आणि बेचैन वाटू लागते. जसा काही त्यांचा बक्षिसाचा आनंद अंतिम सीमेपर्यंत पाहोचला आहे आणि त्याने काम करणे बंद केले आहे. माझा पेशंट ख्रिस आणि ओपीयॉईड्स यांच्या बाबतीत हेच घडले होते.

अतिरेकी अथवा चिकाटीच्या क्रीडाप्रकारात भाग घेणाऱ्या सर्वांनाच त्याचे व्यसन लागते असे मला सुचवायचे नाही, मला फक्त हीच गोष्ट अधोरेखित करायची आहे की वाढती तीव्रता, प्रमाण आणि कालावधी असेल तर कुठल्याही पदार्थाचे अथवा वर्तनाचे व्यसन लागण्याचा धोका असतो. जे लोक तराजूच्या वेदना-बाजूवर अतिशय जोरात आणि दीर्घ काळ दाब देतात तेही शेवटी 'डोपामाइन तूट' या अवस्थेप्रत पोहोचतात.

---

अतिशय जास्त प्रमाणातल्या अथवा अतिशय शक्तिशाली वेदनेमुळे तिचे व्यसन लागण्याचा धोका उद्भवतो हे मी माझ्या वैद्यकीय कारकिर्दीत प्रत्यक्ष पाहिले आहे. माझी एक पेशंट इतकी धावली की तिच्या पायाच्या हाडांत फ्रॅक्चर्स निर्माण झाली. तरीदेखील तिने धावणं थांबवलं नाही. आणखी एका पेशंटने दंडाच्या आणि मांड्यांच्या आतल्या बाजूला ब्लेडने जखमा केल्या. तसे केल्याने आपल्या मनातील कल्लोळ थांबेल असं तिला वाटलं. त्वचेला तीव्र ओरखडे, संसर्ग असा धोका असूनही ती थांबत नव्हती.

हे त्यांचं वागणं म्हणजे व्यसन आहे, असा विचार करून मी त्यांना उपचार दिले आणि त्या बऱ्या झाल्या.

## *कामाचे व्यसन*

'अतिकामसू माणूस समाजात प्रतिष्ठित मानला जातो.' सिलिकॉन व्हॅलीत तर ते अधिकच खरे आहे कारण येथे आठवड्याला १०० तास काम आणि २४/७ उपलब्धी हीच प्रथा आहे.

सतत तीन वर्षे दर महिन्याला कामासाठी प्रवास केल्यावर २०१९ साली मी ठरवलं की, आता प्रवास कमी करायचा, ज्यायोगे काम आणि घर यांतील समतोल प्रस्थापित होईल. सुरुवातीला मी अगदी पारदर्शकपणे लोकांना त्यामागचं कारण सांगायचे की मला माझ्या घरच्यांबरोबर अधिक वेळ घालवायचा आहे. तर त्यावर लोक वैतागायचे, चक्क चिडायचे. म्हणजे घरच्यांबरोबर वेळ घालवायचा असल्या 'क्षुल्लक' कारणासाठी मी त्यांचे आमंत्रण नाकारते आहे हे त्यांना आवडायचे नाही. सरतेशेवटी, मी 'दुसरे काम आहे' असे सांगू लागले त्यामुळे ते कमी त्रस्त होऊ लागले. म्हणजे मी दुसरीकडे काम करते आहे हे त्यांना चालत होतं.

पांढरपेशा नोकऱ्यांत सध्या अदृश्य असे लाभ बरेच असतात– उदाहरणार्थ, बोनस, स्टॉक ऑप्शन, बढतीची संधी इत्यादी. वैद्यक क्षेत्रातही डॉक्टरमंडळी जास्त पेशंट्स बघतात, जास्त औषधांच्या चिठ्ठ्या लिहितात आणि अधिक वैद्यकीय उपचार करतात कारण त्यांना तसे करण्यासाठी प्रलोभने दिलेली असतात. माझ्या संस्थेच्या वतीने मी किती बिले केली. या स्वरूपातला माझ्या उत्पादकतेचा मासिक अहवाल मलाही मिळत असतो.

कष्टकरी कामांचे तर अधिकाधिक यांत्रिकीकरण होऊ लागले आहे आणि कामाची अर्थपूर्णताच निघून जाऊ लागली आहे. मालक दूर असेल तर कामातली स्वायत्तताही मर्यादित असते, आर्थिक लाभही कमीच असतो आणि सामाईक ध्येयाचा विचारही खूप कमी असतो. तुकड्यातुकड्यांतील जुळवणीचे काम केल्यामुळे काम पूर्ण केल्याचे समाधान मिळत नाही, तसेच शेवटी जी वस्तू तयार होते ती विकत घेणाऱ्या ग्राहकाशीही संपर्क कमीतकमी राहतो. हा खरा तर आंतरिक प्रेरणेसाठी आवश्यक असतो. परिणामतः, 'भरपूर काम मग भरपूर मजा' ही मनोवृत्ती वाढीस लागते आणि त्यात जबरदस्तीचा अतिरेकी उपभोग हाच मुळी दिवसभर केलेल्या रूक्ष कामाचे (पाट्या टाकण्याचे) बक्षीस बनते.

त्यामुळे ज्यांच्याकडे हायस्कूलपेक्षाही कमी शिक्षण आहे, ते लोक कमी उत्पन्नाच्या नोकऱ्या करतात आणि तेच आज पूर्वीपेक्षा खूप कमी काम करत आहेत, तर उच्च शिक्षित नोकरदार लोक अधिक काम करत आहेत.

२००२ सालापर्यंत उच्च पगार मिळवणारे २० टक्के लोक हे सर्वांत कमी पगार मिळवणाऱ्या खालच्या २० टक्क्यांपेक्षा दुपटीने अधिक तास काम करत होते. हाच प्रकार पुढेही चालू राहिला आहे. आर्थिक अन्नसाखळीतल्या वरच्या लोकांना अधिक बक्षीस मिळते, या गोष्टीमुळे हा बदल घडून आला आहे असे अर्थतज्ज्ञ म्हणतात. माझं स्वतःचंही तसंच होतं. म्हणजे मी एकदा कामाला लागले की थांबणं अवघड जातं. अतिशय तीव्र एकाग्र चित्त ठेवणे हेच एक अमली पदार्थासारखे असते. ते डोपामाइन निर्माण करते आणि नशाही निर्माण करते. या अशा एकचित्तपणास आधुनिक श्रीमंत राष्ट्रांत चांगलं बक्षीस मिळत असलं तरी तोही एक सापळाच बनतो, कारण तो आपल्याला आपल्या कामाबाहेरच्या आयुष्यात मित्रमंडळ आणि आप्त, स्वजन यांच्याशी जवळिकीचे संबंध निर्माण करू देत नाही.

## वेदनेवरील निर्णय

थंड पाण्यात बुडून बसण्याचं व्यसन आपल्याला लागलं आहे का, या प्रश्नाचं स्वतःच उत्तर देताना मायकेल म्हणाला, ''ते काही हाताबाहेर गेलं नाही. दोन ते तीन वर्षं मी रोज सकाळी दहा मिनिटे बर्फाची अंघोळ करत होतो. परंतु आता मी पूर्वीसारखं करत नाही, आठवड्यातून सरासरी तीनदाच मी तशी अंघोळ करतो.''

''त्यातली सगळ्यात चांगली गोष्ट अशी की, आता ती एक कौटुंबिक मौज झालेली आहे. आपण मित्रांसोबत करतो तशी मौज झाली आहे. ड्रग घेणे हे नेहमीच सामाजिक स्तरावर चालते. कॉलेजातही पुष्कळ मित्र पार्टी करतात, त्याच प्रकारे कोकेनचं सेवनही एकत्र बसून केलं जातं. पण आता मी तसं काही करत नाही. त्याऐवजी आमचे काही मित्र घरी येतात, त्यांच्याबरोबर त्यांची मुलंही येतात. आम्ही मग थंड पाण्याची पार्टी करतो. माझ्याकडे एक मोठा पाण्याचा टब आहे. त्यात आम्ही ४५ फॅरनहाईट टेंपरेचरचं (७ अंश सेल्सियस) पाणी ठेवतो. सगळे जण त्यात

एकदा गरम आणि एकदा गार पाण्याने अंघोळ करतात. आम्ही घड्याळ लावलेलं असतं आणि लहान मुलांसह एकमेकांना चिअर्स करतो. याचा प्रसार आमच्या मित्रांच्या घरीही झालेला आहे. आमच्या मित्रगटातील सर्व स्त्रिया आठवड्यातून एकदा बे क्लबला जातात आणि तिथे गळ्यापर्यंत पाण्यात बुडून बसतात. पाण्याचं तापमान ५० अंश फॅरनहाईट (७ ते ८ सेल्सियस) असतं.''

''त्यानंतर काय करतात त्या?''

''मला नाही माहीत, मग त्या बाहेर पडून पार्टी करत असतील.'' आम्ही दोघेही हसलो.

''तू बरेचदा म्हणालास की तसं केल्यामुळे तुला एकदम जिवंत असल्यासारखं वाटू लागतं. ते समजावून सांगशील का?''

''मला खरं तर उत्साहाने आपण फुरफुरत आहोत अशी भावना पूर्वीसारखी आवडत नाही, तसं वाटावं म्हणून तर लोक ड्रग आणि अल्कोहोल घेतात. आता मला तसं काही करता येत नाही. मी लोकांना पार्टी करताना बघतो तेव्हा त्यांना रोजच्या सपक जीवनातून सुटका मिळते ते बघून मला अजून कधीकधी थोडासा हेवा वाटतो. त्यांना त्रासातून थोडीफार मुक्तता मिळते हे मला दिसतं तेव्हा जिवंत असल्याची जाणीव होण्यातूनही आपल्याला चांगले वाटू शकतं त्याची आठवण मला थंड पाणी करून देतं.''

---

जर आपण जास्त वेदना सहन केल्या किंवा ज्या वेदना सहन केल्या त्या अतिशय तीव्र असतील तर अनिवार, विध्वंसक अशा वेदनेच्या अतिरेकासमोर आपण टिकू शकत नाही. त्याला आपण बळीच पडतो.

पण आपण योग्य तेवढीच वेदना सहन केली आणि थोड्याशा वेदनेने अधिक जास्त वेदनेला प्रतिबंध केला, तर आपल्याला होर्मेस्टिकरीत्या बरे होण्याचा अनुभव येतो आणि अधूनमधून आनंदाचे भरतेही अनुभवता येते.

प्रकरण आठ

# जाज्वल्य प्रामाणिकपणा

प्रत्येक प्रमुख धर्म आणि नैतिक वर्तनाच्या नियमावलीत प्रामाणिकपणा अत्यावश्यक केला आहे. दीर्घकालीन व्यसनमुक्ती मिळवलेल्या माझ्या सर्व पेशंटनीही मानसिक-शारीरिक आरोग्य टिकण्यासाठी सत्यवचनाचा अंगीकार केला आहे. मलाही आता पटले आहे की, जाज्वल्य प्रामाणिकपणामुळे केवळ व्यसनच मर्यादित होत नाही, तर एक चांगलं आयुष्य जगण्याचा तो गाभाही आहे.

प्रश्न असा आहे की, सत्य सांगितल्यामुळे आपलं आयुष्य कसं सुधारतं? सत्य सांगणे हे दुःखद असते का हे आपण पाहून घेऊ. आपल्याला खूपच 'माजी' काळापासून खोटं बोलण्याच्या दृष्टीने घडवलं गेलं आहे, आपण सगळेच तसं करतो. मग ते कोणी मान्य करो वा न करो.

मुलं वयाच्या अगदी दुसऱ्या वर्षापासून खोटं बोलणं सुरू करतात. मूल जेवढं चुणचुणीत तेवढं ते खोटं बोलण्याची शक्यता जास्त आणि ही एवढीशी मुलं उत्तम प्रकारे खोटं बोलू शकतात. परंतु वय वर्षे तीन ते चौदा या काळात खोटे बोलणे कमी होते. कारण आपल्या खोटं बोलण्यामुळे बाकीच्या लोकांना कसा त्रास होतो हे बहुधा त्या मुलांना समजू लागते. तर दुसरीकडे प्रौढ लोक अधिक गुळगुळीत अशी समाजविरोधी 'असत्ये' बोलण्याची क्षमता राखून असतात कारण नियोजन आणि स्मरण यांच्या क्षमता अधिक प्रगत होतात.

सर्वसामान्य प्रौढ दररोज ०.५९ ते १.५६ असत्य वचने रोज बोलत असतो. 'लायर, लायर, पॅन्ट्स ऑन फायर' अशी एक कविता आहे. आपल्या सर्वांच्याच पँटमधून थोडाबहुत धूर येत असतो.

फसवण्याची क्षमता असणारे मानव हे एकमेव प्राणी नाहीत. पशूंचे राज्य तर शस्त्र आणि ढाल म्हणून फसवणुकीचा वापर करण्याच्या उदाहरणांनी गजबजून गेलेले आहे. उदाहरणार्थ, लोमेशुसा प्यूबिकॉलीस नावाने ओळखला जाणारा बीटल नामक किडा मुंग्यांच्या वारुळात त्यांच्यातलाच एक आहे असे सोंग काढून शिरकाव करतो. त्यासाठी तो एक रासायनिक पदार्थ शरीरातून सोडतो ज्यायोगे त्याच्या अंगाला मुंग्यांसारखा वास येतो. मग एकदा आत शिरलं की तो मुंग्यांची अंडी आणि अळ्या यांचा फराळ करू लागतो.

परंतु खोटं बोलण्याच्या बाबतीत माणसाचा हात अन्य कुठलाही प्राणी धरू शकणार नाही.

उत्क्रांतीचे अभ्यासक जीवशास्त्रज्ञ म्हणतात की, मानवी भाषेच्या विकासामुळेच मानवात खोटं बोलण्याची प्रवृत्ती आणि अन्य प्राण्यांहून अधिक श्रेष्ठ क्षमता विकसित झाली आहे. त्यामागची कहाणी पुढीलप्रमाणे आहे. होमोसॅपियन्सच्या उत्क्रांतीतून मोठमोठे सामाजिक समूह तयार झाले. मोठे सामाजिक समूह तयार करणे शक्य झाले कारण संवादाची अत्याधुनिक रूपे निर्माण झाली. त्यामुळे अधिक प्रगत सहकार्य शक्य झाले. पण जे शब्द सहकार्यासाठी वापरता येतात तेच फसवणुकीसाठी आणि दिशाभूल करण्यासाठीही वापरता येतात. त्यामुळे एखादी भाषा जेवढी प्रगत तेवढेच तिच्यातील असत्येही तेवढीच फसवी, चलाख असतात.

दुर्मीळ स्रोतांसाठी स्पर्धा करताना खोटे बोलण्याचा लाभ नक्कीच मिळतो; परंतु विपुलतेच्या जगात खोटे बोलले तर तसे करणारा माणूस एकटा पडण्याची शक्यता वाढते. एखाद्या अंमली पदार्थासाठी तळमळण्याची आणि त्याचं व्यसन लागेल एवढ्या अतिभोगाची शक्यता वाढते. कशी ते मला समजावून सांगू दे.

---

''तू बरी दिसतेस आता,'' एप्रिल २०१९मध्ये मारिया माझ्यासमोर खुर्चीत बसली तेव्हा तिला बघून मी म्हणाले. तिचे गडद तपकिरी केस कुणा कसबी

सलूनवाल्याने कापले होते, ती स्टाइल तिला खुलून दिसत होती. अंगात साधासा कॉलरवाला शर्ट आणि स्लॅक्स घातली होती. चेहरा हसरा, सजग होता. तिने स्वतःला व्यवस्थित सावरलेलं आहे असे जाणवत होतं. मागची पाच वर्षं मी तिच्यावर उपचार करत होते.

मारियाला मी ओळखते तेव्हापासूनच ती अतिरेकी मद्यपानाच्या विकारापासून दीर्घ काळ दूर राहिली होती. मुळात ती माझ्याकडे आली तेव्हाच ती त्या विकारातून बाहेर येण्याच्या स्थितीत होती. अल्कोहोलिक ॲनॉनिमस संस्थेत जाऊन ती त्या अवस्थेपर्यंत आली होती आणि तेथील स्पॉन्सरसोबत काम करू लागली होती. ती मला अधूनमधून भेटायला यायची आणि माझ्याकडून स्वतःला तपासून घेऊन औषधे पुन्हा लिहून घ्यायची. ती माझ्याकडून काही शिकण्याऐवजी मीच तिच्याकडून शिकले हे नक्की. मला तिने एक गोष्ट शिकवली ती म्हणजे खरे बोलणे हे तिच्या बऱ्या होण्यामागचे आधारभूत कारण होते.

परंतु लहानाची मोठी होताना ती त्याच्या बरोबर उलट शिकली होती. तिची आई दारू प्यायची तेव्हा दारूच्या धुंदीत तिला कसलेही भान राहायचे नाही. त्याच धुंदीत मारियाला घेऊन ती गाडीदेखील चालवायची. तिच्या वडिलांनी कित्येक वर्षांपूर्वी घर सोडून दिलं होतं आणि ते कुठे गेले होते ते सांगण्याची परवानगी कुणालाही नव्हती. आजही मारिया आपल्या वडिलांचा खाजगीपणा जपण्यासाठी ते सांगत नव्हती. पण अशा वातावरणामुळे तिला धाकट्या भावंडांची काळजी घ्यावी लागली. त्याच वेळेस घरी सगळं व्यवस्थित चालल्याचं ढोंगही बाहेरच्या जगात करावं लागलं. तिचं स्वतःचं व्यसन पंचविशीत सुरू झालं तेव्हा सत्य परिस्थितीच्या नानाविध आवृत्त्यांतून शिताफीनं कसं बाहेर पडायचं याचा तिला उत्तम सराव झाला होता.

आपल्या या नव्या सजग जीवनात प्रामाणिकपणाचं किती महत्त्व आहे त्याच्या उदाहरणादाखल तिने मला ही गोष्ट सांगितली.

''मी कामावरून घरी आले तेव्हा मारियोसाठी आलेलं मला एक ॲमेझॉनचं पॅकेज दिसलं.''

मारियो हा मारियाचा धाकटा भाऊ आहे. ती आणि तिचा नवरा डिएगो हे दोघे मारियोसोबत राहतात त्यामुळे त्यांचा एकमेकांना आधार मिळतो, तसेच सिलिकॉन व्हॅलीतील घरांच्या प्रचंड भावामुळे भाडेही पुष्कळ असते त्यात बचत होते.

''त्यावर माझं नाव लिहिलं नव्हतं तरीही मी ते उघडायचं ठरवलं.

''माझं एक मन मला सांगत होतं की, मी तसं करता कामा नये. यापूर्वी जेव्हा मी त्याची पॅकेजेस उघडली होती तेव्हा तो प्रचंड भडकला होता. परंतु मागच्या वेळी जी सबब मी सांगितली तीच मी याही वेळी सांगू शकेन याची मला खात्री होती. ती म्हणजे ते माझंच नाव आहे असं मला वाटलं कारण आमची नावं खूपच सारखी होती. मग मी स्वतःला म्हटलं, दिवसभर खूप काम केल्यावर मला एवढा छोटासा आनंद घेण्याचा हक्क आहे. आता त्या पॅकेजमध्ये काय होतं तेही मला आठवत नाही.

''पॅकेज उघडल्यावर मी परत ते बंद करून बाकीच्या पत्रांसोबत ठेवून दिलं. खरं सांगायचं तर मी त्याबद्दल विसरूनच गेले. मारियो त्यानंतर काही तासांनी घरी आला आणि 'हे पॅकेज तू उघडलंस' असा त्याने माझ्यावर लगेच आरोप केला. मी खोटं बोलले. मी म्हटलं की मी ते उघडलंच नाही. त्याने मला पुन्हा विचारलं आणि मी पुन्हा खोटं बोलले. तो सारखं म्हणत होता, 'हे कोणीतरी उघडल्यासारखं वाटतं.' आणि मी सारखं सांगत राहिले, 'मी नाही उघडलं ते.' सरतेशेवटी, तो खरोखरच वैतागला आणि आपली पत्रं व पॅकेज घेऊन स्वतःच्या खोलीत चालता झाला व त्याने धाडकन दार आपटलं.

''त्या रात्री मला झोप नीट लागली नाही. पण दुसऱ्या दिवशी सकाळी आपल्याला काय करायला पाहिजे ते मला कळलं होतं. मी किचनमध्ये गेले. तिथे मारियो आणि डीएगो नाश्ता करत होते. तिथे जाऊन मी म्हणाले, 'मारियो, मी तुझं पॅकेज उघडलं होतं. ते तुझं आहे हे मला माहीत होतं पण तरीही मी ते उघडलं. मग ते मी लपवायचा प्रयत्न केला. मग मी त्याबद्दल खोटं बोलले. मला खूप वाईट वाटतं आहे, मला क्षमा कर.'''

''प्रामाणिकपणा हा तुझ्या बरं होण्यातला खूप मोठा घटक आहे तुला का वाटतं?'' मी विचारलं.

''मी दारू प्यायचे तेव्हा मला खरं बोलता येतंच नव्हतं. तेव्हा मी सगळ्याबद्दलच खोटं बोलत होते, केलेल्या गोष्टींची कधीच जबाबदारी घेत नव्हते. इतकं खोटं मी बोलत होते की, त्यातल्या अर्ध्या बोलण्याला तर काही अर्थच नव्हता.''

मारियाचा नवरा डिएगो याने मला एकदा सांगितलं की, मारिया बाथरूममध्ये लपून दारू प्यायची. तेव्हा ती शॉवर चालू करायची, ज्यायोगे बिअरची बाटली उघडल्याचा आवाज मला ऐकू येऊ नये. परंतु जेव्हा ती

बाथरूमच्या दारामागे लपवलेला ओपनर काढायची तेव्हा त्याची खणखण त्याला ऐकू येते हे तिच्या लक्षात यायचं नाही. एका बैठकीत ती सहा बिअरच्या बाटल्या कशा फस्त करायची याचंही वर्णन त्यानं केलं होतं. मग त्या बाटल्या ती पाण्याने भरून ठेवायची आणि वरची झाकणं परत गोंदाने चिकटवायची. ''आता मला त्या बुचाला गोंदाचा वास आलेला कळणार नाही किंवा पाणी आणि बिअर यांतला फरक कळणार नाही असं तिला खरोखरच वाटत होतं काय?''

मारिया म्हणाली, ''मी पिणं लपवायला खोटं बोलत होतेच, पण बाकीच्या गोष्टींबद्दलही खोटं बोलत होते. खरं तर त्या गोष्टींना अर्थदेखील नव्हता. : म्हणजे मी कुठे चालले आहे, केव्हा परत येणार, मला का उशीर झाला, मी न्याहारीत काय खाल्लं? असल्या गोष्टीबद्दलही मी खोटं बोलायचे.''

मारियाला खोटं बोलायची सवय लागली होती. आईचं दारू पिणं आणि वडिलांचं घरात नसणं हे लपवण्यासाठी खोटं बोलायची सुरुवात झाली होती आणि सरतेशेवटी स्वतःचं दारू पिणं लपवायला ती खोटं बोलू लागली होती. नंतर ती उगाचच खोटं बोलायचं म्हणून बोलू लागली होती.

खोटं बोलायची सवय लागणं तुलनेने सोपं असतं. आपण सगळे नियमितपणे खोटं बोलत असतो आणि त्यातलं बहुतेक वेळा आपल्या लक्षातही येत नसतं. आपलं ते खोटं बोलणं इतकं छोटं आणि न जाणवण्यासारखं असतं की, आपण स्वतःला पटवून देतो की आपण खरंच बोलत आहोत किंवा आपण खोटं बोलतोय हे माहीत असलं तरी त्याला काही फार अर्थ नाही.

''मी मारियोला त्या दिवशी खरं सांगितलं तेव्हा तो वैतागेल हे मला माहीत होतं तरीही माझ्यात – माझ्या आयुष्यात त्यामुळे काहीतरी खरोखरच बदललं हे मला जाणवलं. मला जाणवलं की आता वेगळ्या प्रकारे, अधिक चांगल्या प्रकारे आपलं आयुष्य जगायचं या गोष्टीची बांधिलकी मी मानलेली आहे. माझ्या मनात नाना असत्य सबबी भरून राहिल्या होत्या. पण त्याच वेळेस कुणीतरी माझं खोटं उघडकीला आणेल हा विचार माझ्या मनात अपराधी भावना निर्माण करत होता आणि मला भीतीही घालत होता. मग माझ्या लक्षात आलं की, जोवर मी खरंच सांगते आहे तोवर मला कसलीही चिंता करण्याची गरज नाही. मग मी मुक्त आहे. मी माझ्या भावाला पॅकेजबद्दल खरं सांगितलं, तो टप्पा आमच्यातील नातं अधिक

जवळ येण्याची सुरुवात करणारा होता. मग मी परत वरती माझ्या खोलीत गेले तेव्हा मला खूप छान वाटत होतं.''

जाज्वल्य प्रामाणिकपणा – म्हणजे सर्वच छोट्या मोठ्या गोष्टींबद्दल सत्य सांगताना आपल्यातील वैगुण्ये बाहेर येतात, आणि त्याचे परिणामही त्यामागोमाग येतात. परंतु केवळ व्यसनातून मुक्त होण्यासाठीच ते गरजेचे नाही, तर 'बक्षिसांनी अति जास्त भरलेल्या पर्यावरणात' ज्यांना ज्यांना अधिक समतोल जीवन जगायचं आहे त्या सर्वांसाठी जाज्वल्य प्रामाणिकपणा गरजेचा ठरतो. तो बऱ्याच पातळ्यांवर काम करतो.

सर्वप्रथम म्हणजे, जाज्वल्य प्रामाणिकपणामुळे आपण आपल्या वर्तनाविषयी जागरूक होतो. दुसरं म्हणजे त्यातून मानवी संबंध अधिक जवळिकीचे होतात. तिसरं म्हणजे त्यातून एक सत्यवचनी आत्मचरित्र निर्माण होतं जे स्वतःला केवळ वर्तमानकाळासाठी नव्हे, तर भविष्यकाळासाठीही जबाबदार धरतं. आणखी म्हणजे सत्य सांगणे हे सांसर्गिक असते, त्यामुळे भविष्यातही व्यसन लागणे टळू शकते.

## जागृती

याआधी मी शारीरिक आत्मसंयमासाठी ओडिसस या ग्रीक दंतकथेचे वर्णन केले होते. या दंतकथेचा एक उपसंहारही आहे आणि तो येथे समर्पक वाटतो.

तुम्हाला आठवत असेल तर ओडिससने आपल्या ताफ्याला सांगितले होते की, मला तुम्ही जहाजाच्या शिडाला घट्ट बांधून ठेवा म्हणजे मला सायरेन्सचा मोह होणार नाही. परंतु तुम्ही विचार केलात तर बाकीच्या ताफ्याला सांगितल्यानुसार तोही आपल्या कानात मधमाश्यांचं मेण भरू शकला असता, त्यामुळे स्वतःला बऱ्याच दुःखापासून वाचवू शकला असता. ओडिसस काही शारीरिक कष्टाला सदैव सिद्ध असा माणूस नव्हता तसेच सायरेन्सचे गाणे ऐकलेला माणूस नंतर त्यांची कहाणी सांगायला जिवंत राहिला तरच सायोन्स मरणार होत्या. त्यामुळे मृत्यूशी झटापट करून केलेल्या प्रवासानंतर ते सत्य सांगून ओडिससने सायरेन्सचा नाश केला. याचा अर्थ त्यांचे गाणे ऐकून त्याबद्दल माहिती सांगण्यातच त्यांचा नाश दडलेला होता.

ओडिससची दंतकथा मानवी वर्तन बदलातील एका महत्त्वाच्या वैशिष्ट्यावर प्रकाश टाकते. : आपला अनुभव पुन्हा सांगण्याने आपल्याला त्यावर प्रभुत्व मिळते. मग ते वैद्यकीय उपचारांच्या बाबतीत असोत किंवा अल्कोहोलिक अनॉनिमसच्या स्पॉन्सरसमोर असो, एखाद्या प्रीस्टसमोर कैफियत देणे असो, मित्राला विश्वासात घेऊन सांगणे असो किंवा एखाद्या जर्नलमध्ये केलेले लेखन असो. आपण जर प्रामाणिकपणे सगळे सांगितले तर त्यामुळे आपण त्या वर्तनाचा आढावा घेऊ लागतो. कधीकधी तर आपण ते प्रथमच पाहिल्यासारखे होते. विशेषकरून जाणीवपूर्वक जागृतीच्या पलीकडे जाऊन जे वर्तन आपण नकळतपणे करू लागलो असतो त्याचेही आपल्याला भान येते.

मला प्रेमाच्या कादंबऱ्यांचं व्यसन लागलं होतं, तेव्हा मला त्याबद्दलची जाणीव अंशतः होती. म्हणजे मी तसं करते आहे ही जाणीव होतीपण आणि नव्हतीपण, असा प्रकार होता. व्यसन हा प्रकारच असा असतो हे सर्वमान्य आहे. म्हणजे जागेपणी पाहिलेल्या, अर्धवट जागृत अवस्थेतील स्वप्नासारखे ते असते आणि बरेचदा त्यास 'डिनायल' किंवा नकार भावना असे म्हटले जाते.

आपल्या मेंदूतील बक्षीसमार्ग आणि उच्च कॉर्टिकल विभाग (म्हणजे आपल्याला जीवनातील प्रसंग सांगण्यास, त्यांचे परिणाम पाहण्यास आणि भविष्याचे नियोजन करण्यास उद्युक्त करणारे विभाग) यांच्यातील संबंध व्यसनकाळात सुटलेला असतो, तो संबंध नकाराद्वारे पुन्हा जोडला जातो. व्यसनावरील उपचारांच्या बऱ्याच प्रकारांत या दोन भागांतील संबंध अधिक मजबूत करणे आणि त्यांचे पुनरुज्जीवन करणे या गोष्टी येतात.

मज्जारज्जुतज्ज्ञ ख्रिस्टिन रफ आणि त्यांचे सहकारी यांनी प्रामाणिकपणाच्या न्युरोबायलॉजिकल यंत्रणेचा अभ्यास केला होता. तेव्हा एका प्रयोगात त्यांनी एकूण १४५ लोकांना एका खेळात भाग घ्यायला बोलावलं. त्यात कम्प्यूटर इंटरफेस वापरून फासे फेकायचे होते आणि पैसे मिळवायचे होते. प्रत्येक फासा फेकण्यापूर्वी कम्प्यूटरच्या पडद्यावर दिसायचे की फाशावरील कुठल्या आकड्याला किती पैसे मिळतील? हे पैसे अधिकाधिक ९० स्विस फ्रँक (अंदाजे, १०० अमेरिकी डॉलर्स) एवढे मिळणार होते.

कसिनोतील जुगारात फासे किती पडले याबद्दल खोटं बोलता येतच नाही; परंतु इथे मात्र आपली जिंकलेली रक्कम वाढवण्यासाठी सहभागी

लोक खोटं बोलू शकत होते. पूर्णपणे प्रामाणिक उत्तर देण्याचा निकष ५० टक्के निर्धारित केला होता. फासे टाकण्यात मिळालेले सरासरी टक्के यश आणि या निकषाची तुलना करून संशोधकांना फसवणुकीचे प्रमाण काढता येत होते. यातले सहभागी लोक वारंवार खोटे बोलले यात आश्चर्य नाही. ५० टक्क्यांच्या प्रामाणिकतेच्या निकषाशी तुलना करता आमचा फासा बरोबर पडला, असं सांगणाऱ्या सहभागींची संख्या ६८ टक्के होती.

त्यानंतर संशोधकांनी विजेचा वापर करून सहभागी लोकांच्या प्री-फ्रंटल ब्रेन कोर्टायसेस या भागातली मज्जारज्जूंची आवेगशक्ती वाढवली. त्यासाठी त्यांनी 'ट्रान्सक्रानियल डायरेक्ट करंट स्टिम्युलेशन' (टीडीसीएस) हे साधन वापरलं. प्री- फ्रंटल ब्रेन कोर्टेक्स हा भाग आपल्या मेंदूतील सर्वांत पुढला म्हणजे कपाळालगतचा भाग असतो. त्याचा संबंध निर्णय घेणे, भावना नियंत्रण करणे, भावी नियोजन करणे इत्यादी अनेक गुंतागुंतीच्या प्रक्रियांशी असतो. हा भाग गोष्ट सांगण्यातही मोठी भूमिका बजावतो. संशोधकांना दिसून आले की, 'प्री-फ्रंटल कोर्टेक्समधील मज्जारज्जूंची आवेगशक्ती वाढवली तेव्हा खोटे बोलणे अर्ध्याने कमी झाले. परंतु, त्या सहभागींच्या ऐहिक स्वार्थात किंवा नैतिक श्रद्धांत बदल झाल्यामुळे तसे घडले अशी कारणे प्रामाणिकपणात वाढ झाल्यामागे देता आली नाहीत. तसेच सहभागी व्यक्तीच्या मनातील आवेग, जोखीम घेण्याची तयारी आणि मन:स्थिती यांच्याशीही त्याचा संबंध नव्हता.'

म्हणून मग त्यांनी निष्कर्ष काढला की, 'प्री-फ्रंटल ब्रेन कोर्टेक्स हा भाग मजबूत केल्यामुळे प्रामाणिकपणा वाढू शकतो. गुंतागुंतीच्या सामाजिक वर्तनावर नियंत्रण ठेवण्यासाठी मानवी मेंदूने अनेक यंत्रणा उत्क्रांत केल्या आहेत', या विचाराशी हा निष्कर्ष जुळतो.

या प्रयोगामुळे मला वाटू लागले की, याउलट केले म्हणजे प्रामाणिकपणाचे वर्तन केल्यामुळे प्री-फ्रंटल कोर्टेक्स हा भाग मजबूत होत असेल का? म्हणून मग मी स्वित्झर्लंडमध्ये राहणाऱ्या ख्रिश्चन रफ यांना ई-मेल पाठवून त्यांचे मत विचारले.

मी त्यांना विचारले, ''प्री-फ्रंटल कोर्टेक्स या भागाला उत्तेजन दिल्यामुळे लोक अधिक प्रामाणिक बनत असतील तर याउलट केल्याने म्हणजे एखादी व्यक्ती अधिक प्रामाणिक असल्यामुळे तिचा प्री-फ्रंटल कोर्टेक्स उद्दीपित होत असेल का? म्हणजे मेंदूचे जे भाग आपण भावी

नियोजन, भावना नियंत्रण आणि विलंबित उपभोग यासाठी वापरतो त्या भागांचे कामकाज आणि उद्दीपन हे सत्य सांगण्याच्या सवयीमुळे अधिक मजबूत होत असेल का?''

त्यावर त्यांनी उत्तर दिले, ''तुमचा प्रश्न योग्य आहे. माझ्यापाशी त्याचे निश्चित उत्तर नाही. परंतु तुम्हाला जे अंतःप्रेरणेने वाटले आहे तसेच मलाही वाटते की प्रामाणिकपणात गुंतलेल्या प्री-फ्रन्टल प्रक्रियेसारखी एखादी तळमळीची न्यूरल प्रक्रिया वारंवार करून मजबूत करायला हवी. डोनाल्ड हेब यांच्या जुन्याच मंत्रानुसार बहुतेक अभ्यासप्रकारात ज्या पेशी एकत्र सक्रिय असतात त्याच एकमेकींशी जोडल्या जातात.''

मला त्यांचे उत्तर आवडले कारण त्यात असे ध्वनित केले होते की दुसरी भाषा शिकणे, पियानो वाजवणे किंवा सुडोकू कोड्यांवर प्रभुत्व मिळवणे यामुळे जी न्यूरल सर्किट कार्यान्वित होतात तीच सर्किट जाज्वल्य प्रामाणिकपणा सतत अनुसरल्यानेही कार्यान्वित होतात.

सत्य सांगण्यामुळे मेंदूत बदल होतो, या निष्कर्षाशी व्यसनातून बाहेर पडणाऱ्या लोकांचा प्रत्यक्ष अनुभव जुळणारा होता. त्यामुळे आपल्या आनंद-दुःख समतोलाबद्दल तसेच अनिवार अतिभोगाकडे (व्यसनाकडे) घेऊन जाणाऱ्या मानसिक प्रक्रियेबद्दल आपण अधिक जागरूक होतो आणि वर्तन बदलतो.

माझ्या स्वतःच्या प्रेम-कादंबऱ्यांचे वाचन करण्याच्या समस्येबद्दल माझे डोळे २०११ साली उघडले. त्यामागचे कारण म्हणजे तेव्हा मी 'व्यसनी पेशंटशी कसे बोलावे?' हे सॅन मशिओ सायकिएट्री येथील निवासी डॉक्टरांच्या गटास शिकवत होते. तेव्हा त्यातला माझ्या स्वतःच्या बाबतीतला विरोधाभास माझ्या लक्षात आला.

मी सॅन मशिओ मेडिकल सेंटरमध्ये पहिल्या मजल्यावरील वर्गात सायकिएट्रीच्या नऊ निवासी डॉक्टरांसमोर बोलत होते. अमली पदार्थ आणि मद्यपान यांचे व्यसन लागलेल्या पेशंटशी संवाद साधणे किती कठीण असते असे मी सांगत होते. मी बोलता बोलता मध्येच थांबले आणि प्रत्यक्ष प्रयोगात भाग घेण्यास विद्यार्थ्यांना बोलावले. : ''तुम्ही जोडीजोडीने या आणि स्वतःची एखादी सवय बदलायची असेल तर त्यासाठी काय पावले उचलावी लागतील त्याबद्दल एकमेकांशी चर्चा करा.''

या अशा प्रयोगांत सहसा आढळणारी उदाहरणे म्हणजे विद्यार्थी म्हणतात की, मला अधिक व्यायाम करायचा आहे किंवा मला कमी साखर खायची आहे. वेगळ्या शब्दांत सांगायचे तर ते तुलनेने सुरक्षित विषय निवडतात. त्यांना कसली गंभीर व्यसने असली तरी त्यांचा उल्लेख ते करत नाहीत. तरीही त्यांना स्वतःचे जे वागणे मुळीच आवडत नाही आणि बदलायचे असते त्याबद्दल ते नक्कीच बोलतात. त्याबद्दल बोलल्यामुळे विद्यार्थ्यांना पेशंटशी डॉक्टर या नात्याने कसे बोलायचे याबद्दलची जाणीव होते. तसा संवाद साधताना त्यांना स्वत:लाही त्या प्रक्रियेत काहीतरी मिळते.

तेवढ्यात माझ्या लक्षात आलं की, विद्यार्थ्यांची संख्या विषम आहे त्यामुळे मला एका विद्यार्थ्यासह त्यात भाग घ्यावा लागेल. मग मी एका मृदुभाषी, विचारी अशा मुलाशी जोडी लावली. माझं संपूर्ण व्याख्यान तो मुलगा लक्षपूर्वक ऐकत होता. मग मी आधी पेशंट झाले त्यामुळे त्याला त्याचं कौशल्य वापरता आलं असतं. त्यानंतर आम्ही भूमिका बदलणार होतो.

''तुम्हाला तुमचं कुठलं वागणं बदलावंसं वाटतं?'' त्याच्या विचारण्याच्या आश्वासक पद्धतीमुळे त्याला आपली समस्या सांगावी असं मला वाटू लागलं. आश्चर्याची गोष्ट म्हणजे वेदनाशामक औषध म्हणून रात्री जागून मी कादंबऱ्या वाचते ते मी त्याला सांगितलं. पण मी काय वाचत होते ते त्याला सांगितलं नाही की माझ्या समस्येची व्याप्तीही सांगितली नाही.

मी म्हणाले, ''रात्री मी बराच वेळ वाचत बसते त्यामुळे झोप उडते आणि मग दिवसा मला त्याचा त्रास होतो. ही सवय मला बदलायची आहे.''

मी असं बोलले आणि माझ्या लक्षात आलं की ते खरं होतं. म्हणजे मी रात्रीची जागत वाचत बसते ते वागणं मला बदलायचं आहे. तरी त्या क्षणापर्यंत मला या दोन्ही गोष्टींची जाणीव नव्हती.

''तुम्हाला का बदल करायचा आहे हा?'' त्यानं विचारलं. प्रेरणात्मक मुलाखत सुरू करताना एक विशिष्ट प्रश्न विचारायचा ही पद्धत क्लिनिकल सायकॉलॉजिस्ट विल्यम आर. मिलर आणि स्टीफन रॉलनिक यांनी विकसित केली आहे, त्यानुसार पेशंटला स्वतःच्या मनातून प्रेरणा निर्माण करण्यास मदत केली जाते आणि त्याची द्विधा मन:स्थिती नष्ट करण्याचा प्रयत्न केला जातो.

''कारण मग दिवसभरात काम करताना आणि माझ्या मुलांसोबत वेळ व्यतित करताना मला एकाग्रचित्त होता येत नाही.''

त्याने मान हलवली, ''ही कारणं योग्य आहेत.''

त्याचं म्हणणं बरोबर होतं. कारणं खरोखरच योग्य होती, आणि ती मोठ्याने उच्चारताना मला प्रथमच लक्षात आलं की, या माझ्या वागण्याचा माझ्या आयुष्यावर आणि माझ्या प्रियजनांवर नकारात्मक परिणाम होतो आहे.

त्याने मग विचारलं, ''ते वागणं बंद करण्यासाठी तुम्हाला काय सोडून द्यावं लागेल?''

त्यावर मी लगेच उत्तर दिलं, ''वाचण्यापासून मिळणारा आनंद सोडून द्यावा लागेल, मला त्यामुळे रोजच्या समस्यांपासून सुटका मिळते ती प्रिय आहे. परंतु माझ्या घरचे लोक आणि माझं काम यांच्याहून ती महत्त्वाची नाही.''

पुन्हा एकदा ते मोठ्याने बोलल्यावर माझ्या लक्षात आलं की ते खरं आहे. माझं कुटुंब आणि माझं काम यांचं मोल मला माझ्या सुखापेक्षा अधिक वाटतं. माझ्या मूल्यांनुसार मला जगायचं असेल तर हे अनिवार आणि बचावात्मक वृत्तीच्या वाचनाचं व्यसन सोडून दिलंच पाहिजे.

''ही वागणूक बंद करण्यासाठी एक पाऊल तुम्ही काय उचलाल?''

''मी माझा इलेक्ट्रॉनिक रीडर टाकून देईन. स्वस्त वाचनाची सहज उपलब्धता यामुळे मी रात्री वाचत बसते.''

''चांगली आहे ही कल्पना,'' असं म्हणून तो हसला. आता माझं पेशंट असणं संपलं होतं.

दुसऱ्या दिवशी मला सतत ते संभाषण आठवत होतं. मग मी ठरवलं की, प्रेमाच्या कादंबऱ्यांपासून पुढला एक महिना विश्रांती घ्यायची. म्हणून पहिली गोष्ट मी काय केली असेल तर ती म्हणजे माझा ई रीडर टाकून दिला. सुरुवातीचे दोन आठवडे मला अल्प प्रमाणात लक्षणे जाणवली. त्यात अस्वस्थता आणि निद्रानाश या दोन गोष्टी होत्या. खासकरून रात्री झोपायला जाण्यापूर्वी मी सहसा त्या गोष्टी वाचत होते तेव्हा तसं होत होतं. म्हणजे आपली आपण झोप लागण्याची कला जणू मी विसरूनच गेले होते.

महिना संपल्यावर मला खूप बरं वाटू लागलं. मग मी स्वतःला पुन्हा त्या कादंबऱ्या वाचण्याची परवानगी दिली. फक्त आता आपण त्या सौम्य प्रमाणात वाचायच्या असंही मी ठरवलं.

पण त्याऐवजी मी अधिकच कामुक कादंबऱ्या वाचू लागले, लागोपाठ दोन रात्री जागी राहिले, परिणामतः मला खूपच थकल्यासारखं वाटू लागलं.

परंतु आता मला माझं वागणं कसं आहे ते नक्कीच कळलं होतं. तो अनिवार, स्वनाशकारी प्रकार होता. त्यात गंमत अशी काहीच उरलेली नव्हती. आता ते वर्तन स्वतःच्या भल्यासाठी सोडून द्यायचा माझा निर्धार वाढला आहे हे मला जाणवलं. माझं जागेपणी पाहिलेलं स्वप्न आता अंतास येत होतं.

## प्रामाणिकपणामुळे मानवी नात्यात जवळीक निर्माण होते

खासकरून आपण जेव्हा आपल्यातील दोष उघड करतो तेव्हा खरे सांगितल्यामुळे लोक आपल्याकडे आकर्षिले जातात. खरं तर हे आपल्या सहजप्रेरणेच्या अथवा विवेकाच्या विरुद्ध घडत असते, कारण आपण आपले अनिष्ट पैलू उघड केले तर लोक आपल्यापासून दूर निघून जातील अशी आपल्याला भीती वाटत असते. तर्कदृष्टीने पाहता ते बरोबरच असते कारण आपल्या स्वभावातील दोष, हातून घडलेल्या चुका लोकांना कळल्या तर ते आपल्यापासून अंतर राखतील.

परंतु प्रत्यक्षात त्याच्या उलट होतं. लोक तुमच्या जास्त जवळ येतात. तुमच्या भंगलेपणात त्यांना त्यांची स्वतःची असाहाय्यता दिसते आणि एकूणच मानवतेची भावना जागृत होते. आपल्यासारखेच संशय, भीती आणि दोष असणारे आणखीही लोक आहेत असा दिलासा त्यांनाही लाभतो.

जेकबला अनिवार हस्तमैथुनाचे सुटलेले व्यसन पुन्हा लागले, त्यानंतर तो आणि मी कितीतरी महिने आणि वर्षंही अधूनमधून भेटत राहिलो. त्या काळात त्याने त्याच्या व्यसनी वृत्तीपासून पूर्णतया मुक्ती घेतली होती. या काळात विशेषकरून पत्नीशी बोलताना त्याने जाज्वल्य प्रामाणिकपणाची कास धरली होती. व्यसनातून बाहेर निघण्याच्या सततच्या प्रक्रियेचा तोच मुख्य पाया होता. अशाच एका भेटीच्या वेळी त्याने मला एक गोष्ट सांगितली. तो आणि त्याची बायको परत एकत्र राहायला लागल्यावर लगेचच तो प्रसंग घडला होता.

त्यांच्या घरात परतल्यावर दुसऱ्या दिवशी ती बाथरूमची व्यवस्था लावत होती तेव्हा तिला दिसलं की आमच्या शॉवरच्या पडद्याची एक रिंग नाहीये. ती रिंग कुठे गेली, तुला लक्षात आहे का, असं तिने जेकबला विचारलं.

‘‘तेव्हा मी एकदम गारठलो,’’ जेकब मला म्हणाला, ‘‘त्या रिंगचं काय झालं हे मला व्यवस्थित माहीत होतं, पण मला ते तिला सांगायचं नव्हतं, त्यामागे बरीच कारणं होती. खूप खूप पूर्वी ते घडलं होतं, पण आता जर मी तिला सांगितलं असतं तर ती नक्कीच अस्वस्थ झाली असती. आता आमच्यातलं नातं किती चांगलं झालं होतं. पण ते कळल्यामुळे पुन्हा नाट लागला असता.’’

पण मग त्याने स्वतःला आठवण करून दिली की, आत्तापर्यंत आपल्या खोटं बोलण्यामुळे आणि चोरटेपणाच्या वागण्यानेच आपलं नातं गंजून गेलं होतं. शिवाय ती त्याच्यासोबत राहायला येण्यापूर्वी त्याने तिला वचन दिलं होतं की काय वाट्टेल ते झालं तरी मी तुझ्याशी खरंच बोलणार.

‘‘म्हणून मी तिला म्हणालो की जवळजवळ वर्षांपूर्वी तू निघून गेल्यानंतर मशीन तयार करण्यासाठी मी ती रिंग वापरली होती. परंतु हा प्रकार अगदी हल्लीचा घडलेला नाही. मी तुला प्रामाणिकपणे सगळं खरं खरं सांगेन असं वचन दिलं आहे म्हणून मी तुला हे सांगतो आहे.’’

‘‘मग तिने काय केलं?’’ मी विचारलं.

‘‘मला वाटलं होतं की ती मला म्हणेल की, संपलं आता तुझ्या-माझ्यातलं नातं, मी आता परत तुला सोडून जाते. परंतु ती माझ्या अंगावर ओरडली नाही, मला सोडूनही गेली नाही, तर तिने माझ्या खांद्यावर हात ठेवला आणि म्हणाली, ‘मला खरंखरं सांगितल्याबद्दल आभार.’ आणि मग मला तिने मिठी मारली.’’

---

जवळीक हाच एक डोपामाइनचा स्वतःचा असा स्रोत आहे. प्रेमात पडणे, माता-बालक बंध आणि लैंगिक सहचरांचे जन्मभराचे बंध या सगळ्याशी संबंधित असे ऑक्सिटोसिन हे हार्मोन मेंदूतील बक्षीसमार्गाच्या डोपामाइन स्रवणाऱ्या न्यूरॉन्सच्या (मज्जापेशींच्या) रिसेप्टर्सशी जोडले जाते आणि त्यातूनच बक्षिसाच्या सर्किट मार्गास चालना मिळते. वेगळ्या शब्दांत सांगायचं तर, ऑक्सिटोसिनमुळे मेंदूच्या डोपामाइनमध्ये वाढ होते असे स्टॅन्फर्ड विद्यापीठातील मज्जारज्जुतज्ज्ञ लीन हंग, रॉब मलेंका आणि त्यांच्या सहकाऱ्यांनी शोधून काढले आहे.

पत्नीला प्रामाणिकपणे खरे काय ते सांगितल्यावर आणि त्यानंतर तिने जेकबप्रति आपुलकी आणि सहानुभूती व्यक्त केल्यावर बहुधा जेकबला त्याच्या बक्षीसमार्गात ऑक्सिटोसिन आणि डोपामाइन यांच्यात वाढ झाल्याचे जाणवले असेल. त्यामुळेच तशा प्रकारे पुढेही वागण्यास तो उद्युक्त झाला असेल.

सत्य सांगितल्यामुळे मानवी आत्मीयता वाढते, पण उच्च डोपामाइनयुक्त पदार्थांचा अनिवार अतिरेकी उपभोग हा मानवी आत्मीयतेच्या आड येतो. व्यसनामुळे एकलकोंडेपणा, बेपर्वाई वाढते, कारण इतर लोकांशी संबंध ठेवल्यामुळे जे बक्षीस मिळते त्या जागी तो अमली पदार्थ येऊन बसतो.

एखादा स्वतंत्र उंदीर प्लॅस्टिक बाटलीत अडकलेल्या दुसऱ्या उंदराला बाहेर काढण्यास सहज प्रेरणेने मदत करतो. परंतु एकदा का त्या बाहेरच्या उंदराला हवं तेवढं हेरोईन खायला दिलं तर त्याला पिंजऱ्यात अडकलेल्या उंदराला मदत करण्यात काहीच स्वारस्य वाटेनासे होते असे प्रयोगातून दिसले आहे. बहुधा तो त्या ओपीयॉईडच्या नशेमध्ये एवढा धुंद होत असेल की त्याला आपल्या बांधवाची काहीच पर्वा उरली नसेल.

---

डोपामाइनमध्ये वाढ होण्याची संभाव्यता ज्या वर्तनात असते ते वर्तन वारंवार केले जाते. हे एक प्रकारचे 'डिस्क्लोजर पोर्न' असून आधुनिक संस्कृतीत ते आढळून येते. या ठिकाणी आपल्या जीवनातील अतिशय खाजगी पैलू लोकांसमोर उघड करून त्यायोगे लोकांशी, त्यांच्या भावनांशी खेळले जाते. त्यातून विशिष्ट प्रकारचा स्वार्थी आनंद त्या माणसाला मिळतो. परंतु जवळिकीचे खरेखुरे मानवी संबंध जोपासून त्या त्या क्षणी मिळणारी खरोखरची जवळीक लाभत नाही.

२०१८ सालच्या व्यसनाधीनतेवरील वैद्यकीय परिषदेला हजर राहिले होते तेव्हा मी एका माणसाच्या शेजारी बसले. तो मला म्हणाला की, मी व्यसनापासून दीर्घकालीन सुटकेचा काळ अनुभवतो आहे. तो तिथं स्वतःची व्यसनमुक्तीची कहाणी श्रोत्यांना सांगायला आला होता. स्टेजवर जाण्यापूर्वी माझ्याकडे वळून तो म्हणाला, ''आता रडण्यासाठी तयार व्हा, मॅडम.''

त्याच्या त्या बोलण्याने माझं मन खट्टू झालं. म्हणजे मी त्याच्या कहाणीला कसा प्रतिसाद देईन याविषयी त्याने आधीच अपेक्षा केली होती ही गोष्ट मला योग्य वाटली नाही.

त्याने खरोखरच एक अतिशय दर्दभरी व्यसनाची आणि त्यातून बाहेर पडण्याची कहाणी सांगितली, परंतु माझ्या डोळ्यांत अश्रू आले नाहीत. पण त्याचं मला आश्चर्य वाटलं नाही. पण एरवी दुःखभोगाच्या आणि पश्चात्तापाच्या कहाण्या मला अगदी खोलवर हेलावून टाकतात. परंतु याबाबतीत त्याची कहाणी मला खोटी वाटली, म्हणजे त्यातील सगळी तथ्ये बरोबर असतील. परंतु तो जे शब्द बोलत होता ते त्या शब्दांमागे जुळणाऱ्या भावना माझ्या मनात निर्माण होत नव्हत्या. त्याच्या जीवनातील अतिशय मनस्तापाच्या काळात शिरण्याचा बहुमान तो आम्हाला देत आहे या भावनेऐवजी असं वाटत होतं की, तो दुःखाचं मोठ्या दिमाखाने आमच्यासमोर प्रदर्शन करीत आमच्या भावनांशी खेळत आहे. कदाचित, त्याने बरेचदा ती कहाणी लोकांना सांगितली असेल, आणि सांगून सांगून ती अगदी शिळी झाली असेल. यामागचे कारण काहीही असो, तिचा माझ्यावर परिणाम झाला नाही.

अल्कोहोलिक अनॉनिमसमध्ये 'ड्रंकॅलॉग्ज' (मद्यपी माणसाचे संवाद) नावाचा प्रकार सर्वज्ञात आहे. यात लोकांचे मनोरंजन करण्यास आणि स्वतःचच्या व्यसनाचं कौतुक मिरवण्यासाठी नशेत धुंद होऊन केलेल्या चाळ्यांची माहिती दिली जाते. त्यात लोकांना शिकवणे किंवा स्वतःही शिकणे असा हेतू नसतो. 'ड्रंकॅलॉग्ज' ऐकून दारू पिण्याची उबळच बळावते, त्यातून बाहेर पडण्याची नाही. प्रामाणिकपणे स्वतःची माहिती सांगणे आणि लोकांच्या भावनांशी खेळणारा बढाईयुक्त ड्रंकॅलॉग करणे यांच्यातील सीमारेषा अतिशय पुसट आहे. त्यात आशयातील आणि सांगण्यातील सूर, आत्मप्रौढी आणि परिणाम यांच्यात सूक्ष्म फरक केला जातो. हा प्रकार प्रत्यक्ष दिसतो तेव्हा लगेच लक्षात येतो.

या पुस्तकात मी उघड केलेल्या माझ्या स्वतःच्या आणि मला गोष्टी सांगायला परवानगी दिलेल्या पेशंटच्या गोष्टी सांगताना मी या रेषेपासून चुकीच्या दिशेने वाहवत गेलेले नाही, अशी आशा मी व्यक्त करते.

## खऱ्या आत्मचरित्रामुळे जबाबदारी मान्य केली जाते.

आपल्या रोजच्या जीवनाविषयी एक एक करून सांगितलेली साधी-सरळ सत्ये हीच एकत्र येऊन खरेखुरे आत्मचरित्रात्मक लेखन तयार होते. आत्मचरित्रात्मक लेखन हे मुख्यत्वेकरून जगलेल्या काळाचे मोजमाप असते. आपल्या स्वतःच्या जीवनाविषयी आपण ज्या कहाण्या सांगतो त्यातून आपल्या भूतकाळाचे मोजमाप होते त्याचबरोबर भावी वर्तनासही आकार मिळतो.

वीस वर्षांहून अधिक काळ मानसोपचारतज्ज्ञ म्हणून मी काम करते आहे, या काळात हजारो पेशंटच्या कहाण्या मी ऐकल्या. त्यानंतर आता मला पटले आहे की, आपण ज्या प्रकारे आपल्या स्वतःच्या वैयक्तिक कहाण्या सांगतो तेच आपल्या वर्तमान आणि भावी मानसिक आरोग्याचे निदर्शक असते.

आपण बळी ठरल्याच्या गोष्टी वारंवार सांगणारे पेशंट फारच क्वचित त्यातून निर्माण झालेल्या दुष्परिणामांची जबाबदारी घेतात, ते बरेचदा मानसिकदृष्ट्या सुदृढ नसतात आणि कधी होतही नाहीत. ते दुसऱ्यांना दोष देण्यात एवढे मग्न असतात की, बरेचदा आपल्याला स्वतःला बरं व्हायचं आहे हेच विसरून जातात. त्याउलट, जेव्हा माझे पेशंट स्वतःची जबाबदारी नेमकेपणे व्यक्त करणाऱ्या गोष्टी सांगू लागतात तेव्हा मला कळते की ते आता सुधारत आहेत.

बळी पडल्याच्या कथनात बरेचदा एका अधिक व्यापक सामाजिक कलाचे प्रतिबिंब दिसते, यात आपण सगळे जण परिस्थितीचे बळी असल्यासारखे स्वतःकडे पाहू लागतो आणि आपल्याला जे सहन करावे लागले त्याची भरपाई अथवा बक्षीस मिळण्याची आपली पात्रता आहे असे वाटू लागते. परंतु लोक खरोखरच बळी पडलेले असले तरीही त्यातून बाहेर पडत नाहीत, मग त्यांची कहाणी बळी पडण्याच्या पलीकडे जातच नाही. अशा वेळेस त्या अनुभवातून बाहेर पडून मानसिक आरोग्य सुधारणे कठीण होते.

बरे झाल्याच्या गोष्टी सांगण्यासाठी लोकांना मदत करणे हे चांगल्या मानसोपचाराचे कामच आहे. आत्मकथनात्मक लेखन हे नदी असेल तर मानसोपचार हे असे साधन आहे ज्यायोगे त्या नदीच्या प्रवासाचा आलेख काढला जातो आणि क्वचित तिचा प्रवाह बदललाही जातो.

बरं झाल्याच्या कहाण्या या प्रत्यक्ष जीवनात घडलेल्या घटनांशी जोडलेल्या असतात. सत्य शोधावे असे वाटणे आणि ते शोधणे किंवा हातात असलेल्या माहितीनुसार त्याचा अगदी जवळचा अंदाज सांगणे यातून आपल्याला खरोखरची अंतर्दृष्टी मिळते आणि आपली समजही वाढते. त्यातून मग आपल्याला योग्य प्रकारे निवड करता येते.

मी आधी सूचित केले आहे त्यानुसार मानसोपचाराची आधुनिक पद्धत कधीकधी त्या भव्य उद्दिष्टाच्या दृष्टीने कमी पडते. मानसोपचार तज्ज्ञ या नात्याने आम्ही पेशंटच्या अंतरंगात शिरण्यात एवढे मग्न होतो की जबाबदारीशिवाय सहानुभूती याचा अर्थ त्या माणसाच्या वेदना नव्याने जगण्याचा फारसा विचार न करता केलेला प्रयत्न असतो तेच विसरून जातो. पेशंट सदासर्वकाळ त्याच्या नियंत्रणाबाहेरील शक्तीचा बळी ठरत आहे अशी कहाणी मानसोपचारतज्ज्ञ आणि पेशंट यांनी निर्माण केली, तर पेशंट सदैव बळीच ठरत राहण्याची शक्यता खूप जास्त वाढते यात काहीच शंका नाही.

परंतु पेशंटला तो प्रसंग घडला त्या क्षणी त्याची जबाबदारी घेता आली नसली तरी आत्ता इथे या क्षणी त्या प्रसंगावर विचार करताना काय प्रतिसाद देता येईल याविषयी मानसोपचारतज्ज्ञाने मदत केली तर तो पेशंट जीवनात पुढे जायला सक्षम होतो.

या मुद्द्यावर अल्कोहोलिक ॲनॉनिमसच्या तत्त्वज्ञानाचा आणि शिकवणीचा माझ्या मनावर सखोल परिणाम झाला आहे. अल्कोहोलिक ॲनॉनिमस यांचे एक बोधवाक्य ‘मीच जबाबदार’ हे त्यांच्या पत्रकांवर ठळक अक्षरात दिलेले असते.

जबाबदारीच्या जोडीला अल्कोहोलिक ॲनॉनिमस ‘अतिशय जाज्वल्य प्रामाणिकपणा’ हादेखील त्यांच्या तत्त्वज्ञानाचा मुख्य गाभा मानते. खरोखरच या दोन्ही संकल्पना एकमेकींशी सुसंगत आहेत. अल्कोहोलिक ॲनॉनिमसच्या १२ पायऱ्यांपैकी चौथी पायरी त्यांच्या सदस्यांना सांगते की, ‘तुम्ही तुमच्यातील नैतिकतेचा अतिशय शोधक आणि निर्भयपणे आढावा घ्या.’ त्या पायरीवर ती व्यक्ती आपल्या स्वभावातील दोषांचा आढावा घेते, त्यामुळे समस्या कशी निर्माण झाली आहे त्याचा विचार करते. पाचवी पायरी आहे ती कबुलीजबाबाची पायरी असते. या ठिकाणी अल्कोहोलिक ॲनॉनिमसचा सदस्य ‘देव, स्वतः आणि आणखी एका माणसापाशी आपण नक्की काय

चुकीचे केले ते मान्य करतो.' हा सरळ, साधा, व्यवहार्य आणि शिस्तबद्ध मार्ग अतिशय शक्तिशाली आणि परिवर्तनकारी बदल घडवून आणू शकतो.

स्टॅन्फर्ड येथे मानसोपचार शिकताना निवासी डॉक्टर म्हणून हे मी माझ्या वयाच्या तिशीत अनुभवले आहे.

फेडोरा हॅट घालणारे मानसोपचार विषयातील माझे पर्यवेक्षक आणि गुरू यांचा उल्लेख मी यापूर्वी केला आहे, त्यांनी मला सुचवलं होतं की, आईविषयी तुझ्या मनात आकस आहे तर तो नष्ट करण्यासाठी तू 'बारा पायऱ्यांचा' वापर करून पहा. मला कळण्यापूर्वीच त्यांना कळलं होतं की, मी आईवरचा माझा राग रवंथ केल्यासारखा पुन्हा पुन्हा मनात घोळवत बसते. त्याचेच मला व्यसन लागले आहे. मानसोपचार क्षेत्रात शिक्षण घेण्यापूर्वी मी कित्येक वर्षं मी आईच्या आणि माझ्या नात्याबद्दल विचार करण्यात घालवली होती. परंतु त्याचा परिणाम असा व्हायचा की, ती मला हवी तशी आई का नाही? मला ज्या आईची गरज आहे तशी माझी आई का नाही? या विचाराने तिच्याबद्दलच्या माझ्या रागाला आणखीनच हवा मिळायची.

माझ्या गुरूंनी अतिशय मोकळेपणाने मला सांगितलं की, एके काळी त्यांनाही मद्यपानाचं व्यसन लागलं होतं. अल्कोहोलिक ॲनॉनिमस आणि १२ पायऱ्या यांच्यामुळेच ते त्या व्यसनातून बाहेर पडले आणि कित्येक दशकं बाहेर राहू शकले. आता माझी समस्या काही व्यसन म्हणण्यासारखी नव्हती; परंतु त्यांना सहजप्रेरणेने वाटलं की या १२ पायऱ्या मला मदत करतील म्हणून त्यावरून मी जाताना माझी साथ करण्याचे त्यांनी कबूल केलं.

मी त्यांच्यासोबत त्या पायऱ्या चालले आणि माझा अनुभव - खासकरून चार आणि पाच या पायऱ्यांचा अनुभव परिवर्तनकारी ठरला. आईने आपल्याला निराश केलं आहे, असं जिथे जिथे मला वाटत होतं त्यावरच लक्ष केंद्रित करण्याऐवजी आयुष्यात प्रथमच मी आमच्यातील नातं तणावपूर्ण करण्यास माझा सहभाग काय असेल, याचा विचार करू लागले होते. मग मी लहानपणीच्या प्रसंगांपेक्षा आमच्या हल्लीच्या संवादावर लक्ष केंद्रित केलं कारण बालपणी माझी जबाबदारी तुलनेने कमी होती.

मी त्या समस्येस हातभार लावला आहे हे प्रारंभी माझ्या लक्षात येणं कठीण होतं. मी स्वतःकडे सर्वच बाबतींत असाहाय्य बळी या नजरेने पाहत होते. आई माझ्या घरी यायला अनिच्छुक असते, माझ्या नवऱ्याशी

आणि माझ्या मुलांशी संबंध जोपासले पाहिजेत असं तिला वाटत नाही. त्याउलट, माझ्या भावंडांकडे, त्यांच्या मुलांकडे ती कशी जाते यावरच मी अडून बसले होते. मी जशी आहे तसं ती स्वीकारू शकत नाही, ही कल्पनाच मला संतापजनक वाटत होती. मला असंही वाटत होतं की मी तिला कोणीतरी वेगळी - अधिक आपुलकीयुक्त, अधिक जुळवून घेणारी, अधिक नम्र, कमी स्वावलंबी आणि अधिक गमतीदार - आनंदी स्वभावाची असायला हवी होते.

पण त्यानंतर मग मी कागदावर माझ्यातील स्वभावदोष लिहून काढण्याची- होय, लिहूनच काढण्याची वेदनादायी प्रक्रिया सुरू केली. आणि त्यामुळे, हे दोष माझ्या डोळ्यांसमोर उभे राहिले, त्यांनी कशा प्रकारे आमच्यातील ताणलेल्या नात्याला हातभार लावला तेही त्यातून स्पष्ट झाले. नाहीतरी ईस्कलस हा महान शोकांतिकाकार म्हणाला आहेच की, 'आपल्याला सहन करावंच लागेल, आणि सहन करता करताच आपल्याला सत्य सापडेल.'

सत्य हे आहे की, मला खूप काळजी आणि भीती वाटते; परंतु मला तसे वाटते हे खूपच कमी लोकांना ठाऊक असेल. या काळजीवर ताबा मिळवण्यासाठीच मी माझं वेळापत्रक अतिशय ताठर ठेवते, रोजचा दिनक्रम ठरावीक ठेवते आणि आज काय करायचं आहे त्या यादीची गुलाम असल्यासारखी वागते. याचा अर्थ, बाकीच्या लोकांना बरेचदा माझ्या इच्छेनुसार आणि माझ्या ध्येयांच्या गरजांनुसार वागण्याची सक्ती होते.

मातृत्व हा माझ्या जीवनातील अतिशय लाभकारी अनुभव होता, पण त्यासोबत तो प्रचंड काळजीही सोबत घेऊन आला होता. त्यामुळे माझी मुलं लहान होती तेव्हा माझी प्रतिकारयंत्रणा आणि सगळं काही निभावून नेण्याची वृत्ती या अगदी नवनवीन कळस गाठू लागल्या होत्या. आज मागे वळून पाहताना माझ्या लक्षात येते की, या काळात अगदी माझ्या आईसह आमच्या घरी जे कोणी येईल त्याला ते येणे नक्कीच सुखावह झाले नसणार. मी आमच्या घराच्या कारभारावर घट्ट पकड ठेवली होती आणि गोष्टी हाताबाहेर जात आहेत अशी शंका जरी आली तरी प्रचंड चिंताग्रस्त होत होते. मी अथकपणे काम करत होते आणि स्वतःसाठी, मित्रमंडळींसाठी आणि आप्तजनांसाठी अगदी कमी वेळ ठेवत होते किंवा मुळीच वेळ ठेवत नव्हते. खरोखरच, त्या काळात माझी 'कंपनी' एक माझी मुलं सोडून अन्य

कुणालाच गमतीची वाटली नसणार. आता मुलांनाही ती तेव्हा आवडत असावी हीदेखील माझी आशाच आहे.

मी जशी होते त्यापेक्षा मी वेगळी असले पाहिजे, असं माझ्या आईला वाटत होतं त्याचा मला संताप येत होता. त्याविषयी विचार करता मला अचानक आणि धक्कादायक साक्षात्कार झाला की माझ्याही आईकडून तशाच अपेक्षा होत्या की, ती जशी होती तशी स्वीकारायला मीही नकारच देत होते की! तिने मदर तेरेसासारखं आमच्या घरी यावं आणि मी, माझा नवरा आणि मुलं अशी सर्वांची- मात्र, आम्हाला हवी तशीच काळजी घ्यावी असं मला वाटत नव्हतं का?

माझी आई आणि माझ्या मुलांची आजी म्हणून माझ्या मनात एक आदर्शवत प्रतिमा होती, त्या प्रतिमेशी तिने जागलं पाहिजे अशी माझी मागणी होती. पण त्यामुळे मला केवळ तिच्यातील दोष दिसत होते; परंतु गुण मात्र काहीच दिसत नव्हते. खरे तर, आईत कितीतरी चांगले गुण आहेत. तिला कलेची देणगी मिळाली आहे, ती खूपच गोड आहे, थट्टाविनोद करते, मजेशीर वागते. खूप प्रेमळ आहे, दुसऱ्याला सतत काहीतरी देत असते; परंतु दुसरी व्यक्ती आपल्याकडे टीकेच्या भावनेने बघते आहे किंवा तिने आपल्याला सोडूनच दिले आहे अशी भावना तिच्या मनात निर्माण झाली तर मात्र ती दूर होते.

त्या सगळ्या पायऱ्यांचा अभ्यास केल्यावर मला या गोष्टींमधील सत्य अधिक स्पष्ट दिसलं आणि त्यानंतर माझ्यातील संताप नाहीसा झाला. आईवरच्या माझ्या रागाच्या जडशीळ ओझ्यातून मी मुक्त झाले. केवढा सुटकेचा निःश्वास सोडला मी तेव्हा!

मी स्वतः त्यातून बाहेर आल्यामुळे माझे तिच्याशी नाते सुधारले. मी तिच्याविषयी कमी दुराग्रही, अधिक क्षमाशील आणि कमी टीकाकार बनले. आमच्यात मतभेद असल्यामुळे बऱ्याच सकारात्मक गोष्टी घडल्या त्याची मला जाणीव झाली. म्हणजे तिचा आणि माझा स्वभाव अधिक जुळणारा असता तर आत्ता जशी मी कठीण स्थितीशी चटकन जुळवून घेते, स्वतःवर अवलंबून असते तशी झाले नसते.

माझ्या सर्वच नातेसंबंधांत अशा प्रकारे सत्य बोलण्याचा प्रयत्न मी आता जारी ठेवला आहे. त्यात मला नेहमीच यश मिळत नाही. मग मला अगदी सहजप्रेरणेने दुसऱ्यावर दोष टाकावासा वाटतो. परंतु मी शिस्तबद्ध

आणि दक्ष झाले आहे आणि आता मी जबाबदारीने वागते आहे हे माझ्या लक्षात आले आहे. जेव्हा मी त्या ठिकाणी जाते आणि घटनांची खरीखुरी आवृत्ती मला स्वतःला आणि इतरांना सांगते तेव्हा योग्य वागण्याची आणि न्यायीपणाची भावना अनुभवता येते. तसे करूनच या जगात मला जी व्यवस्था मोठ्या तळमळीने असायला हवी आहे ती मला मिळेल असे वाटते.

## सत्यवचनी आत्मचरित्रात्मक कथनात आपल्याला अधिक अस्सल, उत्स्फूर्त आणि अतिशय मोकळे असे बोलता येते.

मनोविश्लेषक डोनाल्ड विनिकोट यांनी 'खोटे मीपण' ही संकल्पना १९६०च्या दशकात आणली. त्यांच्या मते 'खोटे मीपण' हे स्वनिर्मित व्यक्तिमत्त्व असह्य अशा बाह्य मागण्या आणि दबाव-घटक यांच्या प्रतिकारासाठी उभारले जाते. विनिकोट यांनी गृहीत धरले होते की, या खोट्या मीपणाची निर्मिती केल्यामुळे प्रचंड एकटेपणाची भावना निर्माण होते.

समाजमाध्यमे सहजगत्या हाताशी असल्याने ही 'खोट्या मीपणाची' समस्या अधिक वाढली, उलट तसे 'खोटे मीपण' आणि आपल्या जीवनाचे वास्तवापासून दूर असे चित्र निर्माण करण्यास त्यामुळे उत्तेजनच मिळाले.

माझा पेशंट टोनी हा विशीतला तरुण होता. तो 'ऑनलाइन' (खोट्या) जीवनात रोज सकाळी सूर्योदय पाहण्यास धावत असे, दिवसभर अतिशय सकारात्मक आणि महत्त्वाकांक्षी कलाक्षेत्रात वावरत असे, त्याला असंख्य बक्षिसेही मिळाली होती. परंतु प्रत्यक्ष जीवनात तो सकाळी जेमतेम बिछान्याबाहेर पडत होता, दिवसभर ऑनलाइन पॉर्नोग्राफी बघत होता, चांगली नोकरी मिळेल म्हणून धडपडत होता आणि एकाकी, हताश जीवन कंठताना आत्महत्येचे विचार करत होता. परंतु त्याच्या फेसबुक पेजवर त्याच्यात रोजच्या जीवनातलं काहीसुद्धा दिसत नव्हतं.

जेव्हा आपला प्रत्यक्ष जगतानाचा अनुभव आपण निर्माण केलेल्या प्रतिमेपेक्षा वेगळा असतो तेव्हा आपल्या मनात त्यापासून तुटल्याची आणि अवास्तविकतेची भावना निर्माण होते. आपण निर्माण केलेल्या बनावट प्रतिमेइतकीच ही भावनाही बनावट असते. मानसतज्ज्ञ या भावनेस 'अवास्तवीकरण' (डी-रिअलाझेशन) आणि 'अ-व्यक्तीकरण'

(डी–पर्सनलायझेशन) म्हणतात. ही खरोखरच भीतिदायक भावना आहे, त्यामुळे मनात आत्महत्येचे विचार येऊ लागतात. शेवटी काय, आपल्याला आपण खरेखुरे आहोत असेच जाणवत नसेल तर जगलो काय आणि मेलो काय – फार काही फरक पडणार नाही असे वाटू लागते.

या 'खोट्या मीपणा'वरील उतारा आहे स्वतःचा अस्सल मीपणा. आणि त्या ठिकाणी जाण्याचा मार्ग आहे जाज्वल्य प्रामाणिकपणाचा. तोच आपल्याला आपल्या अस्तित्वाशी बांधून घालतो, आपण या जगात खरेखुरे आहोत अशी भावना मनात निर्माण करतो आणि सगळी खोटी वास्तवे सांभाळण्यासाठी लागणारा आकलनात्मक बोजाही कमी करतो, मग त्या त्या क्षणी उत्स्फूर्तपणे वागण्यासाठी तो आपली मानसिक ऊर्जा मुक्तही करतो.

जेव्हा आपण स्वतःचा 'खोटा मीपणा' सादर करण्यासाठी धडपडत नसतो तेव्हा आपण स्वतःशी आणि इतरांशी अधिक मोकळेपणाने वागू शकतो. मानसोपचारतज्ज्ञ मार्क एपस्टाईन यांनी त्यांच्या 'गोइंग ऑन बीइंग' नामक पुस्तकात खऱ्याखुऱ्या अस्सलतेकडे जाणाऱ्या त्यांच्या प्रवासाबद्दल असं लिहिलं आहे : 'आता मला माझ्या भोवतालच्या परिस्थितीशी चकवेगिरी करण्याची गरज भासत नव्हती, त्यामुळे समतोल साधण्याची भावना निर्माण झाली तसेच नैसर्गिक जग आणि स्वतःचे अंतर्मन यांच्यात उत्स्फूर्त बंध निर्माण करण्याची भावनाही निर्माण झाली त्यामुळे मला खूपच उत्साही वाटू लागले.'

## खरे बोलणे हे संसर्गजन्य असते... आणि खोटे बोलणेदेखील तसेच असते.

२०१३ साली माझी पेशंट मारिया हिच्या दारूच्या समस्येने कळस गाठला होता. वैद्यकीय मर्यादेपेक्षा शरीरात चार पट अधिक अल्कोहोलची पातळी झाल्यामुळे तिला वारंवार स्थानिक हॉस्पिटलमधल्या इमर्जन्सी रूममध्ये भरती करावे लागत होते. मग तिचा नवरा डिएगो याने तिला सांभाळण्याचे ओझे स्वतःवर घेतले.

याच काळात स्वतःच्या अति खाण्याच्या व्यसनाशी तो झगडत होता. म्हणजे त्याची उंची पाच फूट एक इंच असूनही वजन १५२ किलो होते.

त्यानंतर जेव्हा मारियाने पिणे थांबवले तेव्हा त्यालाही आपले अति खाण्याचे व्यसन थांबवण्याची प्रेरणा मिळाली.

''मारिया बरी होत आहे हे पाहून मलाही माझ्या जीवनात बदल करण्यास प्रेरणा मिळाली. मारिया दारू पीत होती तेव्हा मीदेखील खाण्याच्या बाबतीत बहकत होतो. मी चुकीच्या वाटेला लागलो आहे हे मला माहीत होतं. मला माझ्या स्वतःच्या शरीराविषयी काळजी वाटत होती. परंतु ती भानावर येऊ लागली तेव्हा मलाही मेहनत घ्यावीशी वाटू लागली. ती आता योग्य मार्गाला लागली आहे हे मी सांगू शकत होतो, मलाही आता तिच्या मागे राहायचं नव्हतं.

''मग मी 'फिटबीट' हे व्यायाम-कॅलरी इत्यादी मोजण्याचे घड्याळ आणले, जिमला जाऊ लागलो, खाताना कॅलरी मोजू लागलो. कॅलरी मोजूनच आपण किती खात आहोत हे मला कळू लागलं होतं. मग मी केटो डाएट आणि इंटरमिटंट फास्टिंग सुरू केलं. रात्री उशिरा खाणं बंद केलं, सकाळी व्यायाम करण्याआधी खाणंही बंद केलं. धावू लागलो, वजने उचलू लागलो. भुकेची जाणीव आपण दुर्लक्षित करू शकतो हे मला लक्षात आलं. या वर्षी (२०१९ साली) माझे वजन ८८ किलो झाले आहे. आणि दीर्घ काळानंतर प्रथमच माझा रक्तदाबही नॉर्मलला आला आहे.''

वैद्यकीय व्यवसायात मला बरेचदा दिसून आले आहे की, कुटुंबातील एक सदस्य व्यसनातून बाहेर येताना त्या कुटुंबातला दुसरा सदस्यही तसेच करू लागतो. मी असेही पाहिले आहे की नवरे दारू पिणे बंद करतात तेव्हा मागोमाग त्यांच्या बायकाही विवाहबाह्य लफडी बंद करतात. मी असेही पाहिले आहे की, पालकांनी धूम्रपान थांबवले की त्यामागोमाग मुलेही तसेच करतात.

---

१९६८ सालच्या स्टॅन्फर्ड येथील मार्शमेलो प्रयोगाचा उल्लेख मी केला आहे. त्यात ३ ते ६च्या आतल्या मुलांना त्यांचा खाण्यातील आनंद किती काळ लांबवता येऊ शकतो यावर प्रयोग केला होता. एका बशीत मार्शमेलोची (एक प्रकारच्या लिमलेटची) गोळी ठेवून त्या मुलांना त्या खोलीत एकटंच सोडलं आणि सांगितलं की, पंधरा मिनिटे ती मार्शमेलोची गोळी न खाता

थांबलात तर ही गोळी तर मिळेलच; पण आणखीनही एक गोळी मिळेल. याचा अर्थ, त्यांनी वाट पाहिली तर बक्षीस डबल मिळणार होतं.

२०१२ साली रोचेस्टर विद्यापीठातील संशोधकांनी या १९६८ सालच्या मार्शमेलो प्रयोगात एक लक्षणीय बदल केला. मुलांच्या एका गटाला वचन मोडल्याचा अनुभव देऊन नंतर मग हा मार्शमेलो प्रयोग करण्यात आला : संशोधक खोलीबाहेर गेले आणि जाताना त्यांनी मुलांना सांगितलं की तुम्ही घंटी वाजवली की आम्ही परत येऊ , पण प्रत्यक्षात ते आलेच नाहीत. दुसऱ्या गटातील मुलांनापण तसेच सांगण्यात आले, पण जेव्हा त्यांनी घंटी वाजवली तेव्हा मात्र संशोधक परतले.

त्यानंतर संशोधकांनी पुन्हा हाच प्रयोग केला तेव्हा दुसऱ्या गटातील मुले दुसऱ्या मार्शमेलोसाठी चार पट अधिक काळ (१२ मिनिटे) थांबायला तयार झाली, तशी वचन मोडलेल्या गटातली तयार झाली नाहीत.

---

मारिया दारूच्या व्यसनातून बाहेर येऊ लागल्यामुळे डिएगोच्या मनात आपली अतिखाण्याची समस्या सोडवण्याची प्रेरणा जागृत झाली हे आपण कसे समजून घेऊ शकतो? किंवा प्रौढ लोक मुलांना दिलेले वचन पाळतात तेव्हा त्या मुलांनाही आपल्या मनातील इच्छांना आवर घालण्याची क्षमता प्राप्त होते, असे का होते?

विपुलता विरुद्ध टंचाई अशी मानसिकता यांत फरक करण्यातून मला ही गोष्ट कळली आहे. आपण जेव्हा खरे सांगतो तेव्हा विपुलतेची मानसिकता निर्माण होते, तर खोटे बोलण्यामुळे टंचाईची मानसिकता निर्माण होते. कसे ते मी समजावून सांगते.

जेव्हा आपल्याभोवतीचे लोक विश्वासार्ह असतात, आपल्याला खरे सांगतात, आपल्याला दिलेली वचने पाळतात तेव्हा आपल्याला जगाबद्दल आणि स्वतःच्या भविष्याबद्दलही अधिक आत्मविश्वास वाटू लागतो. आपल्याला जाणवू लागते की आपण केवळ त्यांच्यावरच नव्हे, तर जगावरही विश्वास ठेवू शकतो की ते व्यवस्थित आहे, अंदाज बांधता येण्यासारखे आहे, सुरक्षित स्थळ आहे. म्हणजे आसपास अभावग्रस्ततेची स्थिती असूनही आपल्याला विश्वास वाटत असतो की, सगळ्या गोष्टी बरोबर होतील. ही वैपुल्याची मानसिकता असते.

पण जेव्हा आसपासचे लोक खोटे बोलतात, वचने पाळत नाहीत तेव्हा आपल्याला भविष्याविषयी कमी विश्वास वाटू लागतो. मग जग हे धोकादायक स्थळ बनते. ते व्यवस्थित, अंदाज बांधता येण्यासारखे अथवा सुरक्षित असेल यावर आपला विश्वास बसत नाही. मग आपण चढाओढीने तगून राहण्याच्या मनोवस्थेत शिरतो आणि मग दीर्घकालीन लाभापेक्षा अल्पकालीन लाभ हवेसे वाटू लागतात. पण त्याच्याशी प्रत्यक्ष संपत्तीचा संबंध नसतो. यास अभावग्रस्त मानसिकता म्हटले जाते.

मज्जारज्जुतज्ज्ञ वॉरन बीकेल आणि त्यांच्या सहकाऱ्यांनी केलेल्या प्रयोगात त्यांनी विपुलतेची मानसिकता विरुद्ध अभावाची मानसिकता यांचे सादरीकरण करणारा एक परिच्छेद भाग घेणाऱ्या लोकांना वाचायला दिला. त्यानंतर एखादी इच्छापूर्ती करणे लांबवले तर पैशांच्या रूपात बक्षीस मिळेल असे त्यांना सांगितले. असे केल्यास त्यातील सहभागी लोक ही इच्छापूर्ती किती काळ लांबवू शकतात, हे त्यांना पाहायचे होते.

वैपुल्याची मानसिकता व्यक्त करणारे लेखन असे होते, : 'कामाच्या ठिकाणी हल्लीच तुम्हाला बढती मिळाली असून देशाच्या ज्या भागात राहण्याची तुमची नेहमीच इच्छा होती अशा ठिकाणी राहायला जाण्याची संधीही मिळणार आहे. तुम्हाला आहात तिथे राहायचे असेल तर तीही निवड करता येणार आहे. यापैकी काहीही केलं तरी कंपनी तुम्हाला जागा बदल करतानाचा लागणारा खर्च देणार आहे आणि खर्च न करताही ते पैसेही तुम्हालाच ठेवा असे कंपनीने सांगितले आहे. आत्तापर्यंत तुम्ही जेवढे पैसे कमवत होता त्याच्या १००% अधिक रक्कम तुम्हाला यापुढे मिळणार आहे.'

तर, अभावग्रस्ततेच्या लेखनात असे होते : 'नुकतीच तुमची नोकरी गेली आहे, तुम्हाला आता एका नातेवाइकाबरोबर राहावे लागणार आहे. पण तो जिथे राहतो तो देशाचा भाग तुम्हाला अजिबात आवडत नाही. तिथे राहायला जाण्यासाठी तुम्हाला तुमची सर्व बचत खर्च करावी लागणार आहे. बेरोजगार भत्ता मिळण्यास तुम्ही पात्र नाही आहात त्यामुळे जोपर्यंत दुसरी नोकरी मिळत नाही तोपर्यंत तुम्हाला काही उत्पन्नही मिळणार नाही.'

संशोधकांना त्यातून कळलं की, ज्या सहभागींना टंचाईचं लेखन वाचायला दिलं होतं त्यांना दूरच्या काळात मिळणारे पैसे नको होते, त्यांना आता ताबडतोब बक्षीस हवं होतं, तर ज्यांनी विपुलतेचं लेखन वाचलं

होतं त्यांची मात्र बक्षिसासाठी वाट पाहण्याची तयारी होती. अर्थात, यात आश्चर्य नव्हतं.

त्यातून आपल्याला सहजच कळतं की, जेव्हा स्रोत कमी असतात तेव्हा लोक ताबडतोब मिळणारा फायदा पाहतात आणि कुठल्यातरी भविष्यकाळात मिळणाऱ्या बक्षिसांवर कमी भरवसा ठेवतात.

प्रश्न असा आहे की, आपल्यातले बरेच जण विपुल ऐहिक स्रोतांच्या श्रीमंत देशांत राहत असूनही त्यांचे दैनंदिन जीवन टंचाईच्या मानसिकतेत व्यतित का करतात?

आपण बघितले आहे की अति समृद्धी ही अति हलाखीइतकीच वाईट असते. डोपामाइनचा जास्त डोस झाल्यामुळे आपली उपभोगासाठी प्रतीक्षा करण्याची क्षमता नष्ट होते. समाजमाध्यमातील अतिशयोक्ती आणि 'पोस्ट ट्रूथचे राजकारण' (खोटेनाटे सांगून केलेले राजकारण) यांच्यामुळे आपल्यातील टंचाईची भावना आहे त्याहून मोठी दिसते. परिणामतः, आपल्याकडे पुष्कळ काही असूनही गरीब असल्यासारखे वाटू लागते.

सभोवताली विपुलता असताना टंचाईची मानसिकता असणे शक्य आहे त्याचप्रमाणे सभोवताली टंचाई असतानाही विपुलतेची मानसिकता असणे शक्य आहे. विपुलतेची भावना ही ऐहिक जगापलीकडील स्रोतातून येते. स्वतःपलीकडच्या कुठल्यातरी गोष्टीवर विश्वास ठेवून, त्यासाठी कार्यरत राहून अन्य माणसांशी जोडले जाण्याने अर्थपूर्ण असे समृद्ध जीवन जगता येते. समाजाशी या जोडले जाण्यामुळे आपल्याला हलाखीच्या परिस्थितीतही विपुलतेची मानसिकता अनुभवता येते. जोडले जाणे आणि अर्थपूर्णता असणे यासाठी अतिशय प्रांजळ प्रामाणिकपणाची आवश्यकता असते.

## एखादी गोष्ट घडू नये म्हणून खरे सांगणे

''सर्वांत आधी मला माझी भूमिका स्पष्ट करू दे,'' मी ड्रेकला म्हणाले. तो डॉक्टर होता आणि आमच्या व्यवसाय कल्याण समितीने (प्रोफेशनल वेलबीइंग कमिटीने) त्याची चाचणी घ्यायला मला सांगितलं होतं.

''तुला एखादा मानसिक आजार असावा, त्यामुळे तुझ्या डॉक्टरी व्यवसाय करण्यावर काही वाईट प्रभाव पडेल का, हे ठरवण्यासाठी मी

येथे आले आहे. त्याशिवाय तुला तुझं काम व्यवस्थित करण्यासाठी काही आवाक्यातल्या सुधारणा करता येण्यासारख्या आहेत का, तेही मी पाहणार आहे. परंतु आजच्या चाचणीच्या पलीकडे जाऊन एक मदतीचा हात म्हणून तू माझ्याकडे बघावंस असं मला वाटतं. म्हणजे तुला जर मानसिक आजारासाठी उपचार हवे असले किंवा काही मानसिक आधार हवा असेल तर त्या दृष्टीने मी म्हणते आहे.''

''थँक्यू मॅडम,'' तो जरासा शांत झाल्यासारखा वाटला.

''तुला दारू पिऊन गाडी चालवल्याबद्दल दंड झाला आहे असं मला समजलं . बरोबर ना?''

दारू पिऊन गाडी चालवणे म्हणजेच डीयूआय (ड्रायव्हिंग अंडर इन्फ्लुअन्स) हा कायदेभंग आहे. अमेरिकेत २१ वर्षे किंवा त्याहून अधिक वयाच्या व्यक्तींचे रक्तातील अल्कोहोल प्रमाण गाडी चालवताना ०.०८ टक्के किंवा त्याहून वर असेल तर ते बेकायदेशीर मानले जाते.

''होय, दहा वर्षांपूर्वी मी जेव्हा मेडिकल कॉलेजला शिकत होतो तेव्हा तसं झालं होतं.''

''ओऽह, पण मग एवढ्या उशिराने का तुला मला भेटायला सांगितलं आहे? सहसा, वैद्यकीय व्यवसाय करणाऱ्या डॉक्टरांना दारू पिऊन गाडी चालवण्याचा दंड झाला की लगेचच चाचणी घ्यायला माझ्याकडे पाठवतात.''

''मी येथे नव्याने शिकवायला आलो आहे. माझ्या प्रवेश अर्जावर मी 'डीयूआय'चा उल्लेख केला होता. मला वाटतं की वेल बीइंग कमिटीला सगळं काही व्यवस्थित आहे याची खात्री करून घ्यायची असणार.''

''हां, असं असू शकतं,'' मी म्हणाले, ''सांग तुझी कहाणी.''

---

२००७ साली ड्रेक वैद्यकीय कॉलेजच्या पहिल्या वर्षाच्या पहिल्या सत्रात शिकत होता. कॅलिफोर्नियातून तो ईशान्य अमेरिकेत गाडीने एकदा गेला तेव्हा वाटेत पॅसिफिक महासागराकाठच्या उन्हात चमकणारी कुरणे आणि ऑटम ऋतूचे रंग उधळलेलेले न्यू इंग्लंडमधील डोंगर पाहत पाहत त्याचा प्रवास झाला.

कॅलिफोर्नियात कॉलेज शिक्षण पूर्ण झाल्यावर वैद्यकीय क्षेत्रात जाण्याचा निर्णय त्याने जरासा उशिराच घेतला होता. कॉलेजला शिकताना त्याने सर्फिंग हा मुख्य विषय घेतला होता आणि पहिली सहामाही कॅम्पसच्यापाठच्या जंगलात 'अतिशय वाईट काव्य' लिहिण्यात घालवली होती.

वैद्यकीय कॉलेजातील पहिली परीक्षा झाल्यावर त्याच्या वर्गबंधूंनी खेड्यातील त्यांच्या घरी पार्टी दिली. योजना अशी होती त्याचा एक मित्र गाडी चालवणार होता, परंतु आयत्या वेळेस त्याची गाडी बिघडली त्यामुळे ड्रेकवर गाडी चालवण्याची वेळ आली.

''मला आठवतंय, सप्टेंबरमधली पानगळीची सुरुवात होती. पार्टी देणाऱ्या मित्राचं घर खेड्यातल्या रस्त्यावर होतं पण, मी राहत होतो तिथून फार दूर नव्हतं.''

ड्रेकच्या कल्पनेपेक्षा पार्टी जास्त रंगली. वैद्यकीय कॉलेजात आल्यापासून प्रथमच तो एवढा मोकाट सुटला होता. त्यानं दोन बिअरच्या बाटल्यांनी सुरुवात केली आणि नंतर जॉनी वॉकर ब्ल्यू लेबलपर्यंत त्याची प्रगती झाली. रात्री ११.३० वाजता खूप आवाज येतोय म्हणून शेजारच्या कोणीतरी तक्रार केल्यावर पोलीस आले तेव्हा ड्रेक दारू पिऊन आउट झाला होता आणि मित्रही त्याच अवस्थेत होता.

''आम्हा दोघांच्या लक्षात आलं की, दारू पिऊन आपली पार अवस्था झाली आहे. त्यामुळे आम्ही त्याच घरी राहिलो. मी तर झोपूनच गेलो. त्यानंतर पोलीस आणि बाकीचे बरेचसे पाहुणे निघून गेले. मी एक कोच शोधला होता आणि त्यावर झोपलो होतो. पण रात्री अडीच वाजता जाग आली. मी अजूनही थोडासा नशेतच होतो, परंतु फार त्रास जाणवत नव्हता. खेडगावच्या पूर्ण रिकाम्या रस्त्यावरून थेट मुसंडी मारली की माझं घर येणार होतं. जास्तीतजास्त दोन ते तीन मैल अंतर असेल. आम्ही निघायचं ठरवलं.''

ड्रेक आणि मित्राने गावच्या रस्त्यावर गाडी घेतली मात्र – रस्त्याच्या कडेला पोलिसांची गाडी वाट पाहताना दिसली. पोलिसांनी त्यांच्या मागोमाग गाडी घेतली आणि ते त्यांचा पाठलाग करू लागले, जणू काही ते तेवढा सगळा काळ त्यांचीच वाट पाहत उभे होते. एके ठिकाणी दोन रस्ते जुळत होते, त्या ठिकाणी दिव्याचा सिग्नलही एका तारेवर लोंबत होता. वाऱ्यामुळे फडफडत हलत होता.

''मला वाटलं की तो मला जिथे जायचे आहे तिथे पिवळी खूण दाखवतो आहे आणि विरुद्ध दिशेला लाल खूण दाखवत आहे. परंतु तो हलत असल्यामुळे नक्की कळत नव्हते. त्याशिवाय पोलीस मागच्याच गाडीत असल्यामुळेही मी नर्व्हस झालो होतो. मी हलकेहलके रस्ता ओलांडला, पण काहीच घडले नाही. त्यामुळे मला वाटले की पिवळा सिग्नलच बरोबर आहे म्हणून मी पुढे जाऊ लागलो. त्यानंतर आणखी एका ठिकाणी चौक होता आणि माझ्या घराकडे जायचं डावीकडचं वळण होतं. मी डावीकडे वळलो, परंतु डावीकडे जाण्याचा सिग्नल द्यायला विसरलो. मग काय, लगेचच पोलिसांनी मला बाजूला घेतलं.''

पोलीस अधिकारी तरुण होता, ड्रेकच्याच वयाचा असावा. ''तो कामात नवशिका असावा, माझी गाडी बाजूला घेताना त्याला वाईट वाटलं होतं, परंतु ते करणं त्याला भाग होतं.''

त्याने ड्रेकला मद्यपानाची चाचणी घेण्यासाठी हुंगायला सांगितलं. तेव्हा चाचणीत ०.१० टक्के एवढे अल्कोहोलचे प्रमाण आले. ते कायदेशीर प्रमाणाच्या थोडेसे वर होते. अधिकारी त्याला ठाण्यात घेऊन गेला, तिथे ड्रेकला बरेच कागद भरायला लागले आणि त्याला कळलं की, मद्यपान करून गाडी चालवल्याबद्दल त्याचे लायसन्स काही काळासाठी निलंबित करण्यात आले आहे. मग ठाण्यामधल्या कोणीतरी त्याला घरी त्याच्या गाडीने सोडलं.

''दुसऱ्या दिवशी मला एक सांगोवांगीची गोष्ट आठवली. माझा एक मित्र इमर्जन्सी मेडिसिन विभागात निवासी डॉक्टर होता. त्याला एकदा दारू पिऊन गाडी चालवण्याबद्दल दंड झाला होता. माझ्या मनात त्याच्याबद्दल भरपूर आदर होता, तो आमच्या वर्गाचा अध्यक्षही होता. मी त्याला फोन केला.''

''मी त्याला भेटलो तेव्हा तो मला म्हणाला, 'काय वाट्टल ते कर, पण तुझ्या रेकॉर्डवर दारू पिऊन गाडी चालवण्याची नोंद येऊ देऊ नकोस – डॉक्टर होणार आहेस तर मुळीच नको. ताबडतोब एक वकील बघ आणि 'गुन्हा सौम्य प्रमाणात म्हणजे' वेट रेकलेस ड्रायव्हिंगचा करून घे. (दारूच्या अमलाखाली गाडी चालवण्यापेक्षा हा कमी स्तरावरील अपराध आहे) किंवा तुला जर ती नोंदच काढून टाकता येत असेल तर पहा. मी तसे केले होते.'''

ड्रेकने स्थानिक वकील शोधला आणि त्याला ५००० डॉलर्स समोरून दिले, त्यासाठी त्याने विद्यार्थ्यास मिळणारे कर्ज घेतले.

वकील त्याला म्हणाला, ''ते तुला कोर्टाची तारीख देतील. तेव्हा व्यवस्थित कपडे घालून जा, चांगला दिस, जज तुला आरोपीच्या पिंजऱ्यात बोलावतील आणि तुला आरोप मान्य आहे का? असं विचारतील तेव्हा तू म्हणायचं की, मी दोषी नाही. झालं, तेवढंच तुला फक्त करायचं आहे, केवळ दोन शब्द- 'मी दोषी नाही.' पुढलं सगळं आम्ही पाहून घेऊ.''

सुनावणीच्या दिवशी सांगितल्यानुसार ड्रेकने उत्तम कपडे घातले, तो कोर्टापासून काही इमारती सोडून राहत होता. चालत जाता जाता तो विचार करू लागला. त्याला नेवाडा येथील चुलतभावाची आठवण झाली. दारूच्या धुंदीत तो गाडी चालवत होता आणि समोरून गाडीने येणाऱ्या अठरा वर्षांच्या तरुण मुलीवर त्याने गाडी घातली होती. ते दोघेही त्यात मेले होते. गाडीत बसण्यापूर्वी त्याच्या चुलतभावाला ज्या लोकांनी बारमध्ये बघितलं होतं, त्यांनी सांगितलं की हा माणूस असं काही पीत होता जसं त्याला मरायचंच होतं.

''कोर्टामध्ये मला माझ्याच वयाची आणखी काही माणसे दिसली, ती माझ्यापेक्षा गरीब परिस्थितीतली दिसत होती. मला जसा वकील मिळाला तसा या लोकांकडे वकील नाही असा विचारही मी करत होतो. मग मला आपण काहीतरी अनैतिक करत आहोत असं वाटू लागलं.''

कोर्टात गेल्यावर बोलवण्याची वाट बघता बघता ड्रेकने मनातल्या मनात वकिलाने सांगितलेल्या योजनेची उजळणी सुरू केली : 'जज तुला आरोपीच्या पिंजऱ्यात बोलावतील, आणि अपराध मान्य करतोस का, असं विचारतील. त्यावर तू सांगायचं, 'मी दोषी नाही,' झालं, तुला तेवढेच दोन शब्द बोलायचे आहेत.'

जजनी ड्रेकला साक्षीदाराच्या पिंजऱ्यात बोलावलं. जजच्या मेजाच्या खाली उजवीकडे त्या पिंजऱ्यात एक कडक लाकडी खुर्ची होती, त्यावर ड्रेक जाऊन बसला. उजवा हात वर करून मी सत्यच सांगेन असं वचन त्याला द्यायला सांगितलं. त्याप्रमाणे त्याने केलं.

त्याने कोर्टातील लोकांकडे पाहिले, मग जजकडे पाहिले. जज त्याच्याकडे वळून म्हणाले, ''तुला अपराध मान्य आहे का?''

आपल्याला काय सांगायचं आहे हे ड्रेकला माहीत होतं. 'मला अपराध मान्य नाही,' हे बोलण्याचं त्यानं ठरवलंही होतं. केवळ चारच शब्द होते ते. तेही अगदी ओठाशी आलेले होते.

''पण मग माझ्या मनात एक विचार आला, मी पाच वर्षांचा होतो आणि एकदा बाबांकडे आइसक्रीम मागितलं होतं. तेव्हा ते मला म्हणाले होते की, जेवण होईपर्यंत थांब, मग आइसक्रीम मिळेल. त्यावर मी त्यांना सांगितलं, 'माझं जेवण झालं आहे, मी शेजारच्या मायकेलच्या घरी गेलो तेव्हा तिथे मला त्याने हॉट डॉग खायला दिला,' परंतु सत्य गोष्ट ही होती की मी मायकेलच्या घरी गेलोच नव्हतो, आम्ही दोघं काही एवढे मित्र नव्हतो. बाबांना ते माहीत होतं. मग काय, बाबांनी जराही उशीर न लावता फोन घेतला आणि मायकेलला फोनवरून विचारलं, 'तू ड्रेकला हॉट डॉग दिलास का?' त्यानंतर बाबांनी मला समोर बसवलं आणि अगदी शांतपणे सांगितलं की खोटं बोलणं हे शेवटी फार वाईट ठरतं. त्याचे परिणाम पाहता ते मुळीच फायद्याचं ठरत नाही. त्या क्षणाने माझ्या मनावर मोठा ठसा उमटवला.

''वकिलाच्या सांगण्यानुसार मी हा संपूर्ण वेळ 'अपराध मान्य नाही', असं सांगायचं घोकत होतो. म्हणजे त्या स्टँडशी उभे राहण्यापूर्वी मी वेगळा निर्णय घेतला होता, असंही नव्हतं. पण ज्या क्षणी जजनी मला विचारलं, त्या क्षणी ते शब्द माझ्या तोंडून निघालेच नाहीत. मला ते उच्चारताच येईनात. माझा दोष होता हे मला माहीत होतं. मी दारू पिऊन गाडी चालवली होती.''

''मला अपराध मान्य आहे,'' ड्रेक म्हणाला.

जज खुर्चीत एकदम ताठ बसले, जणू काही प्रथमच ते त्या दिवशी सकाळी जागी झाले होते. त्यांनी हळूच त्यांची मान वळवली आणि ड्रेककडे नजर बारीक करून प्रश्न विचारला,''हेच तुझं उत्तर राहील, याची खात्री आहे का तुला? याचे काय परिणाम होतात ते माहीत आहे ना? कारण नंतर उत्तर फिरवता येणार नाही.''

''ज्या प्रकारे त्यांनी माझ्याकडे मान वळवून बघितलं, ते मी कधीच विसरणार नाही,'' ड्रेक म्हणाला, ''मला वाटलं, की ते मला विचारत आहेत हे खरं तर विचित्रच आहे. क्षणभर माझ्या मनातही आलं की आपण चूक करतो आहोत की काय? पण मग मी त्यांना सांगितलं की नाही, मी बरोबर सांगतो आहे.''

ड्रेकने नंतर वकिलाला फोन करून काय घडलं ते सांगितलं. त्याला नक्कीच खूप आश्चर्य वाटलं.

ड्रेकचा वकील त्याला म्हणाला, ''तुझ्या प्रामाणिकपणाचा मला आदर वाटतो, मी सहसा असं करत नाही, परंतु मी तुझे ५००० डॉलर्स परत करणार आहे.''

वकिलाने त्याचे पूर्ण पैसे परत दिले.

ड्रेकला पुढील वर्ष डीयूआयच्या वर्गात (दारू पिऊन गाडी चालवण्याचे गुन्हे करणाऱ्यांच्या सुधारणा वर्गात) हजेरी लावावीच लागली. हे वर्ग कुठल्यातरी दुर्गम ठिकाणी असायचे. त्याला गाडी चालवण्याची मुभा नसल्याने बसने जावं लागायचं, त्यासाठी कधी कधी तासन्‌तास लागायचे. हजर राहिलंच पाहिजे अशा त्या मीटिंगीत तो अशा लोकांसोबत वर्तुळात बसत होता ज्यांच्याशी एरवी त्याचा कधीही संबंध आला नसता. ''मी मेडिकल कॉलेजात ज्या लोकांबरोबर वावरायचो त्यांच्यापेक्षा हे लोक फारच वेगळे होते,'' या वर्गातील बाकीचे लोक बहुतेक गौरवर्णी वयस्कर लोक असायचे आणि त्यांनी हे दारू पिऊन गाडी चालवण्याचे गुन्हे एकदा सोडून अनेकदा केलेले होते असं त्याला आठवतं.

१००० डॉलर्सच्या वर दंड भरल्यावर आणि डीयूआयच्या कंपल्सरी वर्गात खंडीभर तास घालवल्यावर ड्रेकला त्याचं ड्रायव्हिंग लायसन्स परत मिळालं. पण ती केवळ सुरुवात होती.

वैद्यकीय शिक्षण संपलं आणि निवासी डॉक्टरशिपसाठी 'डीयूआय'खाली शिक्षा झाली होती या माहितीसह त्याला बऱ्याच ठिकाणी अर्ज करावे लागले.

त्यानंतर त्याने वैद्यकीय व्यवसायासाठी लायसन्स काढलं तेव्हाही त्याला तेच करावं लागलं. त्यानंतर स्पेशालिस्ट बोर्डाकडून प्रमाणपत्र हवं होतं तेव्हाही तेच करावं लागलं. एवढं सगळं करून झाल्यावर त्याने जेव्हा सॅनफ्रान्सिस्को बे एरिया या भागात निवासी डॉक्टरशिप स्वीकारली तेव्हा त्याला कळलं की व्हर्मोंट या ठिकाणी त्याने हजेरी लावलेल्या डीयूआय वर्गांना कॅलिफोर्नियात वैध धरलं जात नाही, त्यामुळे पुन्हा त्याला त्या वर्गांना हजर राहावं लागलं.

''मी तेव्हा पूर्ण दिवसभर अगदी रात्र होईपर्यंत काम करत होतो. त्यानंतर हॉस्पिटलमधून बसने त्या मीटिंगसाठी जात होतो. अगदी एक मिनिट जरी उशीर झाला तरी मला दंड द्यावा लागायचा. त्या टप्प्यावर मला

खरोखरच वाटू लागलं होतं की, खोटं बोललो असतो तरच बर झालं असतं. पण आता मागे वळून बघताना मी खरं सांगितलं म्हणून मला आनंद होतो.

''मी लहानाचा मोठा होत असताना माझ्या आई-वडिलांना दोघांनाही दारूची समस्या होती. बाबांना तर अजूनही आहे. कित्येक आठवडे ते दारूच्या थेंबालाही शिवत नाहीत, पण जेव्हा पितात त्यानंतर परिस्थिती बिकट असते. आईलादेखील दारू सोडून दहा वर्षे झाली आहेत; परंतु मी लहानाचा मोठा असताना तो संपूर्ण काळ ती दारू पीत होती. फक्त मला ते कधी कळलं नाही आणि दारू पिऊन ती झिंगली आहे असंही कधी दिसलं नाही. परंतु त्यांच्या या समस्या असूनही मी त्यांच्याशी मोकळेपणाने आणि खरं बोलावं असं वाटेल अशा पद्धतीने माझ्याशी वागणं माझ्या आई-बाबांना जमलं.

''त्यांचं माझ्यावर नेहमीच प्रेम होतं, माझा त्यांना अभिमान वाटायचा. मी चुकीचं वागलो तरी त्यांचं प्रेम कमी झालं नाही. पण त्यांनी माझे लाड केले नाहीत. उदाहरणार्थ, त्यांच्याकडे पैसे असूनही वकिलाला पैसे भरायला त्यांनी मला ते दिले नाहीत. पण त्याच वेळी त्यांनी माझ्याकडे टीकात्मक नजरेनेही कधी पाहिलं नाही. मला वाटतं, की मी लहानाचा मोठा होत असताना त्यांनी माझ्यासाठी एक सुखद आणि सुरक्षित अवकाश निर्माण केला.

''आज मी स्वतः क्वचितच दारू पितो. माझा स्वभाव अतिरेकी गोष्टी करण्याचा आहे, जोखीम उचलण्याचा आहे त्यामुळे मी त्या मार्गाने नक्कीच गेलो असतो. परंतु मला वाटतं की, आयुष्यातील त्या महत्त्वाच्या क्षणी मला डीयूआयची शिक्षा झाली त्यामुळे मी वेगळ्या मार्गाला गेलो. कदाचित वर्षानुवर्षे प्रामाणिक राहिल्यामुळे मी स्वतःशी शांत, समाधानी असतो. माझ्याकडे कसलीही गुपितं नाहीत.''

---

खरं सांगणे आणि त्याचे अवाजवी परिणाम भोगणे यांमुळे ड्रेकच्या जीवनाची दिशाच पार बदलून गेली असेल. त्याला तरी तसं वाटतं. वडिलांनी त्याच्या मनात खूप लहानपणीच प्रामाणिकपणाबद्दलचा आदर ठसवला होता. त्या भावनेचा प्रभाव हा व्यसनाच्या दृष्टीने त्याच्यावर जो जनुकीय भार आला

होता त्यापेक्षा अधिक होता असं वाटत होतं. जाज्वल्य प्रामाणिकपणा हा व्यसनाधीनता टाळण्यासाठी उपयोगी पडू शकतो का?

एखाद्या भ्रष्ट आणि अराजकसदृश व्यवस्थेत जाज्वल्य प्रामाणिकपणा दाखवल्यामुळे 'आपल्याच तंगड्या आपल्याच गळ्यात' येऊ शकतात का? त्याविषयी ड्रेकचा अनुभव आपल्याला काही सांगत नाही, तसंच प्रामाणिकपणाचे हे दुष्परिणाम सोसूनही तो वर आला यात अमेरिकन समाजातील त्याचा जन्मजात गौरवर्णी वंश आणि उच्च वर्ग यांचे किती योगदान होतं तेही आपल्याला त्यातून कळत नाही. तो गरीब असता अथवा गौरवर्णीय सोडून अन्य कुठल्या वर्णाचा असता तर त्याचे परिणाम याहून खूपच वेगळे दिसू शकले असते.

तरीदेखील एक पालक म्हणून मला पटले आहे की, माझ्या मुलांना वाढवताना प्रामाणिकपणा हे एक महत्त्वाचे मूल्य आहे, यावर मी भर देऊ शकते आणि दिलाही पाहिजे.

---

माझ्या पेशंटनी मला शिकवले आहे की, प्रामाणिकपणामुळे सजगता येते, नातेसंबंध अधिक संतोषदायक बनतात आणि अधिक अस्सल माहिती सांगण्याचे उत्तरदायित्व आपल्यावर येते. त्यातून आपण एखाद्या वस्तूचा उपभोग घेणे लांबवू शकतो. त्यातून भावी व्यसनाधीनताही टाळली जाऊ शकते.

माझ्यासाठी, प्रामाणिकपणा हा रोजचाच संघर्ष आहे. माझं एक मन नेहमीच ही कहाणी थोडीशी नटवून सांगायचं, मी स्वतः लोकांच्या नजरेत अधिक चांगली दिसेन असे करायचा आग्रह करत असते, मी चुकीचं वर्तन केलं तर त्याची मखलाशीही करू पाहते, पण आता त्या मनासमोर शरण जायचं नाही म्हणून मी खूप प्रयत्न करते.

आचरणात आणायला कठीण असलं तरी 'सत्यवचन' नामक हे छोटसं उपकरण सदैव आपल्या आटोक्यात असतं. कुणीही एखाद्या दिवशी अचानकपणे उठून ठरवू शकतो की, 'आज मी कशाबद्दलही खोटं बोलणार नाही.' तसं करून तो स्वतःचं व्यक्तिगत जीवनच अधिक चांगले घडवून आणतोच, पण कदाचित भोवतालचं जगही बदलून टाकू शकतो.

प्रकरण ९

# लोक काय म्हणतील?

जेव्हा व्यसनाचा उर्फ अनिर्बंध अतिभोगाचा विषय येतो तेव्हा लाज ही फसवी संकल्पना त्यात अंतर्भूत असते. व्यसनी वागणे तसेच चालू ठेवण्याचे किंवा ते थांबवण्याचेही लाज हेच साधन ठरते. असे असताना मग आपण हा विरोधाभासाचा समन्वय कसा साधणार?

सर्वप्रथम, आपण लाज म्हणजे काय ते पाहू.

मानसशास्त्रीय लेखन हे लाज आणि अपराधीपणाची भावना यांच्यात फरक करते. याबद्दलचा विचार असा आहे की : लोक काय म्हणतील याची आपल्याला लाज वाटून तसे म्हणजे या ठिकाणी व्यसन करू नयेसे वाटते. तर अपराधीपणाच्या भावनेत वरवर जरी दाखवत नसलो (थोडक्यात जगापासून लपवून व्यसन करीत असलो) तरी आपल्या हातून झालेल्या कृतीबद्दल आपल्याला वाईट वाटत असते. लाज ही दुसऱ्यांच्या अपेक्षेप्रमाणे वागता येत नसल्यामुळे निर्माण झालेली भावना असते, तर अपराधीपणाची भावना मनात घेऊनही समाजात मान वर करून वावरता येते.

लाज व अपराधीपणाची भावना यांच्यात फरक करण्याबद्दलची माझी समस्या म्हणजे अनुभवाच्या दृष्टीने पाहता या दोन्ही सारख्याच वाटतात. बौद्धिकदृष्ट्या, 'एक चांगला माणूस, परंतु त्याने काहीतरी वाईट (या ठिकाणी व्यसन) केलं आहे', ही गोष्ट आपल्याला समजते; परंतु अपराधीपणाची भावना जिच्यामुळे पोटात गोळा येतो तेव्हा निर्माण होणारी भावना दोन्हींत समानच असते- शिक्षेच्या भीतीने आणि लोक आपल्याला

टाकून देतील या भावनेने प्रचंड घाबरल्यावर वाटणारी खंत, असा तो प्रकार असतो. लोकांना आपलं कृत्य कळलं म्हणून वाटणारी ती खंत असते, परंतु कधीकधी प्रत्यक्ष त्या कृत्याबद्दल खंत वाटतही नसते; परंतु आपल्याला लोक एकटे पाडतील हीच भीती असते कारण हा एक खास शिक्षेचा प्रकार असतो आणि तो खूपच शक्तिशाली असतो. आपल्याला वाळीत टाकलं, बहिष्कार घातला, आता आपण त्या समूहाचा भाग नाही ही कल्पनाच प्रचंड घाबरवणारी असते.

परंतु लज्जा-अपराधभावना ही दुविधा कुठल्यातरी वेगळ्याच परिस्थितीत आपल्याला घेऊन जाते. मला वाटतं की, त्यानंतर केवळ आपल्याला ती भावना कशी जाणवते एवढ्यापुरतीच गोष्ट राहत नाही, तर आपल्या हातून जे नियमभंगाचे वागणे झाले आहे त्याला बाकीचे लोक कसा प्रतिसाद देतात हाही मुद्दा त्यात येतो.

जर बाकीचे लोक आपल्याला नाकारून, आपला निषेध करून अथवा आपल्याला टाळून प्रतिसाद देत असतील, तर आपण विनाशकारी लज्जा या चक्रात सापडलो आहोत असे म्हणायला हरकत नाही. विनाशकारी लज्जेचा भावनिक अनुभव अधिकच जिव्हारी लागतो, त्यातून आपण लाज वाटावी असेच वर्तन (व्यसन) अधिकाधिक करू लागतो. अशा वेळेस बाकीच्या लोकांनी आपल्याला जवळ घेतलं, त्या वर्तनातून बाहेर येण्यासाठी, बरे होण्यासाठी, स्पष्ट मार्गदर्शन केलं तर आपण समाजानुवर्ती लज्जेच्या चक्रात प्रवेश करतो. समाजानुवर्ती लज्जा ही लज्जेचा जिव्हारी लागणारा भावनिक अनुभव नाहीसा करते आणि आपल्याला लज्जास्पद वर्तन बंद करायला अथवा कमी करायला साहाय्य करते.

ही गोष्ट मनात ठेवून लाजेमुळे चांगला परिणाम होण्याऐवजी (विध्वंसक लज्जेचा)उलटाच परिणाम कसा होतो त्याविषयी आपण आधी बोलू या आणि नंतर जेव्हा त्या लज्जेचा वापर चांगल्या प्रकारे म्हणजे समाजानुवर्ती कसा करता येईल ते पाहू या.

## विध्वंसक लज्जा

एका मानसोपचारतज्ज्ञ सहकाऱ्याने मला एकदा म्हटलं होतं, ''आपल्याला आपले पेशंट आवडले नाहीत तर आपण त्यांना मदत नाही करू शकत.''

लोरीला पहिल्यांदा भेटले तेव्हा मला ती आवडली नाही. ती अगदी कामापुरतं रोखठोक बोलणारी अशी मला वाटली. तिने मला आल्याआल्याच सांगितलं, ''माझ्या प्रायमरी केअर डॉक्टरने तिला माझ्याकडे पाठवलं म्हणूनच केवळ मी आले आहे.'' खरं तर ते सांगणं पूर्णपणे अनावश्यक होतं कारण तिला यापूर्वी कधीच कुठलेही व्यसन नव्हते अथवा अन्य कुठल्या प्रकारचा मनोविकार नव्हता आणि खऱ्याखुऱ्या (शारीरिक आजाराच्या) डॉक्टरकडे जाऊन ती उपचार करून घेऊ शकते एवढेच तिला माझ्याकडून हवे होते.

''माझी गॅस्ट्रिक बायपास सर्जरी झालेली आहे,'' ती म्हणाली. (वजन कमी करण्यासाठी लहान आतड्यात अन्न जाण्याचा मार्ग बदलून टाकतात ती शस्त्रक्रिया.) डॉक्टरी चिठ्ठीत लिहून दिलेल्या अतिशय जोखमीच्या उच्च डोसचे स्पष्टीकरण त्यातून मिळेल असे तिला वाटत असावे. एखाद्या जुनाट विचारांच्या शाळामास्तरणीने आपल्या विद्यार्थ्यांशी बोलावे तशी ती माझ्याशी बोलत होती, ''माझे वजन ९० किलोंहून अधिक होते आणि आता ते नाही. पण लहान आतड्याचा मार्ग बदलल्यामुळे मला अन्नपचनाची समस्या निर्माण झाली आहे. त्यासाठी मला १२० मिलीग्रॅम लेक्झाप्रो घ्यावे लागते ज्यायोगे सर्वसामान्य माणसासारखी माझी रक्ताची पातळी होते. आता डॉक्टर म्हणून तुम्ही हे इतरांपेक्षा समजून घ्यायला हवे.''

लेक्झाप्रो हे एक अँटी-डिप्रेसंट (डिप्रेशन कमी करणारे) औषध असून ते सिरोटोनिन या न्युरोट्रान्स्मीटरचे नियमन करते. याचा सरासरी दिवसाचा डोस १०-२० मिलीग्रॅम असतो, त्यामुळे लोरीचा हा डोस नॉर्मलपेक्षा सहा पट जास्त होता. नशा चढण्यासाठी सहसा कुणी अँटी-डिप्रेसंटचा गैरवापर करत नाही; परंतु माझ्या व्यवसायातील व्यतित केलेल्या वर्षांत मी तशी काही उदाहरणे पाहिली आहेत. आता हे खरं आहे की, लोरीवर वजन कमी करण्यासाठी जी 'रॉक्स एनवाय सर्जरी' (गॅस्ट्रिक बायपास सर्जरी) झाली होती त्यामुळे अन्नपचनाची आणि औषधोपचारांची समस्या निर्माण होऊ शकत होती तरीदेखील एवढे उच्च डोस दिलेले सहसा बघायला मिळत नाहीत. बहुधा वेगळाच काहीतरी प्रकार असावा.

''तू आणखी काही औषधं किंवा तसलं काहीतरी वापरते आहेस का?''

''मी गाबापेंटिंन आणि मेडिकल मारीजुआना वेदनामुक्तीसाठी घेते, झोप यावी यासाठी अंबीयन घेते. ती माझी औषधं आहेत. तब्येतीसाठी मला ती घ्यावी लागतात. त्यात काय चुकीचं आहे ते मला माहीत नाही.''

''बाकी कुठल्या आजारांवर उपचार घेत आहेस तू?'' अर्थात, मी तिचा चार्ट वाचला होता आणि त्यात काय लिहिलं आहे तेही मला माहीत होतं; परंतु पेशंटला आपल्या आजाराचे वैद्यकीय निदान आणि त्यावरील उपचार या गोष्टी किती समजल्या आहेत हे जाणून घ्यायला मला आवडते.

''मला डिप्रेशनचा त्रास आहे, तसेच मागे एकदा दुखापत झाल्यापासून माझा पाय दुखतो.''

''बरं, त्यामुळे ही औषधे दिली असतील; परंतु डोस खूप जास्त आहे. आयुष्यातील दुःखद भावनांशी झगडताना तू एखादा अमली पदार्थ किंवा औषध वाजवीपेक्षा जास्त घेत आहेस का किंवा मग अन्न अथवा ड्रग्ज यांच्या माध्यमातून त्यातून बाहेर पडण्याचा प्रयत्न करते आहेस का, असं माझ्या मनात येत आहे.''

ती एकदम ताठरली, तिची पाठ सरळ झाली, हात मांडीवर घट्ट धरून आणि पाय एकमेकात घट्ट गुंफून ती बसली किंवा मला वाटलं की आता ती एकदम त्या खुर्चीतून उठून उभी राहील आणि बाहेर पळून जाईल की काय?

''डॉक्टर, मी तुम्हाला सांगितलं आहे की माझी ती समस्या नाही,'' तिने ओठ मुरडून दुसरीकडे पाहिलं. मी निःश्वास सोडला. ''आपण वेगळ्या विषयावर बोलू.''

आमची जराशी विचित्रच सुरुवात झाली. सुधारण्याची आशा मनात धरून मी म्हणाले, ''तू मला एखाद्या लघुचरित्रासारखं तुझ्या आयुष्याविषयी का सांगत नाहीस? म्हणजे तुझा जन्म कुठे झाला? तुला कोणी लहानाचं मोठं केलं? लहानपणी तू कशी होतीस? तुझ्या आयुष्यातला महत्त्वाचा टप्पा कुठला? अगदी तेव्हापासून आत्तापर्यंत मला सगळं सांग.''

एकदा का मला पेशंटची कहाणी कळली की, मग माझ्यासमोर बसलेली व्यक्ती घडवण्यासाठी कुठल्या शक्ती कार्यरत होत्या ते मला समजते आणि सहानुभूतीच्या उबेत वैरभावना कुठल्याकुठे उडून जाते. कुणालाही खरोखर समजून घ्यायचे असेल तर तुम्हाला त्यांच्याबद्दल काळजी वाटायला हवी. त्यामुळे मी माझ्या वैद्यकीय विद्यार्थ्यांना आणि निवासी डॉक्टरांना सदैव शिकवते की, तुम्हाला पेशंट लोकांचे वेगवेगळे अनुभव वेगवेगळ्या श्रेणींत टाकायची घाई असली, उदाहरणार्थ, 'सध्याच्या आजाराचा इतिहास', मानसिक अवस्थेची चाचणी, वेगवेगळ्या यंत्रणांचा आढावा इत्यादी इत्यादी.

तुम्हाला शिकवलेले अगदी तसेच असले तरीदेखील तुम्ही तसे करू नका. त्याऐवजी तुम्ही त्या माणसाच्या कहाणीवर लक्ष केंद्रित करा. कहाणीतून त्या माणसातील माणूसपण समजते, तसेच आपल्या स्वतःतील माणूसपणही त्यातून पकडले जाते.

---

व्योमिंग या ठिकाणी १९७०च्या दशकात एका शेतावर लोरी लहानाची मोठी झाली. आईबापांनी वाढवलेल्या तीन मुलांतली सर्वांत धाकटी मुलगी होती ती. लहानपणापासूनच तिला वाटायचं की आपण घरच्यांपेक्षा वेगळे आहोत.

''माझं काहीतरी चुकत होतं. मी या घरची आहे, मी यांची आहे असं मला वाटायचं नाही. खूपच अवघडल्यासारखं आणि चुकीच्या ठिकाणी आल्यासारखं वाटायचं. माझ्या बोलण्यात थोडी गडबड होती, काही अक्षरं मला उच्चारता यायची नाहीत. आयुष्यभर मला आपण मूर्ख आहोत असंच वाटत राहिलं.'' लोरीची आकलन आणि ग्रहणशक्ती नक्कीच खूप चांगली होती. परंतु बालपणी आपण स्वतःबद्दल जे मत निर्माण करतो ते आपल्या आयुष्यावर मोठीच छाप टाकतं आणि त्यामुळे त्याविरुद्धचा सगळा पुरावा असूनही झाकोळला जातो.

आपण वडिलांना घाबरत होतो हे तिला आठवलं. ते पटकन भडकायचे; परंतु त्यांच्या घरातील अधिक मोठी धमकी होती ती म्हणजे शिक्षा करणाऱ्या देवाचा बागुलबुवा.

''लहानाचं मोठं होत असताना मला कायम धमक्या देणारा देवच माहिती होता. तुम्ही जर योग्य प्रकारे वागला नाहीत तर तुम्ही नरकात जाणार,'' परिणामतः, आपण चुकत नाही आहोत किंवा निदान बाकीच्या लोकांपेक्षा तरी नक्कीच नाही आहोत हे स्वतःला सांगत राहणं हीच तिच्या पुढील आयुष्यभरातली कथारेखा बनली.

लोरी ही अभ्यासात सर्वसामान्य विद्यार्थिनी होती; परंतु क्रीडापटू म्हणून असामान्य होती. १०० मीटरची अडथळा शर्यत सर्वांत कमी वेळात ओलांडून तिने माध्यमिक शाळेत रेकॉर्ड निर्माण केले आणि तिला ऑलिंपिकमध्ये भाग घेण्याची स्वप्ने पडू लागली. परंतु उच्च माध्यमिक शाळेच्या ज्यूनिअरच्या वर्षात अडथळा ओलांडताना तिच्या पोटरीला इजा

झाली. शस्त्रक्रिया करावी लागली आणि अशा प्रकारे तिची नुकतीच उमलू पाहणारी धावण्याची करिअर तिथेच भंग पावली.

''मला जी एकमेव गोष्ट उत्तम जमत होती तीच माझ्याकडून काढून घेतली गेली होती, आणि तेव्हाच मी खादाडी करू लागले. आम्ही मॅकडोनाल्डला गेलो की, मी दोन बिग मॅक सहज रिचवू शकायचे. त्याचाच मला फार अभिमान वाटू लागला. मी कॉलेजला गेले तोपर्यंत आपण दिसतो कशा, याची मला जराशीही पर्वा उरलेली नव्हती. कॉलेजच्या पहिल्या वर्षी माझे वजन ५६ किलो होते, तर पदवी मिळून मी जेव्हा मेडिकल टेक्निकल स्कूलला गेले तोवर ते ८२ किलो झाले होते. तसंच मी वेगवेगळ्या ड्रग्जचाही प्रयोग करू लागले होते : अल्कोहोल, मारीजुआना, मुख्यत्वेकरून विकोडिनसारख्या गोळ्या. परंतु व्यसनाची माझी निवड सदैव अति खाणे हीच होती.''

लोरीच्या जीवनाची पुढील पंधरा वर्षे भटकंतीत गेली. एका शहरातून दुसऱ्या शहरात– एका नोकरीतून दुसऱ्या नोकरीत आणि एका बॉयफ्रेंडकडून दुसऱ्या बॉयफ्रेंडकडे, असा तिचा प्रवास चालला होता. मेडिकल टेक्निशिअन या नात्याने तिला कुठल्याही शहरात नोकरी मिळू शकत होती. लोरीच्या जीवनातील एकच न बदललेली गोष्ट होती; दर रविवारी न चुकता चर्चला जायचं, मग ती कुठेही राहत असो.

या काळात तिने स्वतःपासून पळून जाण्यासाठी अन्न, गोळ्या, मद्य, कॅनबीस असं जे काही मिळेल त्याचा वापर केला. सर्वसाधारणपणे ती न्याहारीसाठी वाडगा भरून आइसक्रीम खायची. काम करताना दिवसभर कोरडे स्नॅक्स खायची आणि घरी पाऊल टाकल्या टाकल्या अंबीयनची गोळी खायची. रात्री जेवताना आणखी एक वाडगाभर आइसक्रीम, एक बिग मॅक, अगडबंब आकाराचे फ्राइज आणि डाएट कोक प्यायची. त्यानंतर अंबीयनच्या दोन गोळ्या आणि 'मोठा चौकोनी केक' डेझर्ट म्हणून खायची. कधीकधी नोकरीची वेळ संपता संपताच ती अंबीयन घ्यायची, यामुळे घरी जाईपर्यंत तिला भरपूर नशा चढावी.

''अंबीयन घेतल्यानंतरही मी झोपणं टाळलं तर मला नशा चढायची. मग मी अजून दोन तास झोपले नाही तर आणखी नशा चढायची आणि मी फार धुंद होऊन जायचे. ओपीयॉईडइतकाच चांगला प्रकार होता हा.''

हे किंवा अशाच प्रकारचे चक्र ती दिवसेंदिवस चालवत होती. सुट्टीच्या दिवशी नशा येण्यासाठी ती झोपेच्या गोळ्या खोकल्याच्या औषधात मिसळायची किंवा धुंदी चढून धोकादायक लैंगिक वर्तन करता यावे यासाठी मद्य प्यायची. त्यानंतर लोरी पस्तिशीत आली तेव्हा आयोवा येथील एका टाउन हाउसमध्ये एकटीच राहत होती. फावल्या वेळात नशेने धुंद होत ग्लेन बेक या अमेरिकन रेडिओ होस्टचा कार्यक्रम ऐकत वेळ घालवत होती.

''आता जगबुडी म्हणजे आर्मागेडन येणार आहे, इराणी मुस्लिमांची घुसखोरी होणार आहे, हे मला अगदी पटलं होतं. म्हणून मग मी पेट्रोल भरून दोन कंटेनर आणले आणि माझ्या जास्तीच्या बेडरूममध्ये ठेवून दिले. मग मी त्यांना घराबाहेरच्या ओवरीवरच्या ताडपत्रीखाली दडवून ठेवले. त्यानंतर मी ०.२२ कॅलिबरची रायफल आणली. मग माझ्या लक्षात आलं की, या पेट्रोलमुळे आग लागू शकते म्हणून मग मी त्या कंटेनरमधील पेट्रोल गाडीत भरून हळूहळू संपवून टाकलं.''

कुठल्यातरी पातळीवर लोरीला माहीत होतं की आपल्याला मदतीची गरज आहे; परंतु ती मागण्याची तिला प्रचंड भीती वाटत होती. तिला भीती वाटत होती ती आपण एक परिपूर्ण ख्रिश्चन नाही असं मान्य केलं तर लोक आपल्यापासून दूर जातील. तिने एका प्रसंगी आपल्या समस्यांचा ओझरता उल्लेख सोबतच्या चर्च सदस्यांबरोबर बोलताना केला; परंतु त्यांच्याकडून मिळालेल्या सूक्ष्म संदेशांद्वारे तिच्या लक्षात आलं की, विशिष्ट प्रकारच्या समस्या तिथे येणाऱ्या लोकांनी एकमेकांशी बोलायच्या नसतात. त्या टप्प्यावर तिचं वजन जवळजवळ ११३ किलो झालेलं होतं, प्रचंड डिप्रेशन आलं होतं आणि आपण मेलो तर बरं, असं वाटू लागलं होतं.

'लोरी,' मी म्हणाले, ''जेव्हा आपण एकूण चित्राकडे पाहतो तेव्हा ते अन्न असो, कॅनबीज असो, दारू किंवा डॉक्टरच्या गोळ्या असोत हे सतत खाण्यामागची एक कायमची समस्या म्हणजे त्यांचं सेवन व्यसनांसारखं स्वतःचा नाश होईल एवढ्या पातळीपर्यंत करावसं वाटतं. बरोबर आहे ना माझं म्हणणं?''

तिने माझ्याकडे पाहिलं पण काहीच बोलली नाही. मग रडू लागली. जेव्हा बोलण्याच्या स्थितीत आली तेव्हा म्हणाली, ''हे खरं आहे हे मला माहीत आहे, पण मला त्यावर विश्वास ठेवायचा नाहीये. मला ते ऐकायचं नाहीये, मला नोकरी आहे, माझ्याकडे गाडी आहे, दर रविवारी मी चर्चला

जाते. मला वाटलं होतं की गॅस्ट्रिक बायपास सर्जरी केल्यावर सगळं काही ठीक होईल, मला वाटलं होतं की वजन कमी केल्याने आयुष्य बदलून जाईल. पण आता वजन कमी केलंय तरीही मला मरावसं वाटतंय, त्याचं काय करू?''

मी लोरीला स्वतःची तब्येत बरी करण्यासाठी बरेच मार्ग सांगितले, त्यामध्ये अल्कोहोलिक अनॉनिमस येथे जाणे हाही एक मार्ग होता.

''मला तसं करायची गरज नाही,'' जराही का कू न करता ती म्हणाली, ''चर्च आहे की माझं.''

महिन्याभराने ठरल्यानुसार लोरी आली. ''मी चर्चच्या वरिष्ठांना भेटले.''

''काय झालं मग?''

तिने नजर दुसरीकडे वळवली. ''यापूर्वी कधीच नव्हते एवढ्या स्पष्टपणे मी त्यांच्याशी बोलले. तसं केवळ तुमच्याशी बोलले असेन. मी त्यांना सगळं सांगितलं... किंवा जवळजवळ सगळं सांगितलं असं म्हणू. जे काही मनात होतं ते सगळं मी तिथे भडभडा बोलून टाकलं.''

'मग?'

''मग फारच विचित्र वाटलं मला,'' ती म्हणाली. ''ते लोक गोंधळात पडले , चिंतेत पडले... म्हणजे माझं काय करायचं ते त्यांना खरोखरच माहीत नव्हतं असं वाटलं मला. त्यांनी मला प्रार्थना करायला सांगितली. ते म्हणाले, 'आम्हीही तुझ्यासाठी प्रार्थना करू.' पण त्यांनी मला असंही सांगितलं की चर्चच्या बाकीच्या लोकांबरोबर या विषयावर तू बोलू नकोस. बस एवढंच झालं.''

''तुला कशी वाटली ती प्रतिक्रिया?''

''त्या क्षणी मला देवाच्या नावाने खडे फोडावेसे वाटले. मला धर्मग्रंथात दिलेले सुविचार तोंडपाठ आहेत; परंतु त्या धर्मग्रंथातल्या दयाळू देवाशी माझं काही नातं आहे असंच वाटेना. त्यातील अपेक्षेला मी पुरी पडत नव्हते, मी तेवढी चांगली नाही म्हणून मग मी चर्चला जाणं बंद केलं. महिना झाला, मी तिथे जात नाही. आणि हे कुणाच्याही लक्षात आलेलं नाही. कोणी मला फोन केला नाही, माझ्याशी संपर्क साधला नाही. अगदी एकाही माणसाने नाही.''

लोरी त्या विध्वंसक लज्जेच्या चक्रात सापडली होती. जेव्हा तिने सोबतच्या चर्च- सदस्यांशी प्रामाणिकपणे बोलण्याचा प्रयत्न केला तेव्हा आपल्या जीवनातला हा भाग तिने कुणाला सांगू नये म्हणून त्यांनी तिला रोखलं आणि त्यातून सूक्ष्मपणे ध्वनित केलं की, तू जर या तुझ्या समस्येविषयी इथे बोलशील तर नाकारली जाशील, किंवा तुला आणखीन लाज वाटेल अशा प्रकारे तुझ्याशी लोक वागतील. आपला छोटासा जो काही समुदाय आहे तो गमावण्याचा धोका तिला पत्करायचा नव्हता. परंतु स्वतःचं वागणं लपवण्यातूनही तिची लाज वाढत होती, त्यामुळे ती आणखीनच एकटी पडत होती आणि तिची सगळी व्यसनं अधिकच वाढत चालली होती.

अभ्यासातून दिसून आले आहे की, जे लोक धार्मिक संस्थेच्या कामात सक्रिय भाग घेत असतात त्यांच्यामध्ये ड्रग आणि दारू यांच्या गैरवापराचे प्रमाण कमी असते. परंतु जेव्हा श्रद्धेवर आधारित संस्था या पाय घसरलेल्या लोकांवर बहिष्कार टाकून किंवा/आणि त्यांच्या व्यसनाची बाब 'गुप्तता आणि खोटेपणा'खाली झाकून ठेवायला पाहतात तेव्हा त्या लज्जेच्या समीकरणाच्या चुकीच्या बाजूला जातात आणि मग विध्वंसक लज्जेच्या चक्राला बढावा देतात.

विध्वंसक लज्जा अशा प्रकारे दिसते : अनिवार अतिभोगामुळे (व्यसनामुळे) लाज निर्माण होते, त्यामुळे गटातले लोक त्या व्यक्तीला टाळू लागतात. किंवा मग गटातल्या लोकांनी आपल्याला टाळू नये म्हणून तो माणूस त्यांच्याशी खोटे बोलतो. परंतु या दोन्हींमुळे तो अधिकच एकटा पडतो आणि मग ते चक्र चालत राहिल्यामुळे व्यसनही वाढत राहते.

विध्वंसक लज्जेचा उतारा आहे समाजानुवर्ती लज्जा. आता आपण ती कशी काम करू शकेल ते पाहू.

## समाजानुवर्ती लज्जेचे मॉडेल 'ए ए'

आपल्याला दारू सोडण्याची प्रेरणा कशामुळे झाली होती त्याबद्दल माझ्या गुरूंनी मला एकदा सांगितलं होतं. लज्जेचे हे दुधारी शस्त्र त्यातून दिसून येतं म्हणून मला ही गोष्ट बरेचदा आठवते.

ते म्हणाले होते की, 'वयाच्या चाळिशीत असताना रोज रात्री बायकोमुलं झोपी गेली की ते गुपचूप दारू प्यायचे. आपण दारू पिणे थांबवले आहे असं बायकोला वचन देऊनही दीर्घ काळ त्यांनी तसं केलं होतं. परंतु आपले दारूपान लपवण्यासाठी मारलेल्या छोट्या छोट्या थापा आणि मुळात ते दारू पिणं यांचं त्यांच्या सदसद्विवेकबुद्धीवर प्रचंड ओझं झालं होतं, त्यामुळे आपल्या वागण्याची लाज वाटून तिची बोच जावी म्हणून ते अधिकच पिऊ लागले होते.

परंतु एके दिवशी बायकोला समजलंच. ''तेव्हा तिच्या डोळ्यांतील निराशा आणि फसवणूक झाल्याची भावना पाहून मी प्रतिज्ञा केली की, यापुढे कधीही दारू पिणार नाही.'' त्या क्षणी वाटलेली लाज आणि बायकोचा गमावलेला विश्वास आणि मान्यता आपण पुन्हा मिळवायची या गोष्टीमुळेच त्यांनी दारू सोडण्याचा आयुष्यात प्रथमच गंभीर प्रयत्न केला. ते अल्कोहोलिक ॲनॉनिमसच्या बैठकींना जाऊ लागले तेव्हा तिथे जाण्याचा लाभ म्हणजे 'लज्जेपासून दूर जाण्याची' त्यांची प्रक्रिया सुरू झाली.

त्यांनी त्याचं वर्णन अशा प्रकारे केलं, ''मी काही एकटाच नव्हतो, माझ्यासारखे आणखी बरेच लोक आहेत हे माझ्या लक्षात आलं. आणखी काही डॉक्टरही होते जे दारूच्या व्यसनाशी झगडत होते. ज्या ठिकाणी मला पूर्ण प्रामाणिकपणाने सगळ्या गोष्टी सांगता येतील आणि तरीदेखील लोक मला स्वीकारतील ही गोष्ट अविश्वसनीय वाटावी एवढी महत्त्वाची होती. त्यामुळे एक मानसशास्त्रीय अवकाश माझ्यासाठी निर्माण झाला. स्वतःला क्षमा करण्यासाठी, बदल घडवून आणण्यासाठी आणि जीवनात पुढे जाण्यासाठी मला तो अवकाश गरजेचा होता.''

भरभराटीला आलेल्या समाजात लज्जेचा उपयोगी वापर महत्त्वाचा असतो हे तत्त्व समाजानुवर्ती लज्जा या शब्दाशी निगडित आहे. लोकांची किंवा समाजाची लाज वाटत नसेल तर समाजात अनागोंदी माजेल त्यामुळे चुकीच्या वर्तनासाठी लाज वाटणे हे योग्य आणि चांगलेच असते.

आपल्या सगळ्यात वैगुण्ये असतात, आपण चुका करू शकतो आणि आपल्याला क्षमेची गरज असते, या तत्त्वावर ही 'समाजानुवर्ती लज्जा' उभी असते. भरकटलेल्या व्यक्तींना समूहाबाहेर न काढता समूहांच्या नियमांचे पालन करण्यास उत्तेजन देणे याचा अर्थ त्याला आपल्या कर्माची लाज वाटल्यावर सुधारण्यासाठी त्याने काय केले पाहिजे, याची यादी देणे असते. अल्कोहोलिक ॲनॉनिमस त्यासाठी एकूण १२ पायऱ्या सहभागींना देते.

समाजानुवर्ती लज्जेचे चक्र पुढीलप्रमाणे चालते : अनिवार उपभोगामुळे (व्यसनामुळे) लाज वाटू लागते, पण ते सांगण्यासाठी जाज्वल्य प्रामाणिकपणा लागतो, मात्र तो दाखवल्यावर इतरांनी त्या व्यक्तीला टाळता कामा नये. विध्वंसक लज्जेत तसे होते. परंतु या ठिकाणी त्या माणसाला स्वीकारले जाते, त्याच्याबद्दल सहानुभूती दाखवली जाते. त्याचसोबत त्याने काय केले पाहिजे याबद्दलच्या कृती त्याला सांगितल्या जातात. परिणामतः, आपणही या समाजाचे घटक आहोत याची भावना वाढीस लागते आणि व्यसन चालू ठेवण्याचा कल कमी होतो.

माझा पेशंट टॉड एक तरुण सर्जन असून मद्यपानाच्या व्यसनातून सुटकेच्या मार्गावर होता. आपली असाहाय्यता व्यक्त करण्यासाठी अल्कोहोलिक ॲनॉनिमस ही सगळ्यात पहिली सुरक्षित जागा कशी असते हे त्याने मला सांगितलं. त्यांच्या पहिल्या मीटिंगच्या वेळेस त्याला एवढं रडू कोसळलं होतं की स्वतःचं नावही सांगता आलं नव्हतं.

''त्यानंतर सगळे जण माझ्याजवळ आले, त्यांचे नंबर त्यांनी मला दिले आणि फोन करायला सांगितलं. मला असा एखादा समूह हवा होता; परंतु आतापर्यंत कधीच मिळाला नव्हता. माझे रॉक क्लाइंबिंग करणारे मित्र अथवा अन्य सर्जन मंडळी यांच्याशी इतक्या मोकळेपणाने माझ्या या व्यसनाविषयी बोलू शकलो नसतो.''

पाच वर्षं सातत्याने व्यसनमुक्ती साध्य केल्यावर त्या १२ पायऱ्यांपैकी दहा नंबरची पायरी त्याच्यासाठी सर्वांत महत्त्वाची पायरी होती, हे टॉड याने मला सांगितलं. (ती पायरी होती : 'सातत्याने स्वतःचा आढावा घ्या आणि जेव्हा आपले चुकतंय असं कळतं तेव्हा तत्परतेने ते मान्य करा.')

''दररोज मी स्वतःची तपासणी करतो, म्हणजे अमुक ठिकाणी मी थोडासा घसरलो का? उत्तर 'हो' असेल तर मी त्यात बदल कसा करू शकतो? मला काही दुरुस्त्या करायला हव्यात का? त्या कशा कराव्यात? उदाहरणार्थ, त्या दिवशी मी एका निवासी डॉक्टरशी बोलत होतो, त्याने मला पेशंटबद्दल खरी माहिती दिली नाही. त्यामुळे मी खूपच वैतागलो होतो. हे अमुक का होऊ शकत नाहीये? पण मला वैताग जाणवला की, मी स्वतःला सांगायचो : 'ठीक आहे, टॉड , थांब, थोडा विचार कर. या माणसाला तुझ्याहून दहा वर्षे अनुभव कमी आहे.' असे लोक बहुधा घाबरलेले असतात. त्यामुळे वैतागण्याऐवजी त्याला ज्याची गरज आहे ते मिळवण्यास तू मदत का नाही करत? असा विचार व्यसनातून बाहेर पडण्याच्या प्रक्रियेपूर्वी मी कधीच केला नसता.

''दोन वर्षांपूर्वी,'' टॉड मला म्हणाला, ''म्हणजे तेव्हा मला व्यसनमुक्त होऊन तीन वर्षे झाली असतील. मी एका वैद्यकीय विद्यार्थ्याच्या कामाचे पर्यवेक्षण करत होतो, हा विद्यार्थी म्हणजे दिव्यच होता – खरोखरच ढ वाटायचा. मी त्याला पेशंटची काळजी घेऊ देण्यास फारसा राजी नव्हतो. मग सत्राच्या मध्यावर फीडबॅक देण्याची वेळ आली तेव्हा मी त्याच्यासोबत बसलो. मी मनाशी ठरवलं की त्याला अगदी प्रामाणिकपणे सगळं सांगायचं.

मी त्याला म्हणालो, 'तुला तुझ्यात मोठे बदल करावे लागतील नाही तर या रोटेशनमध्ये काही तू पास होऊ शकणार नाहीस.'

''माझ्या या फीडबॅकनंतर त्याने पुन्हा पहिल्यापासून सुरू करायचे ठरवले. खरोखरच स्वतःची कामगिरी सुधारण्यासाठी खूप मेहनत घेतली. त्यामुळे तो खरंच सुधारला आणि ती रोटेशनही उत्तीर्ण झाला. खरी गोष्ट अशी होती की, माझ्या व्यसनाच्या काळात मी त्याच्याशी इतक्या प्रामाणिकपणे बोलू शकलो नसतो. मी त्याचं वागणं तसंच चालू दिलं असतं. मग तो त्या रोटेशनमध्ये नापास झाला असता किंवा मग मी ती समस्या दुसऱ्या कुणालातरी हाताळायला दिली असती.''

स्वतःचा प्रांजळपणे आढावा घेतल्यामुळे आपल्याला स्वतःतील दोष अधिक चांगले समजतात, तसेच अन्य लोकांतील दोषांचे विश्लेषण अधिक वस्तुनिष्ठपणे करून त्यांना प्रतिसाद देता येतो. जेव्हा आपण स्वतःची जबाबदारी स्वतः घेतो तेव्हा इतरांना त्यासाठी जबाबदार धरू शकत नाही. अशा वेळी आपण प्रत्यक्ष कुणालाही न लाजवता 'लाज' या भावनेचा वापर करून घेऊ शकतो. या ठिकाणी जबाबदारी आणि सहानुभूती या दोन्हींचा संगम हीच गुरूकिल्ली असते. हे धडे आपणा सर्वांनाच लागू पडतात, मग व्यसन लागलेले असो वा नसो. आजच्या जीवनातील सर्व प्रकारच्या नातेसंबंधांत हे धडे आपण वापरू शकतो.

---

समाजानुवर्ती लज्जेचा वापर करणारी अल्कोहोलिक अनॉनिमस ही आदर्श संस्था आहे. इथली समाजानुवर्ती लज्जा लोकांना त्या समूहाचे नियम पाळायला लावते. या ठिकाणी आपण मद्यपी आहोत हे मान्य करायला लोकांना लाज वाटत नाही. मुळात अल्कोहोलिक ॲनॉनिमस हा 'नो शेम झोन'च आहे आणि त्याच्याशी ही बाब सुसंगत आहे. परंतु शुद्धीवर येण्याच्या प्रयत्नांत प्रामाणिकपणा नसणे यात मात्र लज्जा आहे. पेशंटनी मला सांगितले आहे की, आपण पुन्हा व्यसनाधीन झालो हे समूहाला कुठल्या तोंडाने सांगणार? ही भावनाच मुळी आपल्याला व्यसनापासून दूर ठेवते. त्यामुळे आपण समूहाचे नियम अधिक पाळू शकतो.

महत्त्वाचे म्हणजे अल्कोहोलिक ॲनॉनिमसचे सदस्य पुन्हा व्यसनात जातात तेव्हा प्रांजळपणे कबुली देता येणे हेच एक 'क्लब गुड' होते.

क्लब गुड (समूह सुख) म्हणजे काय? तर बिहेव्युरल इकॉनॉमिस्ट (म्हणजे वर्तनसंबंधी अर्थतज्ज्ञ) म्हणतात की, एखाद्या गटाचे (क्लबचे) आपण सदस्य आहोत या भावनेने आपल्याला मिळणारे सुख म्हणजे क्लब गुड. हे सुख जेवढे अधिक असते तेवढे या गटाला आपले विद्यमान सदस्य तसेच ठेवणे शक्य होते आणि नव्या सदस्यांना स्वतःकडे आकृष्टही करून घेता येते. क्लब गुडची कल्पना कुठल्याही मानवी समूहाला लागू करता येते. मग ते समूह कौटुंबिक असोत, मित्र-मैत्रिणींचे असोत किंवा धार्मिक असोत.

वर्तनसंबंधी अर्थतज्ज्ञ लॉरेन्स इनॅक्कोन यांनी श्रद्धाधारित संघटनांच्या 'क्लब गुड्स'विषयी लिहिले की, 'रविवारच्या प्रार्थनेतून मला मिळणारे सुख हे केवळ माझ्या स्वतःच्या तिथे भाग घेण्यावर अवलंबून नसते, तर इतरही लोक त्यात भाग घेतात त्यावर अवलंबून असते. : म्हणजे बाकीचे किती लोक त्यात सहभाग घेतात, ते किती आपुलकीने माझं स्वागत करतात, ते किती चांगलं गातात, ते किती उत्साहाने वाचतात आणि प्रार्थना करतात यावर अवलंबून असते.' सामूहिक उपक्रमात आणि सोहळ्यात सक्रिय सहभाग घेतल्याने आणि समूहाचे नियम व प्रथा पाळल्याने 'क्लब गुड्स' मजबूत होतात.

आपण पुन्हा व्यसनाधीन झालो, हे अल्कोहोलिक ॲनॉनिमसच्या सदस्यांसमोर प्रांजळपणे मान्य करण्यातून 'क्लब गुड्स' निर्माण होतात कारण त्यामुळे बाकीच्या सदस्यांना त्या माणसाबद्दल सहानुभूती आणि निःस्वार्थी मदत करण्याची भावना उफाळून येते. मान्य करायला हरकत नाही; परंतु कधीकधी दुसऱ्याच्या दुःखामुळे आपण त्याच्यापेक्षा बरे आहोत अशी भावना ही त्यांच्या मनात निर्माण होते. म्हणजे 'माझ्याही बाबतीत असे घडू शकले असते परंतु ते झाले नाही किंवा मग देवाच्या कृपेने मी वाचलो', अशा प्रकारची ती भावना असते.

काही आगंतुक लोकांमुळे 'क्लब गुड्स'ना धोका निर्माण होऊ शकतो कारण हे लोक त्या समूहात खरा आणि पुरेसा सहभाग न घेता फायदे मात्र उकळू पाहतात. अशा लोकांना आपण बांडगूळ म्हणू शकतो. समूहाचे नियम आणि प्रथा पाळण्याची वेळ येते तेव्हा बांडगूळ लोक नियम पाळत नाहीत, खोटे बोलतात आणि आपली वागणूक बदलण्याचा कसलाही प्रयत्न करत नाहीत. म्हणजे क्लब गुड्सना मजबूत करण्याच्या दृष्टीने त्यांची वैयक्तिक वागणूक कामी येत नाही, तरीही ते त्या गटाच्या सदस्यत्वाचे फायदे मात्र उपटत असतात.

इनॅक्कोन यांनी नोंदवले आहे की समूहाच्या 'क्लब गुड्स' निर्माण करणाऱ्या तत्त्वांचे पालन करणे अवघड असले म्हणजे त्या पालनात वैयक्तिक सवयी आणि सत्यवचनासारखे अदृश्य, वस्तुनिष्ठ असे घटक असल्यामुळे अवघड असले तरी अशक्य आहे, असे आपण म्हणू शकत नाही.

इनॅक्कोनच्या 'थिअरी ऑफ सॅक्रिफाइस अँड स्टिग्मा' (त्याग आणि कलंक) या सिद्धांतात त्या त्या समूहात किती लोक मनापासून सहभागी होतात, हे अप्रत्यक्षपणे मोजण्यासाठी पुढील निकष दिले आहेत : अमुक एक वागणूक निंदनीय, कलंकित आहे असे सांगून त्या दृष्टीने अन्य संदर्भांत त्या व्यक्तींचे सहभागी होणे कमी करायचे आणि ठरवलेल्या कामाव्यतिरिक्त अन्य कुठल्याही कामासाठी आपले स्रोत वापरू नयेत अशी त्यागाची मागणी त्याच्याकडून करायची. असे केल्याने, बांडगूळ लोक गटातून आपोआप बाहेर जातात.

खासकरून जे वर्तन उदाहरणार्थ, विशिष्ट प्रकारची केशरचना किंवा कपडे घालणे, नानाविध पदार्थ अथवा आधुनिक तंत्रज्ञान यांच्यापासून दूर राहणे किंवा विशिष्ट वैद्यकीय उपचार नाकारणे, अशा प्रकारचे वर्तन जे विद्यमान धार्मिक संघटनांमध्येही अतिरेकी, अकारण आणि अगदी अतार्किक समजले जाते तेच त्या संघटनेतून या बांडगूळ, ऐतखाऊ लोकांना बाहेर काढण्याच्या दृष्टीने पाहिले तर तर्कशुद्ध वाटू लागते.

तुम्हाला असं वाटू शकेल की, ज्या धार्मिक संघटना आणि अन्य सामाजिक गट नियमांबाबतीत फार कडक नसतात, नियमांची संख्या आणि शिस्तबद्धता कमी असते त्यांचे अनुयायी अधिक असतील पण प्रत्यक्षात तसे नसते. नियमांबाबतीत कडक चर्चचे अनुयायी अधिक असतात आणि ही चर्च अधिक यशस्वीही असतात; कारण त्यांच्यातून बांडगूळ लोक बाहेर पडतात आणि तेथील सहभागींना ती अधिक मजबूत असे क्लब गुड्स (समूह सुख) मिळतात.

जेकबने व्यसनमुक्ती प्रक्रियेच्या सुरुवातीच्या काळातच सेक्सॅहोलिक ॲनॉनिमस (एसए ) या '१२ पायऱ्या अनुसरणाऱ्या' गटात प्रवेश घेतला, त्यानंतर जेव्हा जेव्हा त्याचे व्यसन उफाळून आले तेव्हा तेव्हा तो तिथे अधिक नियमितपणे जाऊ लागला. त्या काळात त्याची बांधिलकी खूपच प्रखर होती. त्याने व्यक्तिशः आणि फोनवरून दररोज एका ग्रुप मीटिंगला हजेरी लावली. तो आपल्या सहभागी सदस्यांसोबत दररोज आठ किंवा त्याहून अधिक वेळा फोनवर बोलायचा.

अल्कोहोलिक ॲनॉनिमस आणि अशाच १२ पायऱ्यांच्या गटांना बरेचदा दूषणे दिली जातात की, हेही एक प्रकारचे 'पंथ'च आहेत किंवा ही अशी ठिकाणं आहेत जिथे लोक दारू किंवा अमली पदार्थ यांच्या व्यसनातून मुक्त होतात, पण त्यांना त्या गटाचेच व्यसन लागते. परंतु टीकाकार ही गोष्ट विसरतात की, या संस्था कठोरपणे नियम पाळतात, आणि त्यांचा हा 'कडक पंथीपणा'च त्यांच्या परिणामकारकतेचे कारण आहे.

या गटाच्या १२ पायऱ्यांवर 'आगंतुक' (ऐतखाऊ) लोक वेगवेगळी रूपे धारण करू शकतात. परंतु त्यांच्यातील सर्वांत धोकेबाज असे सदस्य असतात जे आपण पुन्हा व्यसनात अडकलो आहोत हे मान्य करत नाहीत किंवा आपल्याला पुन्हा एकदा पहिल्यापासून सुरू करावे लागणार आहे, असे सांगत नाहीत. त्यामुळे या बाऱ्या पायऱ्यांची उजळणी ते पुन्हा करत नाहीत. त्यांच्यामुळे समूहाला समाजानुवर्ती लज्जेचे समूह सुख (क्लब गुड) एरवी मिळाले असते ते मिळत नाही. मग व्यसनातून बाहेर येण्यासाठी लागणारा व्यसनमुक्त सामाजिक जाळ्याचा आधारही मिळत नाही हे वेगळे सांगायला नकोच. समूह सुख जतन करण्यासाठी म्हणूनच अल्कोहोलिक ॲनॉनिमसला अतिशय कडक आणि कधीकधी तर तर्कशून्य वाटणारी पावले उचलावी लागतात.

अल्कोहोलिक ॲनॉनिमसमध्ये सहभागी झाल्यापासूनच जोनला दारू सोडणे शक्य झाले. तीदेखील त्यांच्या मीटिंगला नियमित जायची , तिला एक स्पॉन्सर मिळाला आणि तिनेही इतरांना स्पॉन्सर केले. अल्कोहोलिक ॲनॉनिमसमध्ये गेल्यानंतर दारू सोडून तिला आता चार वर्षे झाली होती आणि माझ्याकडे पेशंट म्हणून ती १० वर्षे येत होती, त्यामुळे अल्कोहोलिक ॲनॉनिमसने तिच्या जीवनात किती सकारात्मक बदल घडवून आणले ते निरखणे आणि त्यास दाद देणे मला शक्य झाले.

२००१-०२च्या सुमारास जोनने एका प्रसंगी नकळतपणे दारूचे सेवन केले. ती तेव्हा इटलीत फिरायला गेली होती. तिथली भाषा येत नसल्यामुळे तिने एक पेय मागितले. या पेयात अल्कोहोलचा खूपच अल्प अंश होता. अमेरिकेत विना अल्कोहोल बिअर विकली जाते तसेच येथेही अल्प अल्कोहोलयुक्त पेय विकले जात होते. आपण काय केलं ते नंतर तिला कळलं, म्हणजे तिला नशा चढली म्हणून नव्हे, तर तिला ते लेबल वाचता आलं म्हणून.

ट्रिप करून परत आल्यावर काय घडलं ते तिने स्पॉन्सरला सांगितलं तेव्हा 'तुझं व्यसन पुन्हा वर आलं आहे', असं सांगून स्पॉन्सरने तिला म्हटलं की तू आपल्या समूहाला हे सगळं सांग आणि तुझी व्यसनमुक्तीची तारीखही पुन्हा बदलून घे. तिच्या स्पॉन्सरने इतका ताठर दृष्टिकोन स्वीकारला म्हणून मला आश्चर्यच वाटलं. शेवटी काय, तिने जे पेय प्यायलं होतं त्यात अल्कोहोल इतकं कमी होतं की बहुतेक अमेरिकन अशा प्रकारच्या पेयांना अल्कोहोलिक मानतच नाहीत. परंतु जोनने त्याचं म्हणणं मान्य केलं, परंतु ते करताना तिच्या डोळ्यांत अश्रू भरून आले होते.

त्यानंतर आजच्या दिवसापर्यंत तिने व्यसनमुक्ती आणि अल्कोहोलिक ॲनॉनिमसमधील सहभाग कायम ठेवला आहे.

जोनने आपली व्यसनमुक्तीची तारीख पुन्हा नवीन यावी, असा तिच्या स्पॉन्सरने धरलेला आग्रह मला त्या वेळेस अतिरेकी वाटला होता; परंतु आता मला समजतं आहे की, थोडंसं अल्कोहोल प्यायलो तरी चालतं- यातूनच पुढे अधिक अल्कोहोल प्यायलं जातं आणि हा उतार निसरडा असतो. दुसरं म्हणजे तसं करून त्याने 'समूहाच्या भल्यासाठी' या नियमाच्या उपयोगितेचा अधिकाधिक वापर केला होता. तिच्याकडून झालेल्या नजरचुकीचा अतिशय कडक अर्थ लावूनही तो मान्य करण्याची तिची इच्छा होती हेही महत्त्वाचं आहे. त्यामुळे तिचे गटाशी संबंध अधिक गहिरे झाले. तिच्या दृष्टीने दीर्घ पल्ल्यात ते सकारात्मकच ठरले.

त्याशिवाय जोननेही सांगितलं, ''कदाचित माझ्या एका मनाला त्या पेयामध्ये अल्कोहोल आहे ही माहितीही असेल आणि आपण परदेशात आहोत अशी सबब सांगून त्यास ते प्यायचे असेल.'' त्या अर्थाने पाहता आपली बाह्य सदसद्विवेक बुद्धी म्हणूनही समूह काम करतो.

अर्थात, गटाच्या विचार पद्धतींचा वापर दुष्ट हेतूनेही करता येतो. उदाहरणार्थ, जेव्हा एखाद्या समूहाचे भाग आहोत म्हणून द्यावयाची किंमत ही त्यापासून मिळणाऱ्या 'समूह सुखा'पेक्षा वाढते आणि सदस्यांना त्रास होऊ लागतो तेव्हा तसे होते. एनएक्सआयव्हीएम हा त्याच्या प्रणेत्यांनी स्वतः लिहिलेला एक्झिक्युटिव्ह सक्सेस प्रोग्रॅम होता. लैंगिक तस्करी आणि रॅकेटिंग यांच्या आरोपाखाली त्या म्होरक्यांना २०१८ साली शिक्षा झाली. त्याच प्रकारे, अशाही काही परिस्थिती उद्भवतात ज्यांत त्या समूहाच्या लोकांना फायदा झाला तरी त्या गटाबाहेरच्या लोकांना भोगावे लागते.

उदाहरणार्थ, खोटेपणा पसरवण्यासाठी समाजमाध्यमांचा वापर करणारे बरेच ग्रुप आज अस्तित्वात आले आहेत.

---

चर्चमध्ये जाणे थांबवल्यावर काही महिन्यांनी लोरी अल्कोहोलिक ॲनॉनिमसच्या पहिल्या मीटिंगला गेली. आधारयुक्त सहकार्य तिला हवे होते; परंतु चर्चमध्ये मिळत नव्हते ते सहकार्य तिला त्या संस्थेने दिले. २० डिसेंबर, २०१४ रोजी लोरीने सर्व व्यसने सोडून दिली. त्यानंतर आत्तापर्यंत ती सर्व व्यसनांपासून मुक्त झालेली आहे.

‘‘नक्की काय आणि कधी घडलं ते मी सांगू शकत नाही,’’ नंतर आपल्या व्यसनमुक्त होण्याच्या वर्षांचा आढावा घेताना लोरी म्हणाली. आपण अल्कोहोलिक अनॉनिमसमध्ये गेलो म्हणूनच ते शक्य झालं असं ती म्हणते. ‘‘लोकांच्या कहाण्या मी ऐकल्या. तेव्हा अत्यंत खोल दडवलेली, मनातली काळी गुपिते त्या लोकांना सांगताना मलाही प्रचंड दिलासा मिळाला. नवागतांच्या नजरेमधील आशा पाहून मलाही खूप बरं वाटलं. यापूर्वी मी किती एकाकी होते, मला फक्त मरावंसं वाटत होतं एवढंच आता आठवतं. रात्रीच्या वेळेस आपण ज्या गोष्टी केल्या त्या आठवून मी स्वतःला भरपूर फटके मारून दुखापत करून घेत होते. परंतु अल्कोहोलिक ॲनॉनिमसमध्ये मी स्वतःला आणि बाकीच्या लोकांनाही त्यांच्या दोषांसह स्वीकारायला शिकले. आता माझी लोकांशी खरीखुरी नाती निर्माण झाली आहेत. आता मी कुणाचीतरी आहे असं मला वाटतं. मी खरीखुरी कशी आहे हे त्यांना माहीत आहे.’’

## समाजानुवर्ती लाज आणि पालकत्व

डोपामाइनचे पेव फुटलेल्या आजच्या जगात आपल्या मुलांच्या कल्याणाविषयी काळजी वाटणारी आई म्हणून मी आमच्या कौटुंबिक जीवनात समाजानुवर्ती लाजेचे तत्त्व बिंबवण्याचा प्रयत्न केला .

सुरुवातीला, जाज्वल्य प्रामाणिकपणा हे एक महत्त्वाचे कौटुंबिक मूल्य आहे, असे आम्ही प्रस्थापित केले. मी स्वतःही माझ्या वागण्यात

जाज्वल्य प्रामाणिकपणाचा आदर्श ठेवण्याचा प्रयत्न केला. अर्थात, नेहमीच मला त्यात यश मिळालं नसेल. कधीकधी पालक म्हणून आपण विचार करतो की, आपल्या चुका आणि दोष दडवून आपल्यातील चांगुलपणाच मुलांसमोर उघड केल्यामुळे योग्य काय आहे ते आपण आपल्या मुलांना शिकवतो. परंतु याचा परिणाम उलटा होऊ शकतो. कारण मग मुलांना वाटू शकते की, आपल्याला लोकांचे प्रेम हवे असेल तर आपण वागण्यात निर्दोषच असले पाहिजे.

त्याऐवजी, आपण आपल्या संघर्षाबद्दल मुलांशी मोकळेपणाने, प्रामाणिकपणाने बोललो तर आपण त्यांच्या स्वतःच्या झगड्याविषयीही मोकळेपणाने, प्रामाणिकपणाने बोलण्याचा अवकाश निर्माण करतो. म्हणूनच आपणही त्यांच्याशी किंवा बाकीच्या लोकांशी वागताना घसरतो तेव्हा आपली चूक मान्य करण्यास सिद्ध असले पाहिजे. स्वतःला वाटणारी लाज मान्य करून चुकांची दुरुस्ती करण्यास सिद्ध असले पाहिजे.

साधारण पाच वर्षांपूर्वी आमची मुले प्राथमिक आणि माध्यमिक शाळेत होती तेव्हा मी त्यांना ईस्टरच्या वेळेस प्रत्येकी एक चॉकलेट बनी देत असे. तो पदार्थ अतिशय मलईदार मिल्क चॉकलेटचा असल्याने माझी मुले तो थोडा थोडा खायची आणि उरलेला नंतर खाण्यासाठी परत डब्यात ठेवून द्यायची.

पुढल्या दोन आठवड्यांत मी त्यांच्या चॉकलेट बनीचा थोडासा भाग इथे, तर थोडासा भाग तिथे असा खाल्ला. पण तो कुणाच्या लक्षात येईल एवढा जास्त नव्हता. म्हणजे असं मला वाटलं. परंतु आपल्याकडे चॉकलेट बनी आहे ते मुलांच्या परत लक्षात येईपर्यंत मी थोडं थोडं त्यातलं खात बरचसं संपवूनच टाकलं होतं. बनी जवळजवळ संपलेला पाहून आणि माझी चॉकलेट खाण्याची आवड माहीत असल्यामुळे त्यांनी अगोदर माझ्यावरच आरोप केला.

''मी नाही खाल्ली,'' मी म्हणाले. ते खोटं इतकं सहजपणे जिभेवर आलं म्हणून सांगू! त्यानंतर जवळजवळ पुढे तीन दिवस मी खोटं बोलत होते. आणि मी खरं सांगते आहे की नाही याबद्दल तेही संशयाने बोलत होते. सरतेशेवटी, माझं म्हणणं खरं मानून ते एकमेकांवरच चॉकलेट खाल्ल्याचा आरोप करू लागले. आता मात्र परिस्थिती व्यवस्थित वळणावर आणली पाहिजे, हे माझ्या लक्षात आलं. मीच स्वतः प्रामाणिक नसेन तर मी माझ्या

मुलांना प्रामाणिकपणा काय शिकवणार कप्पाळ? शिवाय खोटं बोलण्याचे हे कारणपण कसले मूर्खासारखे? मुलांना खरं काय ते सांगण्यासाठी धाडस गोळा करायला मला तीन दिवस लागले, पण ते सांगताना मला एवढी लाज वाटत होती की काही विचारू नका.

त्यांचं म्हणणं पुराव्याने शाबीत झालं तेव्हा खरं कळल्यामुळे त्यांना एक प्रकारे धक्काच बसला. आपला पहिला अंदाज बरोबर होता ही एक गोष्ट झाली; परंतु आपली आई आपल्याशी खोटं बोलते यामुळे ते दचकलेच. या प्रसंगातून बऱ्याच पातळ्यांवर मला आणि त्यांनाही शिकायला मिळालं.

मी स्वतःला कर्तव्याची आठवण करून दिली आणि त्यांना दाखवून दिलं की, माझ्यातही खूप दोष आहेत. त्याचप्रमाणे मी त्यांना दाखवून दिलं की, मीही चुका करू शकते; परंतु चुका केल्या तरी त्या मी कबूल करते. माझ्या मुलांनी मला क्षमा केली खरी, पण 'आईने आमचं चॉकलेट कसं चोरलं होतं आणि त्यानंतर मग ती कशी खोटं बोलली होती' ही गोष्ट अगदी आजच्या घडीपर्यंत त्यांना सांगायला आवडते. मुलं माझी चेष्टा करतात हीच माझी शिक्षा आहे आणि ती मी आनंदाने भोगते. तसं करून मी एक कुटुंब म्हणून पुन्हा एकदा मुलांना खात्री देते की, आपल्या घरी लोकांनी चुका केल्या तरी त्यामुळे कुणालाही कायमचं कानफाट्या समजलं जात नाही आणि कोणी वाळीतही टाकत नाही. आम्ही एकत्रच शिकतो आहोत आणि शिकता शिकता वाढत आहोत.

माझा पेशंट टॉड म्हणतो त्यानुसार, 'आपण जेव्हा स्वतःचं सक्रिय आणि प्रामाणिक मूल्यमापन करतो तेव्हा आपण अन्य लोकांनाही प्रामाणिक प्रतिसाद देण्यास सक्षम करतो आणि त्यांना स्वीकारण्याची तयारी दाखवतो. त्यायोगे त्यांनाही स्वतःची सामर्थ्यस्थळे आणि वैगुण्ये लक्षात मिळण्यास मदत होते.'

---

मुलांना खाली मान घालायला न लागता त्यांच्यातील सामर्थ्य आणि दोष कसे ओळखायचे हे शिकवण्यासाठी या प्रकारचा जाज्वल्य प्रामाणिकपणा अत्यावश्यक असतो.

आमची मोठी मुलगी पाच वर्षांची झाल्यावर तिने पियानोचे धडे गिरवायला सुरुवात केली. एका संगीतप्रिय कुटुंबात मी लहानाची मोठी

झाल्यामुळे मुलांसोबत आपल्याला संगीताचा आनंद घेत यावा अशी माझी इच्छा होती. परंतु माझ्या मुलीला लय-तालाचा काही पत्ताच नव्हता आणि सुराचं ज्ञानही नसल्यात जमा होतं. तरीदेखील आम्ही दोघी रोजचा सराव करण्यासाठी फारच तत्पर होतो. मी तिच्या बाजूला बसायचे आणि तिला उत्तेजन द्यायचा प्रयत्न करायचे; परंतु तिला पियानोवादनाचा अजिबातच गंध नसल्यामुळे कुणालाच त्यातून आनंद मिळत नव्हता.

साधारण वर्षभर ते धडे गिरवल्यावर आम्ही 'हॅपी फिट' नावाचा एक मंबल नामक पेंग्विनचा सिनेमा पाहत होतो. या पेंग्विनची समस्या अशी होती की, त्याला गाण्यातला एक सूरही गळ्यातून काढता येत नव्हता. परंतु आपल्या मैत्रिणीला आकर्षित करून घेण्यासाठी गायची त्याला गरज होती. हा सिनेमा अर्ध्यावर आला तेव्हा आमची मुलगी मला म्हणाली, ''आई, मी या मंबलसारखी आहे का गं?''

मी क्षणभर मातृसुलभ शंकेने ग्रस्त झाले. काय उत्तर देणार होते मी तिला? खरं सांगितलं तर त्यामुळे तिला वाईट वाटलं असतं तर? पण मग मी तिला खोटं सांगावं का? तिच्यातील संगीताचे प्रेम जागृत ठेवण्यासाठी फसवेपणाचा वापर करावा का?

मी धोका पत्करला आणि म्हटलं, ''होय, तुझ्यात आणि त्या मंबलमध्ये खूप साम्य आहे.''

तेव्हा माझ्या मुलीच्या चेहऱ्यावर खूप मोठं हसू फुटलं. तिचं म्हणणं बरोबर ठरलं त्याचा तो आनंद होता. आपण योग्य गोष्ट केली हे मला तेव्हा कळलं.

आपल्यात संगीतक्षमता नाही हे सत्य तिला आधीपासून माहीत होतं. पण त्यावर शिक्कामोर्तब झाल्यामुळे स्वतःची अगदी अचूक परीक्षा करण्याच्या तिच्या कौशल्यास मी उत्तेजन दिलं होतं. हे कौशल्य ती अगदी या क्षणापर्यंत दाखवत आहे. मुख्य म्हणजे सगळ्याच गोष्टी आपल्याला उत्तमपणे करता येत नाहीत. आपण कशात चांगले आहोत आणि कशात नाही हे जाणून घेणे फार महत्त्वाचे आहे . त्यामुळे आपण शहाणपणाचा निर्णय घेऊ शकतो, हा संदेशही मी तिला दिला.

वर्षभराने पियानो सोडण्याचा निर्णय घेतला त्यामुळे आम्हा सर्वांचा जीव भांड्यात पडला. आता तिला संगीत ऐकायला आवडतं आणि

रेडिओबरोबर गाताना ती आपण बेसूर आहोत हे पार विसरून जाते आणि त्याची तिला मुळीच लाज वाटत नाही.

प्रामाणिकपणाने वागल्यामुळे लाज वाटत नाही. उलट, लोकांशी जवळीक वाढते. आपल्या दोषांसह समोरच्या व्यक्तीने आपल्याला स्वीकारल्यामुळे एकमेकांशी आपण अधिक जवळून जोडले जातो. आपण निर्दोष नाही आहोत आणि आपल्या चुका सुधारण्यासाठीच एकत्र काम करण्याची इच्छा मग वाढते, त्यामुळेच आपण ज्या आपुलकीसाठी तळमळत असतो ती आपल्याला मिळते.

या प्रकारच्या आत्मीयतेचा उद्रेक झाल्याने आपल्या मेंदूतलंच डोपामाइनही मुक्त होतं. परंतु कुठल्यातरी स्वस्त आनंदापासून जे डोपामाइन मिळतं त्यापेक्षा खरोखरच्या आत्मीयतेमुळे मुक्त झालेलं डोपामाइन हे अधिक जुळवून घेणारं, शरीराला संजीवनी देणारं आणि आरोग्यदायी असतं.

---

त्याग आणि लाज यांच्यातून जात मी आणि माझ्या पतीने आमच्या कुटुंबातील 'क्लब गुड्स' (समूह सुख) मजबूत करण्याचा प्रयत्न केला.

आमची मुलं हायस्कूलमध्ये जाईपर्यंत त्यांना आम्ही मोबाइल दिला नव्हता. त्यामुळे बरोबरच्या मित्रमंडळींत - खासकरून मिडल स्कूलमध्ये ते वेगळे पडायचे. सुरुवातीला फोनसाठी त्यांनी आम्हाला विनवणी केली, लाडीगोडी लावली; परंतु नंतरच्या काळात त्यांना हा फरक म्हणजे त्यांच्या व्यक्तिमत्त्वाचा महत्त्वाचा गाभा आहे हे जाणवू लागलं कारण आम्ही असाही आग्रह धरायचो की जेव्हा जेव्हा आपल्याला सायकल चालवणं शक्य आहे तेव्हा तेव्हा आपण गाडीऐवजी सायकलने जाऊ, आणि कुठल्याही उपकरणाविना एक कुटुंब म्हणून आपला वेळ एकत्र व्यतित करू.

आमच्या मुलांच्या पोहण्याच्या प्रशिक्षकांनी वर्तनात्मक अर्थशास्त्राची पीएचडी गुप्तपणे केली असावी, अशी माझी खात्रीच झाली आहे. तेथील समूह सुख (क्लब गुड्स) मजबूत करण्यासाठी ते त्याग आणि लाज या भावनांचा पुरेपूर वापर करत असतात.

सगळ्यात पहिलं म्हणजे हायस्कूलमधल्या मुलांनी दिवसाला साधारण चार तासांच्या आत-बाहेर पोहायला आलंच पाहिजे अशी त्यांच्याकडून

तिथे कबुली घेतली जाते आणि जेव्हा मुलं सरावास येत नाहीत तेव्हा आपण आलो नाही म्हणून त्यांना लाज वाटते. त्याच प्रकारे, चांगली उपस्थिती असेल तर कौतुक करून बक्षिसं दिली जातात. (अल्कोहोलिक ॲनॉनिमसच्या तीस दिवसांत तीस मीटिंगना हजेरी लावली तरीही तसे केले जाते, त्यात प्रवास करतानाही मीटिंगमध्ये भाग घेण्याची संधी दिली जाते.) पोहण्याच्या वर्गातही मीटिंग होतात तेव्हा कधी काय कपडे घालायचे त्याबद्दलच्या कडक सूचना असतात : शुक्रवारी लाल रंगाचे स्विम शर्ट, शनिवारी राखाडी रंगाचे स्विम शर्ट अशा अटी असतात. सगळ्या कपड्यांवर म्हणजे टोपी, सूट आणि गॉगल यांच्यावर टीमचा लोगो असतो. त्यामुळे बाकीच्या टीममधील मुले साधेच कपडे घालून येतात तेव्हा ही मुलं त्यांच्या वेगळेपणामुळे उठून दिसतात.

यातील बरेचसे नियम अतिजादा आणि विनाकारण वाटू शकतील; परंतु मुलांचा सहभाग वाढवून त्यांना त्यातून कसा अधिकाधिक आनंद मिळेल या भिंगातून पाहिजे असता आपल्याला दिसते की, त्यामुळे आगंतुक मुले कमी होतात आणि समूह सुख (क्लब गुड्स) बळकट होते. असा विचार केला की या गोष्टींना अर्थ आहे असे पटते. मुलांनाही या टीममध्ये जायची इच्छा असते कारण त्यांना तेथील कडक शिस्त भावते. मग भलेही त्यांनी त्याबद्दल कधीमधी तक्रार केली तर काही बिघडत नाही.

---

लाज हा शब्द आपण नकारात्मक अर्थाने घेतो. खासकरून – कुणी जाडा आहे म्हणून, एखादी स्त्री वेश्या आहे म्हणून, कुणाचं शरीर वेडंवाकडं आहे म्हणून त्यास समाजात मान खाली घालावी लागते तेव्हा तसे होते. त्यामुळे लाज हा शब्द अनेकार्थी असून बहुधा दुसऱ्या माणसावर दादागिरी करण्यासाठी त्याचा उपयोग केला जातो. आपल्या वाढत्या डिजिटल दुनियेतही समाजमाध्यमात लोकांना लाजवणारे आरोप त्यांच्यावर केले जातात. 'कॅन्सल कल्चर' हे एखाद्याला वाळीत टाकण्याचे नवीन साधन बनले आहे. लज्जेच्या अत्यंत विध्वंसक अशा पैलूला हे आधुनिक स्वरूप दिले गेले आहे.

म्हणजे जेव्हा कुणीही आपल्याकडे बोट दाखवत नसतं तेव्हाही आपणच ते स्वतःवर रोखण्यासाठी सज्ज झालेले असतो.

अतिशय घातक फरक निर्माण करण्यास उद्युक्त करून समाजमाध्यमे आपल्याला स्वतःची लाज वाटण्यास भाग पाडतात. त्यानंतर आपण स्वतःची तुलना केवळ आपले वर्गमित्र, शेजारीपाजारी आणि कामावरील सहकारी यांच्याशीच न करता संपूर्ण जगाशी करू लागतो. त्यामुळे आपण यापेक्षा अधिक काहीतरी करायला हवे होते, आपल्याला अधिक काहीतरी मिळायला हवे होते किंवा आपण वेगळ्या प्रकारे जगायला हवे होते, असे स्वतःलाच पटवणे अधिक सोपे होते.

आपलं आयुष्य 'यशस्वी' आहे असे म्हणण्यासाठी आता आपल्याला वाटते की आपण स्टीव्ह जॉब्स किंवा मार्क झुकरबर्ग यांची दंतकथात्मक उंची गाठलीच पाहिजे किंवा गेला बाजार थेरानॉस कॉर्पोरेशनच्या एलिझाबेथ होम्सची तरी उंची गाठली पाहिजे. परंतु नंतर या कॉर्पोरेशनने घपला केला त्यामुळे इकारस हा ग्रीक देव जसा कृत्रिम पंख लावून उडाला; परंतु तो पेटून खाली पडला तसेच आपले होऊ शकते, बरं का!

परंतु माझ्या पेशंटनी स्वतः जगलेल्या अनुभवांवरून असे दिसून येते की, समाजानुवर्ती लाजेचे सकारात्मक आणि आरोग्यदायी परिणाम होतात आणि त्यायोगे स्वमग्नतेचे (नार्सीसिझमचे) काही नकोसे पैलूही नष्ट होऊ शकतात आणि आपण आपल्या पाठीशी उभ्या राहणाऱ्या सामाजिक जाळ्याशी अधिक जोडले जातो आणि त्यायोगे आपल्यातील व्यसनशील प्रवृत्तींना वचक बसतो.

# निष्कर्ष

## समतोलाचे धडे

आपल्या सर्वांना या जगापासून, येथल्या कटकटींतून थोडीशी सुटका हवी असते – आपण स्वतःसाठी आणि इतरांसाठी बरेचदा अशक्य असे मापदंड उभे केलेले असतात त्यापासून आपल्याला दूर जायचं असतं. त्यामुळे मी तसे का केले? मी हे का करू शकत नाही? हे पहा त्यांनी माझे काय केले ते? पण मी त्यांच्याशी कसं वागू शकतो? इत्यादी इत्यादी आपल्या मनात जे अथक चर्वितचर्वण चालले असते त्यापासून आपण थोडा सुटकेचा श्वास शोधणे हे नैसर्गिकच असते.

त्यामुळे सुटकेचे सुखद मार्ग आपल्याला आता उपलब्ध असतात त्यांच्याकडे आपण ओढले जातो. : उदाहरणार्थ, ट्रेंडी कॉकटेल्स, समाजमाध्यमांचे इको चेंबर्स, ओटीटीवरील रिॲलिटी शो, इंटरनेटवर पोर्न बघत घालवलेली संध्याकाळ, पोटॅटो चिप्स आणि फास्ट फूड, सगळं काही विसरायला लावणारे व्हिडिओ गेम्स, दुय्यम दर्जाच्या ड्रॅक्युलासारख्या कादंबऱ्या ... यादी तर अनंत आहे. व्यसनशील अमली पदार्थ आणि वर्तणूक यांतून आपल्याला तो सुटकेचा श्वास मिळतो खरा; परंतु दीर्घ कालावधीत त्यामुळे आपल्या समस्यांत भरच पडते.

त्यामुळे जगापासून दूर जाऊन सगळे काही विसरून जाण्यापेक्षा आपण जगाच्या दिशेनेच का जाऊ नये? जग मागे सोडण्याऐवजी आपण जगातच बुडून गेलो तर काय होईल?

तुम्हाला आठवत असेल, मोहम्मद हा माझा पेशंट होता. कॅनबीस ओढण्याची सवय कमी व्हावी यासाठी त्याने आत्मसंयमाचे बरीच मार्ग अवलंबले; परंतु शेवटी तो तिथे सुरुवात केली तिथेच यायचा. हळूहळू ओढण्यापासून अति जास्त ओढण्याकडे जायचा आणि हे त्याचे परत जाणे जास्तच वेगाने व्हायचे.

पुन्हा एकदा आपल्या कॅनबीस सेवनाला आळा बसावा म्हणून सॅन फ्रान्सिस्कोच्या उत्तरेकडील पॉईंट रीस येथे तो हायकिंगला गेला. एके काळी हायकिंग करण्यास त्याला खूप मौज वाटत असे. त्यात आपलं मन रमेल अशी त्याला आशा होती.

परंतु प्रत्येक वळणावर कॅनबीस ओढण्याच्या आठवणी ताजेपणाने उसळून येऊ लागल्या. भूतकाळातील या हायकिंगच्या ट्रिपा अर्धवट नशेच्या अवस्थेतच तो करत होता. त्यामुळे व्यसनापासून सुटका होण्याऐवजी तो कॅनबीससाठी तळमळू लागला, आपले काय काय हरपले आहे असा विचार मनात येऊन दुःखी होऊ लागला. आपली ही कॅनबीस समस्या केव्हा तरी नाहीशी होईल का, या शंकेने त्याच्या मनात खूपच निराशा भरून आली.

आणि मग अचानक एके दिवशी अगदी 'आहा' म्हणण्याचा क्षण त्याच्यासमोर उभा ठाकला. झाडांच्या दाटीतून दिसणाऱ्या सुंदर दृश्याच्या एका टप्प्यावर आपण मित्रांसोबत कॅनबीस ओढल्याची आठवण त्याला स्पष्टपणे येत होती, तेवढ्यात त्याने हातातला कॅमेरा डोळ्यांजवळ आणला आणि एका जवळच्याच रोपावर रोखला. त्याला पानावर एक छोटा किडा दिसला. झूम केल्यावर त्याला त्या बिटलचे पाठीवरले लालभडक कवच दिसले, पङ्घ्यापङ्घ्यांच्या मिश्या दिसल्या आणि टोकदार केसाळ पाय दिसले. ते बघून तो अगदी मंत्रमुग्ध झाला.

कॅमेऱ्याच्या फोकसमध्ये आलेल्या त्या कीटकाने त्याचे लक्ष प्रचंड वेधून घेतलं होतं. त्याने त्याचे भरपूर फोटो काढले. मग अँगल बदलून आणखी फोटो काढले. उरलेला हायकिंगमधला संपूर्ण वेळ त्याने वेगवेगळ्या किड्यांचे खूपच जवळून फोटो काढण्यात घालवला. तसं तो करू लागला मात्र आणि कॅनबीसची वाटणारी त्याची ओढ हळूहळू मावळली.

२०१७ सालच्या आमच्या एका सत्रात तो मला म्हणाला, ''मला ते फोटो काढताना अतिशय निश्चल राहावे लागत होते. चांगले 'इन फोकस' फोटो हवे असतील तर अतिशय स्तब्धपणा गरजेचा असतो. त्या प्रक्रियेमुळे

मी अक्षरशः जमिनीवर आलो आणि त्या विचाराने जणू माझ्याभोवती वेढाच घातला. माझ्या कॅमेऱ्याच्या टोकाशी मला एका अद्भुत, अलौकिक आणि मंत्रमुग्ध करणाऱ्या दुनियेचा शोध लागला होता. आणि ड्रग्जच्या मदतीने मी ज्या दुनियेत जाऊ पाहत होतो त्या दुनियेशी ही दुनिया स्पर्धा करत होती. परंतु ही दुनिया अधिक चांगली होती कारण यात कुठलेही ड्रग लागत नव्हते.''

बऱ्याच महिन्यांनी माझ्या लक्षात आलं की मोहम्मदचा सुटकेचा मार्ग हा माझ्या मार्गाशी जुळणारा आहे.

पेशंट्सना तपासण्याच्या कामात मी स्वतःला बुडवून घेण्याचा जाणीवपूर्वक प्रयत्न केला आणि माझ्या कामाचे जे पैलू मला खूपच आनंद द्यायचे त्यांच्यावर लक्ष केंद्रित करण्याचा प्रयत्न केला. उदाहरणार्थ, पेशंटसोबतचे मैत्रीचे संबंध काळागणिक वाढवणे आणि जगामध्ये सुव्यवस्था आणण्याच्या दृष्टीने आपल्या कथनात पूर्ण गुंतून जाणे यात मला खूप आनंद मिळत होता. तसे करताना मलाही रोमान्सच्या कादंबऱ्या वाचण्याची ओढ निर्माण झाली होती तिच्यापासून बाहेर पडता आले आणि अधिक संतोषदायक आणि अर्थपूर्ण अशा करिअरमध्ये गुंतून जाता आले. मी माझ्या कामातही अधिक यशस्वी ठरू लागले; परंतु कामात यश मिळवण्यासाठी म्हणून मी तसं केलं नव्हतं, तर ते अनपेक्षितपणे आपोआप झालं होतं.

तुम्हाला जे आयुष्य मिळालेलं आहे त्यात पूर्णपणे गुंतून जाण्याचा मार्ग शोधून काढा, अशी मी तुम्हाला नक्कीच विनंती करेन. ज्यापासून तुम्ही पळून जाण्याचा प्रयत्न करत आहात ती पळून जाणे थांबवा, एका जागी उभे रहा आणि ज्या कशापासून पळून जात आहात त्याच्यासमोर उभे रहा.

मग तुम्ही धाडस करून त्या गोष्टीकडे चालायला लागा. असे केल्याने जग तुम्हाला काहीतरी जादुई आणि विस्मयचकित करणारे असे 'काहीतरी' तुमच्यासमोर आणेल त्यापासून पळण्याची गरजच नसेल. त्याऐवजी, जग हे लक्ष देऊन बघण्यासारखी अशी काहीतरी गोष्ट बनेल.

आपला समतोल शोधण्याचा आणि शोधलेला समतोल तसाच ठेवण्यातून ताबडतोब बक्षीस मिळत नाही आणि घाईघाईने मिळवू पाहिले तर ते कायम टिकणारेही मिळत नाही. त्यासाठी चिकाटी लागते, आणि सतत कार्यरत असावे लागते. पुढे काय आहे ते निश्चित माहीत नसतानाही आपल्याला पुढे जाण्याची इच्छा असलीच पाहिजे. आजच्या आपल्या कृतीवर आपला विश्वास हवा. त्या कृतींचा सध्याच्या क्षणावर काही

परिणाम होत आहे असे आपल्याला जाणवत नसले तरी प्रत्यक्षात त्या कृती एका सकारात्मक दिशेने एकत्रितपणे जात असतात. आणि भविष्यातील कुठल्यातरी अज्ञात क्षणी आपल्यासमोर ते उघड होणार असते. परंतु सकारात्मक सराव रोजच्या रोज घडत असतो.

माझी पेशंट मारिया मला म्हणाली, ''व्यसनमुक्तता म्हणजे हॅरी पॉटरच्या चित्रपटातील एखाद्या दृश्यासारखी असते. त्या दृश्यात नाही का, डंबलडोअर एका अंधाऱ्या गल्लीतून चालत असतो आणि जाता जाता वाटेतले दिव्याचे खांब उजळवत जात असतो. तेव्हा तो गल्लीच्या शेवटाला पोहोचतो आणि मागे वळून बघतो तेव्हा त्याला पूर्ण गल्ली उजळलेली दिसून येते- तो त्याच्या प्रगतीचा प्रकाश असतो. ''

आता आपण पुस्तकाच्या शेवटाशी आलो आहोत. परंतु प्रत्यक्षात ही आजच्या जगाकडे जाणारी नवी सुरुवातही असू शकते. आणि ते जगही कसं तर औषधोपचाराच्या भडिमाराने भंजाळलेलं, अतिशय जास्त उत्तेजित झालेलं आणि आनंद घेण्याची क्षमता कुंठितावस्थेत असं आहे. समतोल राहण्याचे धडे गिरवत रहा. तसे केल्याने मागे वळून बघताना तुम्ही केलेल्या प्रगतीचा प्रकाश तुम्हाला दिसेल.

## समतोलाचे धडे

१. सुखाचा अथक पाठलाग (आणि दुःखाची टाळाटाळ) हे शेवटी दुःखाकडेच घेऊन जाते.
२. व्यसन लागलेली वस्तू अथवा वर्तन यांचा त्याग करण्यातून व्यसनमुक्तीची सुरुवात होते.
३. व्यसनापासून दूर राहिल्यामुळे मेंदूतील बक्षीसमार्गाची रचना बदलते आणि साध्या साध्या गोष्टींत सुख मिळवण्याची आपली क्षमताही सुधारते.
४. आत्मसंयमनामुळे सेवन करण्याची इच्छा आणि प्रत्यक्ष सेवन यांच्यात खरोखरचे आणि वैचारिक असे अंतर निर्माण होते. डोपामाइनचा भडिमार झालेल्या आजच्या जगात ही आधुनिक गरज निर्माण झाली आहे.

५. औषधे घेतल्याने होमिओस्टेटिस (मानसिक समतोल) ताळ्यावर येऊ शकतो; परंतु औषधे घेऊन दुःख दूर केल्यामुळे आपण काय गमावतो त्याचा विचार करा.

६. दुःखाच्या बाजूला दाब दिल्याने आपला समतोल आनंदाच्या बाजूला उसळून येतो.

७. वेदनेच्या व्यसनापासून दूर रहा.

८. जाज्वल्य प्रामाणिकपणामुळे जागरूकता वाढते, जवळीक निर्माण होते आणि आपल्याकडे भरपूर काही आहे, अशी मानसिक बैठक तयार होते.

९. समाजानुवर्ती लज्जेमुळे आपले मानवी समूहाशी नाते आहे याची खात्री पटते.

१०. जगापासून पळून जाण्याऐवजी आपण त्यात बुडून जाऊनच सुटका शोधू शकतो.

# लेखिकेचे मनोगत

खाजगी संभाषणे आणि कहाण्या यांचा पुस्तकात समावेश करताना मुलाखत देणाऱ्यांना व्यवस्थित माहिती देऊन त्यांची परवानगी घेण्यात आली आहे. काही सहभागी व्यक्तींना त्यांची नावे आणि राहण्याचा परिसर तसाच ठेवला असता तरी चालणार होतं, पण तरीही सर्वांचाच खाजगीपणा जपण्यासाठी मी त्यांची मूळ नावे आणि अन्य भौगोलिक माहिती बदलली आहे. त्यांच्याकडून संमती घेतानाच्या प्रक्रियेत पुढील गोष्टींसाठी त्यांची संमती मागण्यात आली होती. : 'तुम्हाला व्यवस्थित ओळखणाऱ्या एखाद्या माणसाने तुमची कहाणी येथे वाचली आणि मी नाव बदललेलं असूनही तुम्हाला ओळखलं तर ते तुम्हाला चालणार आहे का?' आणि दुसरा मुद्दा होता, 'तुम्हाला जर काही तपशील मी इथे घेऊ नये असे वाटत असेल तर ते मला सांगा म्हणजे मी ते वगळेन.'

# कृतज्ञता

माझ्या पेशंट्सनी माझ्यापाशी व्यक्त केलेले अनुभव आणि चिंतन यांचा पुस्तक लिहिताना खूपच उपयोग झाला म्हणून त्या सर्वांचे मी आभार मानू इच्छिते. त्यांनी आपल्या मनातले विचार केवळ माझ्यापाशीच नव्हे, तर कधीही न बघितलेल्या अज्ञात वाचकांसाठीही उघड केले हे खरोखरच मोठे धाडसी आणि उदार कृत्य आहे. त्यामुळे हे पुस्तक केवळ माझे नसून 'आमचे' झाले आहे.

त्याचप्रमाणे जे लोक माझे पेशंट नव्हते तरीही, त्यांनी या पुस्तकासाठी मुलाखत द्यायला तयारी दर्शविली म्हणून मी त्यांचे आभार मानते. व्यसन आणि व्यसनमुक्ती यांबद्दलच्या त्यांच्या अंतर्दृष्टीमुळे माझ्या अनुभवात प्रचंड भर पडली.

मला बऱ्याच विचारी आणि सर्जनशील माणसांत वावरायला मिळालं म्हणून मी स्वतःला सुदैवी समजते. त्यांच्याशी झालेल्या संभाषणातून मला त्यांचे विचार समजले आणि ते विचार या पुस्तकातही शिरले. या सर्वांची यादी करणे तर अशक्यच आहे; परंतु मला काही लोकांचे खास आभार मानलेच पाहिजेत– ते आहेत केंट डनिंग्टन, किथ हम्फ्रेज, ई. जे. आयनेली, रॉब मलेंका, मॅथ्यू प्रेकुपेक, जॉन रुअर्क आणि डॅनियल साल.

तसेच रॉबिन कोलमन यांनी मला पुस्तक लिहिण्यास पुन्हा एकदा उद्युक्त केले म्हणून त्यांचे आभार, बॉनी सोलो यांनी प्रकल्पावर विश्वास ठेवला, डेब मॅकरोल यांनी त्यातली चित्रे काढली तसेच स्टीफन मॉरो आणि हॅना फिनी यांनी हे पुस्तक प्रत्यक्षात आणले म्हणून त्या सर्वांचे मी आभार मानते.

सरतेशेवटी, माझे प्रिय पती अँड्र्यू यांच्या पाठिंब्याशिवाय काही शक्य झाले नसते हे मला नमूद केलेच पाहिजे.

# अनुवादिकेचे मनोगत

'डोपामाइन नेशन' या पुस्तकाचा अनुवाद करायला मिळाला आणि मानसशास्त्र या विषयात एक सर्वसामान्य व्यक्ती म्हणून मी शिरले. डॉ. ॲना लेंबकी यांनी त्यांच्याकडे आलेल्या मानसिक विकारग्रस्त पेशंट्सच्या कहाण्या आणि मानसशास्त्रीय संशोधन यांना एकत्र गुंफल्यामुळे पुस्तक वाचनीय झाले आहे.

आजकालच्या जगात 'आहे रे' आणि 'नाही रे' या दोन्ही गटांतली दरी खूपच रुंदावलेली असली तरी सुख आणि खासकरून दुःखाच्या पटीत मात्र फारसा फरक दिसून येत नाही. तिसऱ्या जगातील गरीब देशांत लोकांना खरोखरची गरिबी, संधीचा अभाव, शिक्षण, रोजगाराचा अभाव यांच्यामुळे अतिशय वाईट परिस्थितीत जीवन जगावे लागते. गरिबीमुळे माणूस अतिशय अभावाची परिस्थिती जगतो आणि ती बरेचदा त्याच्यावर लादली गेलेली असते म्हणूनच त्यांना दुःख सोसावे लागते, परंतु अशाही परिस्थितीत ते आशावादी आणि आनंदी राहू शकतात. कारण शेवटी सगळे परिस्थितीवर अवलंबून नसते, तर थोडे त्या परिस्थितीला तोंड देणाऱ्या माणसांवरही अवलंबून असते.

अशा वेळेस ज्यांच्याकडे भरपूर आहे अशा अमेरिकेत आणि अन्य समृद्ध देशांतील लोकांना या समस्यांना तोंड द्यावे लागले नाही, तरी त्यांना अतिविपुलतेमुळे आलेल्या संकटाला तोंड द्यावे लागते. मराठीत एक म्हण आहे 'एकपुती रडे – आणि सातपुती रडे,' असा काहीसा प्रकार मला याबाबतीत वाटतो. म्हणजे हाताशी भरपूर रिकामा वेळ, व्यसन करण्याचे अनेक मार्ग सहज उपलब्ध असणे, जीवनात यंत्रांचा भरपूर शिरकाव झाल्यामुळे प्रत्यक्ष माणसांशी संबंध कमी येणे, टोकाची व्यक्तिकेंद्रितता यांच्यामुळे माणूस शेवटी दुःखाला शोधत जातो की काय, असे वाटू लागते.

ॲना लेंबकी म्हणतात की, कधीकधी विपुलतेतही माणसे मानसिकदृष्ट्या अभावग्रस्त असतात, तर कधी अभावातही त्यांना मानसिकदृष्ट्या आपल्याकडे भरपूर आहे असे वाटत असते.

माणसाला आपल्या जीवनातील चाकोरीचा खूप कंटाळा येतो, अथवा जीवनातील अतिशय त्रस्त करणाऱ्या गोष्टींपासून त्याला पळून जावं असं वाटतं म्हणून तो काहीतरी मार्ग शोधतो. तोच मार्ग कधीकधी व्यसनाचा ठरू शकतो.

मुळात मानवाचे मन हे समतोल राहू इच्छित असतं, त्यामुळे मनाचा तराजू आनंदाच्या बाजूला झुकला तर तो समतोल होण्यासाठी दुःखाच्या पारड्यात वजन घालावे लागते. तर अतिशय दुःख झाले तर समतोल गाठण्यासाठी आनंदाच्या पारड्यात वजन पडते. अशा प्रकारे, सर्वच माणसांच्या जीवनात सुखदुःखाची पाठशिवण चालू असते. दुःखापासून किंवा नकोशा परिस्थितीपासून व्यसनाच्या मार्गाने आपण पळून जाऊ पाहतो, परंतु त्यातून आपल्याला क्षणिक आनंद मिळाला तरी कायमचे दुःख पदरी पडते. म्हणूनच परिस्थितीपासून पळून न जाता तिला तोंड दिल्यानेच आपण आपले मन समतोल ठेवू शकतो.

ॲना लेंबकी यांचे हे पुस्तक आपल्याला एका वेगळ्याच जगाची सफर घडवून आणते आणि विशेष म्हणजे ते जग वेगळे असले तरी आपल्या आवतीभोवतीच आहे हे आपल्याला पुस्तक वाचून लक्षात येतं. वाचकांना हा अनुवाद नक्कीच आवडेल अशी आशा.

**–सविता दामले**